शिक्षकांच्या चैतन्याचा आविष्कार घडवणाऱ्या आणि
त्यांचं हृद्गत व्यक्त करणाऱ्या कथा.

चिकन सूप
फॉर द
सोल इंडियन टीचर्स

I0631504

लेखक
जॅक कॅनफिल्ड
मार्क व्हिक्टर हॅन्सन
वेंडी एम. डिक्सन

अनुवाद
सुषमा जोशी

मेहता पब्लिशिंग हाऊस

◆ *या पुस्तकातील लेखकाची मते, घटना, वर्णने ही त्या लेखकाची असून त्याच्याशी प्रकाशक सहमत असतीलच असे नाही.*

CHICKEN SOUP FOR THE SOUL INDIAN TEACHERS by
JACK CANFIELD, MARK VICTOR HANSEN, WENDY M. DICKSON
Copyright © 2010 Chicken Soup for the Soul Publishing LLC
First Published in the English Language in India by Westland Ltd.
Marathi Language Translation
Copyright © 2011 by Mehta Publishing House, Pune
Translated into Marathi Language by Sushma Joshi

चिकन सूप फॉर द सोल इंडियन टीचर्स

अनुवाद : सुषमा सुरेश जोशी
Email : author@mehtapublishinghouse.com

मराठी अनुवादाचे व प्रकाशनाचे हक्क मेहता पब्लिशिंग हाऊस, पुणे.

प्रकाशक : सुनील अनिल मेहता, मेहता पब्लिशिंग हाऊस,
१९४१, सदाशिव पेठ, माडीवाले कॉलनी, पुणे – ४११०३०.

मुखपृष्ठ : चंद्रमोहन कुलकर्णी

प्रथमावृत्ती : जानेवारी, २०१२ / ऑक्टोबर, २०१२ /
पुनर्मुद्रण : सप्टेंबर, २०१४

P Book ISBN 9788184983265

प्रस्तावना

शिक्षक होणं हे वाटतं तितकं सोपं नाही. कारण या व्यवसायात शिक्षकानं फक्त द्यायचं आणि घ्यायचंच असतं. आपलं तन,मन, आत्मा, हृदय अगदी सर्वस्व द्यायचं असतं. आणि हे देणं कसल्याही भौतिक बक्षिसाची अपेक्षा न करता निरपेक्ष वृत्तीनं द्यायचं असतं. त्याच वेळी महिनाभर कष्ट करून आपल्याला जेवढी मासिक प्राप्ती होते, तेवढी प्राप्ती ही आपण शिकवलेली मुलं एका दिवसभरात करतात याबद्दल मनात कसलाही किंतू, खेद न ठेवता, न डगमगता आपलं कार्य पुढे चालू ठेवायचं असतं.

आणि तरीही, आपणापैकी कित्येकांनी हा पेशा स्वीकारलेला असतो. या शोधयात्रेत डोळ्यात स्वप्नं आणि मनात इच्छा बाळगून आपण सामील झालेलो असतो. मनापासून केलेल्या कामातच आपल्याला समाधान गवसत असते हे माहीत असल्याने आपण हा व्यवसाय स्वीकारलेला असतो. एखादी गोष्ट समजल्यावर मुलांचे चमकणारे डोळे, शैक्षणिक अक्षमतेच्या अडसरांवर मुलांनी मिळवलेला विजय, मुलांना शिकवण्यात, त्यांची ज्ञानाची तहानभूक शमवण्यात मिळणारे समाधान, मुलांच्या देवदत्त देणग्या, त्यांचे चांगूलपण विकसित करण्यासाठी त्यांना साह्य करतांना मिळणारा आनंद, आणि त्यांचे जीवन, दैव घडवण्याचे पवित्र कार्य करण्यासाठी आपल्याला पात्र समजले गेले, या विषयी वाटणारा स्वत:बद्दलचा आदर, या व अशा इतर अनेक गोष्टींमुळे आपण या कामात स्वत:ला झोकून दिलेले असते. त्याच वेळी आपल्याला हेही ठाऊक असते की जेवढं आपण देऊ तेवढंच, किंवा त्यापेक्षाही अधिक, भरभरून आनंद, समाधान, ईश्वरी आशीर्वाद आपल्याला मिळणार असतो. पैशानं विकत घेता येणार नाही असा कृपाप्रसाद मिळणार असतो.

हे पुस्तक म्हणजे या व्यवसायाच्या हाकेला 'ओ' देणाऱ्यांचा सन्मान आहे;

ज्या ज्या शिक्षकांनी आपल्याला घडवलं, आपल्याला शिक्षक बनवलं, त्या साऱ्यांना दिलेली मानवंदना आहे. रोजच्या अध्ययन अध्यापनातील अनंत आश्चर्ये आणि नवल यांचा खजिना आहे. वर्गातील आणि वर्गाबाहेरील अविस्मरणीय क्षणांचा आणि अनुभवांचा सारग्रंथ आहे. शिक्षकाचा आयुष्यभराचा अभ्यास आणि त्यानं दिलेली सेवा याचा अमूल्य ठेवा आहे. आपलं माणूसपण अधिक हृद्य, सहृदय, प्रेमळ व्हावं यासाठी केलेली प्रेमळ विनवणी आहे आणि सगळ्यात थोर शिक्षक असलेल्या 'जीवन' या गुरूला केलेलं विनम्र अभिवादन आहे.

या कथांमुळे तुम्हाला सुख समाधान मिळो! स्वत: बरोबर इतरांचं आयुष्य घडवण्यात किती परमसुख मिळते ह्याची जाणीव या कथा वाचून तुम्हाला व्हावी. कारण चांगला माणूस असल्याखेरीज चांगला शिक्षक होता येत नाही. 'तमसो मा ज्योतिर्गमयं' या न्यायाने इतरांना मार्गक्रमण करण्यासाठी त्यांच्या पावलांपुरता प्रकाश मिळावा यासाठी आपल्या अंतरीचा ज्ञानदिवा सतत तेवता प्रज्वलित ठेवण्याची प्रेरणा या कथांमुळे तुम्हाला मिळो!

– वेंडी एम. डिक्सन

अनुवादिकेचे मनोगत

'चिकन सूप फॉर द सोल इंडियन टीचर्स', हे पुस्तक वाचलं आणि माझ्या तीस वर्षांच्या शिक्षकी पेशाचं प्रतिबिंबच मला त्यात दिसलं. बालवाडीपासून माध्यमिक शाळेच्या, दहावीच्या वर्गापर्यंत शिकवण्याचा अनुभव मला असल्यानं विविध वयोगटांतील मुलांशी माझा अगदी जवळून परिचय होता. आपल्या शिक्षिकेला 'टिचर भी तो अपनी माँ होती है।' असा दर्जा देणारे विद्यार्थी माझ्या लक्षात राहिले. तसंच या प्रवासात सांगितलं तेवढंच काम करणारे सांगकामे विद्यार्थीही भेटले. काही वेळा थोड्याशा सूचनेच्या आधारे आपल्या प्रतिभेचा आविष्कार करणारे सर्जनशील विद्यार्थीही भेटले. छानशी गोष्ट सांगितल्यावर 'आज मजा आली,' अशी दादही मिळाली आणि 'नथिंग डुइंग, शी इज सो स्ट्रिक्ट यार!' असा शेराही ऐकायला मिळाला.

आपलं शिक्षकाचं काम तसं तुकोबाच्या हमालासारखं असतं. 'फोडिले भांडार, धन्याचा हा माल, मी तो हमाल भारवाही,' अशा वृत्तीचं. पुस्तकातील ज्ञान मुलांपर्यंत पोहोचवणं हे आपलं काम. हे विद्याधन मुलांना देताना त्यातील मूल्यं, नैतिकता, उदात्त विचार हे मुलांपर्यंत पोहोचले पाहिजेत, यावर आपला कटाक्ष असला पाहिजे. त्यासाठी आपण स्वत: शक्य तितके सक्षम असलो पाहिजे. आपल्या हातून थोडीशीही चूक होऊ नये, यासाठी आपण दक्ष राहिले पाहिजे आणि चूक झालीच तर चुकीची कबुली देण्याची हिंमतही ठेवली पाहिजे. कारण समोरची सत्तर मुलं आपल्याकडे अपेक्षेनं पाहात असतात, हे कधीही विसरून चालत नाही.

काही वर्षांनंतर ते विद्यार्थी चांगले, उमदे, कर्तृत्ववान तरुण झालेले असतात. कधीमधी भेटतात. त्या समंजस चेहऱ्यांकडे पाहताना वर्गातला तो व्रात्य विद्यार्थी आठवतो. कधी एखादी तिच्या लहानग्याला म्हणते, 'या माझ्या टिचर बरं का!'

तेव्हा तिच्या डोळ्यांत तोच कोवळेपणा डोकावतो आणि नाच चुकला, म्हणून ढसढसा रडणारी ती रडूबाई आठवून आम्हा दोघींनाही हसू येतं.

या मुलांच्या दृष्टीनं आपण म्हणजे त्यांचा जिता जागता भूतकाळ असतो.

अशा भेटीत या मुलांना भविष्याबद्दल शुभेच्छा दिल्या की, त्यातले कोणी हे श्रेय आपल्याला देऊ करतात; तर कोणी त्या भर गर्दीत खाली वाकून पायाला हात लावून नमस्कार करतात. आपल्यालाही मग आपल्या कष्टांचं चीज झाल्यासारखं वाटतं.

'चिकन सूप' मधले अनुभवही हे असेच काहीसे आहेत. हे शिक्षकी पेशातले अनुभव मराठीत आणण्याची मोठी मोलाची कामगिरी मेहता पब्लिशिंगने केली आहे. कारण आजकाल शिक्षकी पेशाला, शिक्षण क्षेत्राला नैराश्यानं ग्रासलं आहे. हे नैराश्याचं ग्रहण दूर करून आपल्या पेशाबद्दल आपल्याला अभिमान वाटेल, उमेद वाटेल असंच हे पुस्तक आहे.

या पुस्तकातील अनुभवांचं शब्दशः भाषांतर न करता तो भाव, तो आशय मराठीत आणण्याचा प्रयत्न मी केला आहे. काही शीर्षकांचंही निव्वळ भाषांतर न करता त्यातील अनुभवाचं सार त्यात येईल असं शीर्षक देण्याचा प्रयत्न केला आहे.

या अनुवादाच्या वेळी मला माझे पती श्री. सुरेश जोशी यांचं बहुमोल सहकार्य लाभलं. अनुवादामध्ये तो मूळ भाव पूर्णपणे व्यक्त होतो की, नाही याबद्दल त्यांच्याशी चर्चा करुन अनेक वेळा शंका समाधान करून घेतलं.

मेहता पब्लिशिंग हाऊसने हे पुस्तक अनुवादित करण्याची संधी मला दिली. त्याबद्दल मी त्यांचे आभार मानावेत, तेवढे थोडेच!

शिक्षकी पेशातील या अनुभवांचे रंगतरंग सर्वांना मोहवतील, अशी आशा आहे.

– सौ. सुषमा सुरेश जोशी

अनुक्रमणिका

४. तुम्ही केवळ अविस्मरणीय आहात

६. दिव्यां दिवा उजळतो

५. थोडं हसा, खूप प्रेम करा

७. सादाला प्रतिसाद

१

प्रेम चमत्कार घडवतं

"या जगात पोटाच्या भुकेपेक्षा प्रेमाचे,
मायेचे भुकेले अधिक आहेत."

— मदर तेरेसा

प्रेमच सर्वश्रेष्ठ

ते २००७ साल होतं. थायलंडमधील आमच्या राहात्या घरी माझ्या थोरल्या भावाचा – ऑल्डविनचा – वयाच्या अवघ्या सत्तावन्नाव्या वर्षी मृत्यू झाला होता. ती दुःखद बातमी मी मोठ्या धीरानं घेतली होती. कामाचा रेटा आणि मेलबोर्नसारख्या लांबच्या ठिकाणी वास्तव्य, यामुळे मी त्याच्या अंत्यसंस्कारालाही जाऊ शकलो नव्हतो. या दुःखद प्रसंगी मी माझ्या इतर भावंडांबरोबर राहू शकत नव्हतो; ना माझ्या मृत भावाच्या कुटुंबीयांसमवेत राहून त्यांचं सांत्वन करू शकत होतो. मी फक्त माझी प्रिय पत्नी आणि आमच्या दोघा मुलांच्या सहवासात राहून माझं दुःख वाटून घेऊ शकत होतो. माझ्या भावाच्या आठवणी त्यांना सांगून माझ्या वेदना हलक्या करू पाहात होतो. भाऊ गेल्यानं निर्माण झालेली पोकळी कशीबशी सहन करत असतानाच मी कल्पनाही केली नव्हती, अशा ठिकाणाहून माझं सांत्वन केलं गेलं. माझ्या दुखऱ्या मनावर मायेची फुंकर घातली गेली. ते ठिकाण म्हणजे दूरवर असलेल्या माझ्या मूळ गावातील, बंगळुरूमधील एक घर होतं. तिथून माझ्यावर मायेची पाखर घातली गेली होती. साऱ्या जगरहाटीपासून दूर असलेल्या, अलिप्त भासणाऱ्या एका निवृत्त शिक्षकाकडून! जणू एखाद्या वानप्रस्थाश्रमीकडून!

तुम्ही जर सन १९५० च्या सुमारास बंगळुरूमध्ये राहिलेले असाल, तेथील नावाजलेल्या सेंट जोसेफ बॉईज हायस्कूलशी तुमचा थोडा जरी संपर्क आलेला असेल, तर तुम्हाला अलेक अल्वारेस हे नाव नक्कीच माहिती असेल. सहसा शिक्षकाचं मूल्यमापन हे त्याच्या विद्यार्थ्यांच्या शैक्षणिक यशावरून केलं जातं. पण अल्वारेस सरांच्या बाबतीत तसं नव्हतं. ते एक ध्येयनिष्ठ, कनवाळू आणि सहृदय शिक्षक होते. विद्यार्थ्यांच्या शैक्षणिक यशाइतकंच त्यांच्या गुणावगुणांकडेही त्यांचं लक्ष असे.

ख्रिस्तीननं म्हणजे माझ्या थोरल्या बहिणीनं ऑल्डविनवर लिहिलेला मृत्युलेख स्थानिक वृत्तपत्रात प्रकाशित झाला होता. आपल्या निवृत्ती-सदनात बसून पेपर चाळता चाळता तो लेख आणि तो फोटो अल्वारेस सरांच्या नजरेस पडला होता.

सर सुमारे ९३ वर्षांचे होते. पण तरीही त्यांचं स्मरण अगदी लख्ख होतं.

चाळीस-पंचेचाळीस वर्षांपूर्वी या नावाचा आणि अशाच चेहरेपट्टीचा आपला एक विद्यार्थी होता, हे त्यांना तो लेख वाचल्याबरोबर आठवलं.

माझ्या मनात आलं की, त्यांना त्या क्षणी आणखी काय बरं आठवलं असेल? माझ्या यशस्वी भावाची हुशारी त्यांना पहिल्यांदा जाणवली होती, ती वेळ आठवली असेल का? की त्याचा खोडकरपणा आणि खोड्या आठवून त्यांचे सुरकुतलेले डोळे आणखी आक्रसले असतील? की कोणे एके काळी आपण ज्याची काळजी घेतली अशा एका मुलाच्या निधनाच्या बातमीनं ते डोळे गढुळले असतील?

आपल्या स्वत:च्या आयुष्याच्या संध्याकाळी ही अशी बातमी ऐकून सरांना नेमकं काय वाटलं असेल ते मला सांगता येणं कठीण आहे, पण एक मात्र नक्की की, ती बातमी ऐकून त्यांना माझी, ऑल्डविनच्या धाकट्या भावाची आठवण झाली होती. सिक्वेरा नावाचा तो मुलगा त्यांना आठवला होता आणि हो! तोही त्यांचाच तर विद्यार्थी होता.

मग माझा फोन नंबर मिळविण्यासाठी, माझ्याशी बोलण्यासाठी त्यांनी जिवापाड मेहनत केली होती. त्यांच्या त्या श्रमांच्या आठवणीनं आजही माझं मन भरून येतं. त्यांनी त्यांचं सारं नेटवर्क वापरलं होतं. त्यांनी ख्रिस्तीनचा फोन नंबर मिळवला. तिच्याशी फोनवरून संपर्क साधला. तिच्याकडून माझा फोन नंबर मिळवला.

सरांचा आवाज ऐकला मात्र! सारं भौगोलिक अंतर पार नष्ट होऊन गेलं. कित्येक वर्षांत मी सरांना साधा भेटलोही नव्हतो. पण मधलं भौगोलिक आणि काळाचंही अंतर पार करून त्या आवाजातील आत्मीयता माझ्यापर्यंत पोहोचली. मी एकदम भारावून स्तब्ध झालो. मुखस्तंभच बनून गेलो. माझा गळा दाटून आला. मला काहीच बोलवेना. क्षणभरानं गद्‌गद्‌लेल्या आवाजात मी सरांना म्हणालो, ''तुमचा नंबर द्या सर. मीच तुम्हाला फोन करतो.''

सरांचे ओव्हर सी कॉलच्या बिलाचे पैसे वाचविण्याचा व्यावहारिक हेतू हे सांगण्यामागे होताच; पण मला माझ्या भावभावना आटोक्यात आणण्यासाठी पुरेसा अवसर मिळविण्याचीही गरज होती.

खरं तर मी कोण होतो? सरांच्या चाळीस वर्षांच्या कारकिर्दीत हजारो मुलं त्यांच्या हाताखालून गेली होती. त्यापैकी एक नगण्य असा मी मुलगा होतो. पण सरांच्या या मायाळू वागण्याचा, माझ्या दु:खाची दखल घेण्याच्या त्यांच्या सहानुभूतीपूर्ण कृतीचा माझ्या मनावर सखोल परिणाम झाला होता. मनावर खोल ठसा उमटला होता. आता विचार करताना लक्षात येतं की, सर केवळ अभ्यासक्रम पूर्ण करणारे, गणिती आकडेमोड शिकविणारे, माहिती सांगणारे, घटनांचा क्रम उलगडून दाखविणारे रूक्ष शिक्षक नव्हते. ते त्याहूनही काहीतरी अधिक देणारे, माणूसपण शिकविणारे, शोधणारे, प्रेमळ, वत्सल असे शिक्षक होते. वयाच्या पंचाण्णवाव्या वर्षीही ते

शिक्षकच राहिलेले होते. त्यांच्या 'मुलां'च्या संपर्कात ते सतत राहिले होते, ते त्यांच्या अंत:करणातील मुलांविषयीच्या या गाढ प्रेमापोटीच. त्यांची ही प्रेमाची ताकदच त्यांना एक महान शिक्षक आणि त्याहूनही त्यांना मोठेपणा देणारा एक थोर माणूस बनवू शकली होती.

टाळ, चिपळ्या वाजवाव्यात, त्याप्रमाणे आपण आधीच्या लोकांनी सांगितलेल्या बोलीतच बोलत असतो. आपण ज्ञान मिळवतो. माहिती गोळा करतो. त्या माहितीच्या चष्म्यातूनच आपण पलीकडे पाहतो. भेटी देतो, घेतो. देणग्या देतो, घेतो. पण सरांसारखे आपण जर प्रेमळ, ममताळू नसू, तर हे सारं व्यर्थच ठरणार!

कारण प्रेम हीच फक्त सर्वश्रेष्ठ भेट होय, देणगी होय.

■

कोलिन सिक्वेरा
The Greatest is Love

रिबेकासाठी गुरुकिल्ली

'विचारी निष्ठावंतांचा लहानसा गट जगाला बदलू शकतो, याबद्दल कोणतीही शंका मुळीच घेऊ नका. खरोखरच तसं घडतं, यावर विश्वास ठेवा.'

– मार्गारेट मीड

आपलं काम पूर्ण करण्याचा आटापिटा करणाऱ्या पाचवीतील रिबेकाकडे 'बेथनी हाय' मधील शिक्षकांचा लहानसा गट हताशपणे बघत होता. ती लिहू शकत नव्हती. खरं तर गेल्या चाळीस मिनिटांमध्ये तिनं कशीबशी एक ओळच लिहिली होती. ती आपलं चित्त एकाग्र करू शकत नव्हती. ती सदान्‌कदा थकली-भागलेलीच असे आणि तिला मुळीसुद्धा आत्मविश्वास नव्हता.

आपण अपयशी आहोत, असंच तिच्या मनानं अगदी पक्कं ठरवून टाकलं होतं. तिला वारंवार नैराश्याचे झटके येत होते. सदोदित हताश होऊन ती रडत बसत असे. कसल्या तरी भ्रामक कल्पना ती उराशी बाळगत असे. तिचे पालकही कमालीचे निराश झाले होते. तिच्यासाठी त्यांनी काय नि कसं केलं होतं! शिवाय आसवं तर ढाळलीच होती. तिच्यासाठी वह्याही उतरवून काढल्या होत्या. डॉक्टर्स झाले, हकीम झाले, वैद्य झाले... अगदी मानसोपचारतज्ज्ञही झाले होते. समुपदेशनही करून झालं होतं. पण तिच्या आजाराचं नेमकं निदान झालं नव्हतं. तसं पाहिलं तर तिचे विचार आणि उच्चारही अगदी स्पष्ट होते. शब्दसंपत्ती भरपूर होती. एकापरीनं पाहिलं, तर ती खरंच हुशार होती. मग ही काय शैक्षणिक अक्षमता होती? डिस्लेक्सिया होता? की आणखी काही? नावं कितीही बदलली, तरी काय होणार होतं? कदाचित ही मनात खोलवर रुजलेली भीती होती का?

विभाग प्रमुख या नात्यानं इतर काही शिक्षकांबरोबर मी रिबेकाच्या या समस्येकडे लक्ष द्यायला सुरुवात केली. आम्ही प्रत्येकीनं रिबेकाकडे जातीनं लक्ष पुरवणं सुरू केलं. तिच्यावर मायेचा प्रचंड वर्षाव केला. तिच्या पालकांची भेट घेतली. त्यांना तणाव व्यवस्थापनाचे (स्ट्रेस मॅनेजमेंट) धडे दिले. रिबेकाची वर्गातील जागा बदलली. तिला शिक्षकांच्या जवळ बसता येईल, अशी तिची सोय केली. तिचा

प्रत्येक शब्द आम्ही कान देऊन ऐकू लागलो. प्रत्येक वेळी, प्रत्येक गोष्टीसाठी तिला मदतीचा हात देऊ केला.

परीक्षेच्या दरम्यान आमच्यापैकी कोणीतरी एक जण तिच्याजवळ बसत असे. तिला लिहितं करत असे. प्रत्येक प्रश्नाचं उत्तर तिच्याकडून लिहवून घेत असे. आम्ही तिला प्रोत्साहन देत राहिलो. लिहिण्यासाठी तिला जास्त वेळ दिला. तिच्या मरगळलेल्या मनाला उल्हसित केलं. ती रडत असे, तेव्हा आम्ही तिच्याकडे जाऊन तिचं सांत्वन करत असू. आम्ही तिला मैत्री करण्यासाठी उद्युक्त केलं. रिबेका ही वर्गातील अन्य मुलींसारखीच आहे, ती त्यांच्या वर्गाचाच एक घटक आहे, त्यांच्यापैकीच एक आहे, या गोष्टीची जाणीव आम्ही वर्गातील इतर मुलांना करून दिली होती. त्यांनीही तिच्याशी इतर मुलांशी ती वागतात, त्याच पद्धतीनं वागावं हे आम्ही त्यांना सांगितलं होतं. मुलांनी तिच्याशी मैत्रिणीप्रमाणेच वागावं, यासाठी आम्ही त्यांनाही प्रवृत्त केलं होतं.

दोन वर्षांच्या प्रदीर्घ, अथक प्रयत्नांनंतर तिच्यात हळूहळू बदल होऊ लागला. ती हळूहळू उमलू लागली. तिच्या डोळ्यांत चमक आली आणि ओठांवर हसू फुललं. तिची चालही सुधारली. तिच्या अंगात चपळपणा आला. तिच्या हालचालीतून, व्यक्तिमत्त्वातून आत्मविश्वास दिसू लागला. परीक्षेत मिळणाऱ्या ग्रेड्समध्ये सुधारणा होऊ लागली. सरतेशेवटी ती तिचा पेपर ठरलेल्या वेळेत पूर्ण करू लागली आणि एक वेळ अशी आली की तिच्या प्रगती पुस्तकावर एकही लाल रेघ उमटली नाही. तिचं हसू ऐकून आम्ही एकमेकींकडे आनंदानं पाहिलं.

ती हायस्कूल ग्रॅज्युएशनची परीक्षा उत्तीर्ण झाली. आम्हाला खूप आनंद झाला आणि कृतकृत्य झाल्यासारखंही वाटलं. आपलेपणानं आणि प्रेमानं थोडी जास्त मेहनत घेणारे शिक्षक विद्यार्थ्यांचं आयुष्य आमूलाग्र बदलवू शकतात. वेळ प्रसंगी जगालाही बदलवू शकतात, असा माझा ठाम विश्वास आहे. निरोप समारंभाच्या वेळी जेव्हा मी रिबेकाला जवळ घेतलं, तेव्हा या श्रेष्ठ व्यवसायाबद्दलचा माझा हा विश्वास द्विगुणित झाला होता.

■

मंजुळा बेलिअप्पा
The Key to Rebecca

'शिक्षकाचा वैताग'

या गावंढ्या गावात पोस्टमनचं येणं, ही एक पर्वणीच होती. ज्याची त्याला पत्रं देत, मजेत सायकलची घंटी वाजवत, सायकलवरून फिरणाऱ्या पोस्टमनच्या मागून गावातील सारी मुलं नेहमीच पळत जात असत.

'माझं पत्र?' मला आश्चर्यच वाटलं. 'कोणी बरं लिहिलं असावं?' मच्छिमारांच्या कोप या गावी मी राहायला आल्यापासून साऱ्या जगाच्या लेखी माझं अस्तित्व जणू नसल्यासारखंच झालं होतं. लोक मला विसरले होते. मच्छिमारी करणाऱ्या माझ्या पूर्वजांचं हे छोटेखानी घर मला वारसा हक्कानं मिळालं होतं. माझ्या लहानपणीच माझे आई, वडील वारले होते. त्यांच्या पश्चात मी मुंबईतच लहानाची मोठी झाले होते. निवृत्तीनंतर मी या गावात येण्याचं ठरवलं, तोपर्यंत हे घर दुर्लक्षित आणि तसं उपेक्षितच होतं. कारण ते बंदच होतं. इथले स्थानिक रहिवासी मला अजूनही परकीच मानत होते. पण तरीदेखील त्यांनी मला या घराच्या डागडुजीसाठी खूपच मदत केली होती.

पत्र पाहून मी जरा बेचैनच झाले होते. काय बातमी असेल? चांगली की वाईट? अशा विचारांत थरथरत्या हातांनी मी डोळ्यांवर चष्मा चढवला आणि ते पत्र फोडलं.

पत्र असं होतं,

'प्रिय गुरुवर्य,'

जखमी अवस्थेत माझं अवसान गळालं आहे. येणारा कोणताही क्षण माझ्या आयुष्यातील अखेरचा क्षण असू शकेल आणि अशा आणीबाणीच्या वेळी मला तुमची आठवण होते आहे, ही केवढी नवलाची गोष्ट आहे! 'स्वतःवरचा अविश्वासच आपल्या अपयशाला कारणीभूत होतो,' असं तुम्ही एकदा मला म्हणाला होतात. 'ज्यांचा स्वतःवर, स्वतःच्या ताकदीवर भरवसा नसतो, तीच माणसं सर्वांत दुबळी म्हटली पाहिजेत,' असंही तुम्ही म्हणाला होतात. पण केवळ तुमच्या मार्गदर्शनामुळे मी माझ्या उभ्या आयुष्यात कधीही असा दुबळा झालो नाही. याबद्दल तुम्हाला फार पूर्वीच मी धन्यवाद द्यायला हवे होते.'

पत्र केव्हातरी फेब्रुवारी महिन्यात पाठवलेलं होतं. आता ऑक्टोबर महिना सुरू होता. निवृत्तीपूर्वी ज्या शाळेत मी काम करत होते, त्या शाळेच्या पत्त्यावर हे पत्र पाठवलेलं होतं. तिथून ते कोणीतरी माझ्या मुंबईच्या पत्त्यावर पाठवून दिलं होतं आणि तिथून ते मुंगीच्या पावलानं प्रवास करत, करत या खेड्यात आता येऊन ठेपलं होतं.

आजवरच्या माझ्या चाळीस वर्षांच्या कारकिर्दीत कोणाही विद्यार्थ्यानं मला धन्यवाद दिलेले नव्हते.

'रायन,' मी मनाशीच म्हणाले, 'तूच एक असा निघालास की, ज्यानं इतक्या वर्षांनंतरही माझी आठवण ठेवली!'

मला आठवतंय, तो एक देखणा मुलगा होता. त्याच्या अँग्लो इंडियन पूर्वजांकडून त्याला रेखीव नाक, डोळे बहाल केले होते. गोबऱ्या गालांचा, चमकदार डोळ्यांचा तो मुलगा होता. पण तो एवढा लबाड आणि उनाडटप्पू होता की बस्स! त्याला पाहिल्यावर मला नेहमीच दबा धरून बसलेल्या मांजराची आठवण होत असे.

रायन पाचवीत होता, तेव्हा मी त्याची वर्गशिक्षिका होते. नकला करण्यात तो मोठा पटाईत होता. तो गाणं म्हणे, नाच करे, नकला करे, पण अभ्यासाच्या बाबतीत मात्र शून्य!

'अरे, तुला आयुष्यात काही करावंसं वाटतच नाही का?' मी त्याला विचारत असे.

'हो तर! माझ्या वडिलांसारखा मी इंजीन ड्रायव्हर होणार आहे,' तो निरागसपणे मला सांगत असे.

'पण मग त्यासाठी काहीतरी शिकावं लागतं,' मी म्हणत असे. 'जर इंजिनावर फडका मारणारा पोऱ्या व्हायचं नसलं तर हं!'

'मी एखाद्या राजासारखा रुबाबात आणि ऐटीत इंजीन चालवणार आणि माझ्या मागे ती २३ डब्यांची रांग अश्शी छान रुळावरून तरंगत तरंगत चालेल... व्वा! काय दिवस असेल तो!' तो स्वप्नाळू डोळ्यांनी म्हणत असे.

'हो ना? मग आधी नीट अभ्यास कर. ही साधी गणितं सोडव आणि बोटं मोजून गणित करणं थांबव आधी. मनातल्या मनात बेरजा, वजाबाक्या करायला शीक आता!' मी त्याला पुन्हा दटावत वास्तव जगात आणत असे.

'माझ्या मनात इतक्या छान छान गोष्टी आहेत की, या घाणेरड्या आकडेमोडीला त्यात जागाच नाही,' तो वैतागून सांगत असे.

अशा या रायनकडून अभ्यास करवून घेणं म्हणजे एक दिव्यच होतं. मी त्याला शाळा सुटल्यावर जास्त वेळ थांबवून घेऊ लागले. इंग्रजी आणि गणिताचा त्याचा

विशेष अभ्यास करवून घेऊ लागले. त्याला माझ्या चिकाटीचा अत्यंत संताप येत असे.

'तुम्ही तर माझ्या मानगुटीवरच बसला आहात,' तो चिडून ओरडत असे. 'इंग्रजी जर माझी मातृभाषाच आहे, तर मी ती का शिकायची?' तो विचारत असे.

'तू जे इंग्रजी बोलतोस ते गावंढळ, अशुद्ध आहे. शुद्ध, चांगलं इंग्रजी तुला माहिती आहे का? त्या इंग्रजी भाषेला तुझ्या या तथाकथित इंग्रजीनं तू काळिमा फासतोस. तेव्हा तुला शिकावं तर लागणारच,' मीही न कंटाळता म्हणत असे.

असं करता करता वर्षअखेरीस त्याच्याही ध्यानात आलं की, मी काही त्याची वैरी नव्हते. त्या काचणाऱ्या शिस्तीच्या वर्षात आमच्यात एक भावबंध निर्माण झाला. जवळीक वाढली. त्यामुळे पुढे वरच्या वर्गात गेला तरी त्याचे सारे प्रश्न घेऊन तो माझ्याकडे येत असे. त्या अडचणी अभ्यासासंदर्भातील असत, त्याचप्रमाणं इतरही असत. अगदी चेहऱ्यावरची मुरमाची पुटकुळी, फुटू पाहाणारा आवाज, कोणी विशिष्ट मुलगी शेजारून गेली की, हृदयाची वाढणारी धडधड... त्याच्या पौगंडावस्थेतील गुपितांची मी जणू काही साक्षीदारच बनले होते.

शालेय शिक्षणानंतर विद्यार्थ्यांच्या वाटा वेगळ्या होतात. नंतर कदाचित कधीच त्यांच्या भेटीही होत नाहीत. रायनच्या बाबतीतही तसंच झालं होतं. मी नंतर त्याला कधीही पाहिलं नव्हतं. दर वर्षी रायनसारखे कोणी ना कोणी गरज असलेले विद्यार्थी जास्तीच्या अभ्यासासाठी येत असत. त्यांच्यामागे मी असे. कारण कुठल्याही बक्षिसाची अपेक्षा न ठेवता शिक्षक निरपेक्षपणे आपल्या विद्यार्थ्यांसाठी असे कष्ट करत असतातच. त्यामुळे माझीही गोष्ट त्यांच्यापेक्षा वेगळी नव्हती.

पण त्या दिवशी, त्या वेळी माझ्या हातात रायनचं पत्र होतं. मी विचारांच्या तंद्रीत उभी होते. विचार करत होते की, त्याला माझी, एका निवृत्त, म्हाताऱ्या शिक्षिकेची आठवण का बरं झाली असेल? त्यानं पुढे लिहिलं होतं की, तो कारगिलच्या लढाईच्या ऐन रणधुमाळीत होता. आजूबाजूला तोफांची धुमश्चक्री चालू होती. एका खंदकात बसून तो ते पत्र लिहित होता.

'मला नेहमी तुम्हाला भेटावंसं वाटत असे. धन्यवाद द्यावेसे वाटत असे. पण मी त्यासाठी एखादी चांगली संधी शोधत होतो. पण आता तर अशी वेळ आली आहे की, केव्हाही माझी घटका भरेल. या क्षणी आपल्या मनात किती व्यक्ती आणि प्रसंग दाटून येत असतात. मला तुम्हाला सांगायचंय की, ठरवल्याप्रमाणे मी काही इंजीन ड्रायव्हर झालो नाही. पण हे सगळं अधिकच रोमांचक आहे. देशासाठी लढणारा मी एक जवान आहे आणि तुम्ही शिकवल्याप्रमाणे मोठ्या धीरानं, या साऱ्या संघर्षाला मी तोंड देत, जीवाची बाजी लावून लढत आहे.'

'गुरुवर्य, माझा तुम्हाला अखेरचा प्रणाम.'

डोळ्यांत आलेल्या पाण्यामुळे अक्षरं धूसर होऊ लागली होती. त्याला लगेच लिहायला हवं होतं. त्याचं हे पत्र माझ्यासाठी किती मोलाचं होतं, हे त्याला कळायलाच हवं होतं.

मी माझ्याकडचा निळ्या रंगाचा, वासंतिक फुलांचा सुगंध असलेला उत्तम, सुगंधी कागद घेतला. तसलाच सुगंधी लिफाफा घेतला आणि थरथरत्या हातानं, कशा तरी अक्षरांत त्याला पत्र लिहायला सुरुवात केली. माझी गाठाळलेली बोटं, सुरकुतलेली त्वचा या साऱ्याची त्याला अजिबात कल्पना नसणार. कदाचित अजूनही मला तो ती नीटनेटकी, चोखंदळ, कडक अशीच शिक्षिका समजत असेल. जणू काही काळाचा परिणाम फक्त त्याच्यावर होऊन तोच वयानं वाढला होता... मी वयानं वाढले नव्हतेच!

मी लिहू लागले,

'प्रिय मुला,'

तुझं पत्र वाचून खूप आनंद झाला. चाळीस वर्षांच्या प्रदीर्घ शैक्षणिक कारकिर्दीतील हजारो मुलांपैकी फक्त तूच एक असा निघालास की, ज्यानं माझे आभार मानले आणि माझ्या म्हातारीच्या रूक्ष, एकाकी आयुष्यात आनंद आणला. या तुझ्या कठीण काळातही धीर सोडू नकोस. शत्रूला पाठ दाखवू नकोस.'

'त्याला हे पत्र वेळेवर मिळू दे,' अशी देवाची प्रार्थना करत मी ते पत्र आर्मी पोस्ट ऑफिसच्या पत्त्यावर धाडून दिलं.

सहसा संध्याकाळी मी समुद्र किनाऱ्यावरच्या एका प्रशस्त कातळावर बसत असे. तिथून जुनं दीपगृह दिसत असे. सूर्यास्त न्याहाळताना मध्येच रायनची

आठवण येत असे. तो जिवंत असेल की मरण पावला असेल? माझं पत्र त्याला मिळालं असेल का? कारगिलच्या युद्धात कित्येक जवान जखमी होत होते. वृत्तपत्रातून त्या जवानांची आकडेवारी प्रसिद्ध होत होती. मला मात्र एक खट्याळ मुलगाच आठवत होता. शर्टाची पाखं उडत आहेत, बुटांच्या नाड्या सुटलेल्या आहेत, अशा अवतारातील तो चळवळ्या, सतत वाद घालत राहाणारा, पण कोणीही प्रेम करावा असा मुलगा. मी त्याला नाव दिलं होतं, 'शिक्षकाचा वैताग.'

वर्षभरानंतरची गोष्ट. संध्याकाळची वेळ. मी सूर्यास्त बघत होते. गोंगाट ऐकू आला, म्हणून मी त्या दिशेला वळून पाहिलं, तर एक उंच, शिडशिडीत, लष्करी पोशाखातील व्यक्ती येत होती. त्या पुरुषाच्याच मागे रस्त्यावरच्या उनाड पोरांचा ताफा लागला होता. तो सारा घोळका माझ्या दिशेनंच येत होता.

'टीचर,' हातातलं निळं, चुरगाळलेलं पाकीट फडकावत तो लांबूनच ओरडला, 'मी लढाईवरून परतलोय आणि तुम्ही सांगितल्याप्रमाणे मी शत्रूला मुळीच पाठ दाखवलेली नाही.'

मी त्याला प्रेमानं जवळ घेतलं. मला हेन्री ॲडम्सचे बोल आठवले. तो म्हणतो, 'शिक्षकाचा प्रभाव अनंत काळपर्यंत असतो. तो प्रभाव कधी संपुष्टात येईल, हे त्या शिक्षकाला स्वतःलाही सांगता येत नाही.'

■

इव्हा बेल
Teacher's Pest

शिक्षकाच्या पोतडीतून

दहा वर्षांच्या आनंदी मुलींचा गराडा माझ्याभोवती पडलेला होता.

'मिस, मी सुद्धा!'

'प्लीज, माझंही नाव लिहा ना!'

'बांधवगडला आपल्याला खूप वाघ बघायला मिळतील, नाही?'

'माझे बाबा म्हणत होते तसं!'

'वॉव! किती मज्जा येईल. मिस, हॉटेलच्या एकाच खोलीत आम्हा मैत्रिणींना झोपता येईल ना? चालेल ना तसं?'

'आपण फक्त तपकिरी किंवा मळकट हिरव्या रंगाचे शर्ट घालू या. भडक रंग पाहून वाघ घाबरतील.'

'एऽऽ, आणि वाघाला पाहून किंचाळू नका. नाही तर तो तुमच्या अंगावरच उडी मारेल.'

मुलींची कल्पनाशक्ती मोकाट सुटली असल्याचं माझ्या लक्षात आलं होतं.

त्यांची बालसुलभ उत्सुकता, सळसळता उत्साह पाहून मला हसू आलं. मला त्यांना जवळ घ्यावंसं वाटलं. तेवढ्यात माझं लक्ष त्या मुलीकडे गेलं. ती बारकुडी, ढगळ पोशाख घातलेली छोटी मुलगी मोठ्या आशाळभूतपणानं त्या मुलींकडे पाहात होती.

'रिनिका, तू पण येणार आहेस ना?'

'नाही.'

तिच्या त्या तुटक उत्तरानं मी चमकले. तिच्या नकाराचं कारण काय असेल बरं? मी कशी विचारू? पण तिला काही विचारायची माझ्यावर वेळच आली नव्हती. मुलींच्या निरागस, मोकळ्या-ढाकळ्या वृत्तीनं त्यांनी मला सांगितलं, ''मिस, रिनिका नाही येणार. ती नादार, अनाथ आहे ना?'' त्या एका शब्दानं सगळाच उलगडा झाला होता. मी आवंढा गिळला. रिनिकाची मान खाली गेली होती. हात थरथरू नयेत, म्हणून तिनं माझं टेबल घट्ट पकडलं होतं. पण ओठांनी दगा दिलाच. ते थरथरू लागले. एक आसू त्या टेबलावर पडलाच.

मी मनाशी काही एक निश्चय केला. तिच्या कमरेभोवती हात घालून तिला जवळ घेतलं. ''मग काय झालं? मिसेस अब्राहम म्हणाल्या की, रिनिका इतकी छान मुलगी आहे की तिला वाघ दाखवायला नेलंच पाहिजे,'' मी म्हणाले.

'येऽऽऽ' मुली आनंदानं चित्कारल्या.

'मिस, पण या ट्रिपचे पैसे देण्यासाठी मला आई-बाबा नाहीत,' ती हलक्या, कापऱ्या स्वरात म्हणाली.

'वेडी कुठची! अगं, तू इतकी चांगली आहेस ना, त्याचंच हे तुला बक्षीस!' मी कोणालाच न विचारता तिला ही सवलत दिली होती. आमच्या प्रिन्सिपलनी याविषयी कोणतीच आडकाठी आणू नये, अशी मी मनोमन प्रार्थना करत होते.

रिनिकाच्या ओठांवर हसू खेळू लागलं. ती माझ्यावर विसंबून राहिली असेल का? तिनंही काही अपेक्षा ठेवल्या असतील का? तिच्या मैत्रिणींनी तिला मिठीच मारली. मुलींच्या त्या निरागस वर्तनाची मला गंमतच वाटली. क्षणात निष्ठुर; तर दुसऱ्याच क्षणी गळ्यात गळा!

'चला, निघा बरं सगळ्या! मेट्रनजवळ ही यादी द्या. त्या तुम्हाला तुमची बॅग भरायला मदत करतील,' मी म्हणाले.

केसांच्या पोनी टेल्स उडवत, उड्या मारत जाणाऱ्या रिनिकाकडे मी पाहात होते.

'रेहाना, अगदी योग्य तेच केलंस बरं! अगं वेडाबाई आणि आता तुला रडायला काय झालं?'

मला तर आमच्या प्रिन्सिपलबाईंना मिठीच मारावी असं वाटत होतं. पण एका शिक्षिकेनं असं काही करणं योग्य दिसलं नसतं आणि ते देखील तिच्या भर ऑफिसमध्येच? छे! काहीतरीच काय!

■

रेहाना अली
From a Teacher's Desk

आरसे आणि गुलाब

'तुम्ही काय म्हणालात हे त्यांना कदाचित आठवणार नाही. पण तुम्ही त्यांच्या मनात जागवलेल्या, रुजवलेल्या जाणिवांचा मात्र त्यांना कधीच विसर पडणार नाही.'

– कॅरोल बुखनेर

तिच्या आवडीच्या जागेवर पोझ घेऊन उभ्या असलेल्या माझ्या नातीकडे मी पाहात होते. ती आरशासमोर उभी होती. एकदा या बाजूनं आणि एकदा त्या बाजूनं अशी ती स्वत:लाच आरशात पाहात होती. ती लाजत मुरडत होती. डोळे बारीक करून पाहात होती. नंतर छानशी हसून स्वत:कडे पाहात होती. स्वत:चं समाधान झाल्यामुळे म्हणा किंवा आईचं बारीक लक्ष असल्याचं ध्यानात येऊन म्हणा, ती मोठ्या तोऱ्यात तिथून बाजूला झाली.

'एक दिवस हा आरसा ना, फुटणार आहे,' तिच्या आईनं शेरा मारला.

मी हसत, हसत माझ्या नातीकडे चोरटा कटाक्ष टाकला. माझ्या मनात त्या वेळी खूप वर्षांपूर्वीची सारखीसारखी आरशात डोकावणारी एक मुलगी उभी राहिली होती. ही तिचीच गोष्ट आहे.

लहानशी रोझ तिच्या रूपाबद्दल, दिसण्याबद्दल फारच जागरुक होती. तिच्या वडिलांना शेक्सपिअर भारी आवडत असे. शेक्सपिअरची रोझालिंड ही नायिका त्यांच्या खास आवडीची होती. "माझी मुलगी तशीच उंच, देखणी आणि हुशार आहे...," ते नेहमी म्हणत असत. पण घरातील इतर मंडळी मात्र तिला रोझच म्हणत. कारण ती अगदी गुलाबासारखी गुलाबी आणि नाजूक आहे, असंच त्यांचं ठाम मत होतं. ख्रिसमसच्या शोभायात्रेत तिला नेहमी मेरी बनवलं जात असे. शाळेतही पाहुण्यांना पुष्पगुच्छ देण्याचं काम तिच्याकडेच असे. अंघोळीनंतर तिचे वडील तिला आंदोळत आणि म्हणत, "माझी रोझ कशी गुलाबासारखी सुगंधी आहे."

गावापासून दूर, एकाकी अशा चहाच्या मळ्यात ते कुटुंब राहात असल्यानं

तिच्याशी खेळायला कोणीच नसे. ती स्वत:च स्वत:शी खेळत बसे. खूप वाचन करत असे आणि नुकत्याच वाचत असलेल्या पुस्तकातील नायिकेच्या जागी स्वत:ला पाहात असे. तिची सर्वांत आवडती जागा म्हणजे आईच्या आरशाच्या कपाटासमोरील स्टूल होतं. तिथं बसून ती आपल्या जिवलग मैत्रिणीशी म्हणजे आरशातील स्वत:च्याच प्रतिमेशी तासन्तास बोलत असे. असं झालं म्हणजे मग तिची आई तिला तिथून हाकलत असे आणि तिच्या भावाबरोबर खेळायला बाहेर पाठवत असे. नाही तर तिच्या लहान बहिणीकडे तिला लक्ष द्यायला सांगत असे. आपल्या लहान भावंडांना गोष्टी सांगायला तिला फारच आवडत असे. रोझ हे मध्यवर्ती पात्र कल्पून ती त्यांना रोझच्या साहस कथा सांगत असे. तिचं बालपण असं एकूण समाधानी आणि आनंदी होतं.

वयाच्या बाराव्या वर्षी मात्र तिच्या दुनियेत एकदम उलथापालथ झाली. एके दिवशी तिचं डोकं मनस्वी दुखू लागलं. अंग तापानं फणफणलं होतं. खरं तर 'पडू आजारी मौज हीच वाटे भारी' असा तिचा लहानसहान दुखण्यांविषयीचा दृष्टिकोन होता. कारण अशा वेळी तिचे आई-बाबा तिच्या अवतीभवती राहात. तिची खूप काळजी घेत. तिला आपल्याजवळ झोपवत. पण या वेळची गोष्ट वेगळीच होती. हा ताप वेगळा होता. कारण दोन दिवसांत तिच्या साऱ्या अंगावर पुरळ उठलं. पुढे त्याचे मोठे मोठे फोड तयार झाले. तिला देवी आल्या होत्या. घराच्या पाठीमागच्या अडगळीच्या खोलीत तिला ठेवण्यात आलं. तिची आजी तिची देखभाल करू लागली. त्या यातनामय, वेदनाभरल्या काळात तिला फक्त आजीचीच सोबत होती. दुखणं महिनाभर रेंगाळलं. त्यातला अर्धा अधिक काळ तर ती जवळजवळ बेशुद्धावस्थेतच होती. त्यामुळे निदान तिला तिच्या वेदनांची जाणीव तरी होत नव्हती. जसजसा दुखण्याला उतार पडू लागला, तसतशी असह्य कंड, खाज आणि वेदना यांनी ती हैराण झाली. ज्या कुरळ्या, चमकदार केसांचा तिला फार-फार अभिमान होता, त्या केसांचे पुंजकेच्या पुंजके तिच्या हातात येऊ लागले होते. ती जेव्हा तिच्या या वेगळ्या शुश्रूषागृहातून बाहेर आली, तेव्हा तिच्या डोक्याचा तुळतुळीत गोटा झाला होता.

तिच्यापासून आरसा लपविण्यात आला होता. तिच्या आजीनं सांगितलं की, तिनं आरशात पाहिलं तर ती पुन्हा आजारी पडली असती. पण तिचा आजीच्या म्हणण्यावर अजिबात विश्वास बसला नव्हता. कारण त्या वयात तिला तेवढी समज नक्कीच होती. मग एके दिवशी ती चोरून आईच्या खोलीत गेली आणि तिनं आरशात डोकावून पाहिलं. तिला समोर एक भयानक चेहरा दिसला. तो गालफडं बसलेला, डोळे खोल गेलेला चेहरा तिचा होता? लालसर, खरखरीत, देवीचे व्रण असलेला, नुकत्याच भादरलेल्या, चकचकीत डोक्याचा तो चेहरा विद्रूप दिसत

होता. तो चेहरा पाहून ती सुन्न झाली. छातीवर दगड बसावा तसं तिचं झालं होतं. ती वळली. समोर तिची आई उभी होती. तीही रडत होती. आपल्या मुलीला तिनं कुशीत घेतलं आणि ती ओक्साबोक्शी रडली. रोझनं स्वत:ला आईच्या मिठीतून सोडवून घेतलं आणि ती स्वत:च्या खोलीत परतली. त्या दिवसानंतर तिच्यापासून आरसा लपविण्याची वेळच आली नव्हती. कारण तिनंच आरशात पाहणं सोडून दिलं होतं.

ती दुखण्यातून बरी झाली होती. त्या काळातील तिच्या आठवणी म्हणजे इतरांचं हलक्या आवाजातलं बोलणं, दबक्या आवाजातलं कुजबुजणं, भेटायला येणाऱ्यांची सहानुभूतीपूर्ण नजर आणि कुजबुज याच होत्या. भेटायला येणारी माणसं जाताना तिच्या खोलीच्या दाराशीच थबकत आणि 'अरेरे!' किंवा 'काय केस होते ग!' असं पुटपुटत. कोणी तिला खोटा दिलासा देत म्हणत असे, ''आता छान दिसतेस हं!'' तिच्या खोलीत नंतर मोलकरणींची ये-जा सुरू झाली होती. काली नावाची मोलकरीण दुसऱ्या मोलकरणीशी बोलताना तिनं ऐकलं होतं. ती म्हणत होती, ''अशी घोर शिक्षा होण्याजोगं काय पाप त्यांनी केलंय कुणास ठाऊक!''

तिनं हे ऐकलं मात्र! तिचं काळीजच चिरल्यासारखं झालं. तिच्या मनात विचार आला, 'देवानं मला शिक्षा केलीय का? मी असं काय पाप केलं होतं?'

लवकरच शाळेत जाण्याचा दिवस उजाडला. आई, बाबांनी खूप विचारविनिमय केला. पूर्वीच्याच शाळेत कसं जावं, अशी काळजी तिला वाटत होती का, असं तिच्या बाबांनी तिला एके दिवशी विचारलं. तिनं बाबांकडे रोखून पाहिलं. ते म्हणतील तिथं जाण्याची तिची तयारी असल्याचं तिनं त्यांना सांगितलं. चिंताक्रांत चेहऱ्यानं तिचे वडील तिथून निघून गेले. रोझ अत्यंत दु:खी झाली होती. तिला दुखणं आल्यापासून तिच्या बाबांनी तिला जवळही घेतलं नव्हतं. तिच्याशी ते पूर्वीसारखे लाडानं बोललेही नव्हते. तिची भावंडंही तिच्याशी खेळत नव्हती की, गोष्ट सांगण्यासाठी तिच्याकडे हट्ट धरत नव्हती. तिची एक धाकटी बहीण जेनेट तेवढीच एके दिवशी तिच्या जवळ आली होती. तिनं तिच्या व्रण पडलेल्या चेहऱ्यावरून हात फिरवला होता आणि डोक्याच्या तुळतुळीत गोट्यावरून आपली चिमुकली बोटं घासली होती.

मुला-मुलींच्या एका दुसऱ्याच शाळेत तिला दाखल करण्याचं ठरलं. तिच्या वडिलांबरोबर मुख्याध्यापकांच्या ऑफिसमध्ये जाताना काही चौकस नजरा तिच्यावर खिळल्या होत्या. वडिलांनी तिला बाहेर थांबण्यास सांगितलं होतं. ऑफिसमध्ये काय बोलणं होत असेल, या कल्पनेनं ती शरमली होती. न ढाळलेल्या आसवांमुळे तिचे डोळे चुरचुरले देखील! एवढ्यात एक शिपाई लगबगीनं बाहेर आला आणि एका बाईंना घेऊन ऑफिसकडे परतला. त्या बाईंनी तिच्याकडे पाहून आपले डोळे

मिचकावले आणि त्या प्रसन्नपणे हसल्या. त्यानंतर त्या ऑफिसमध्ये गेल्या. थोड्या वेळानं त्याच बाई तिच्या वडिलांबरोबर बाहेर आल्या. रोझकडे पाहून त्यांचे डोळे चमकले. रोझला कळलं की, या बाईच तिच्या नव्या वर्गशिक्षिका होत्या. गणित विषयही त्याच शिकविणार होत्या. रोझ त्या शाळेत नवी असल्यानं तिच्याकडे त्या लक्षही देणार होत्या. ''माझ्याकडे लक्ष देणं कोणालाच आवडणार नाही,'' रोझ अत्यंत कडवटपणे मनाशीच म्हणाली होती.

तिला भीती वाटत होती, तसं काहीही झालं नव्हतं. उलट पहिल्या दिवशीच्या काही बोचऱ्या शेऱ्यांनंतर तिच्याकडे कुणी फारसं लक्षही दिलं नव्हतं. कदाचित तिच्या व्रणांनी भरलेल्या चेहऱ्यामुळे आणि निरुत्साही डोळ्यांमुळे तिच्याकडे लक्ष द्यावं, पाहावं असं कुणाला वाटलं नव्हतं. तिच्या गणिताच्या शिक्षिका मात्र मोठ्या गमतीशीर होत्या. त्या मुलांना फळ्याजवळ बोलावत आणि गणितं सोडवायला सांगत असत. तो विद्यार्थी गणित बरोबर सोडवत असेल, तर त्या छानसं गाणं गुणगुणू लागत. पण जर तो गणित सोडवताना चुकतो आहे, असं वाटलं तर त्या सावकाश इशारेवजा गुणगुण करत. रोझची वेळ आली की, त्या एक लोकप्रिय गाणं म्हणत असत. मग रोझला हसू फुटत असे आणि तिनं गणित बरोबर सोडवलं की, हशा आणि टाळ्या यांचा प्रचंड कडकडाट होत असे.

एकदा बाईंनी उद्यान प्रकल्पाला सुरुवात केली. त्यांचा वर्ग हा एका झोपडीचा भाग होता. त्या वर्गासमोर एक विचित्र आकाराचा व्हरांडा आणि मोकळी जागा होती. गणिताच्या बाईंना ती मोकळी जागा सजवावीशी वाटत होती. मुलांनी मग वाफे खणले. मुलींनी झाडलोट करून पाणी देण्याची कामं केली. चौघाचौघांच्या गटानं फुलझाडांची एकेक कुंडी वाहून नेली. त्या त्या झाडाची देखभाल आणि निगा त्या त्या गटानं करायची होती. रोझची तब्येत बरी नसल्यानं तिला कष्टाचं काम मिळालं नव्हतं. पण बाईंनी तिला एक गुलाबाचं रोपटं असलेली स्वतंत्र कुंडी दिली. वाळल्या सुकल्या पानांचं, नुसता खुंट असलेलं, अनाकर्षक असं ते रोपटं पाहून रोझला वाटलं, हे रोपटं तिच्यासारखंच आहे. बाईंनी तिच्या उतरलेल्या चेहऱ्याकडे पाहिलं आणि त्या म्हणाल्या, ''हे बघ. या रोपाला किनई थोडीशी निगराणी, थोडंसं खतपाणी आणि खूपसं प्रेम हवंय हं!'' आणि तिच्या डोक्यावर त्यांनी मायेनं थोडंसं थोपटल्यासारखं केलं. 'बाईंच्यासाठी तरी मी हे काम नक्कीच करेन,' रोझनं मनातल्या मनात विचार केला.

दिवस जात होते. कळत-नकळत रोझही बदलत होती. आता ती थोडीशी हसू खेळू लागली होती. दुर्मुखलेपणा कमी होऊ लागला होता. छातीत रुतलेला दगड हळूहळू लहान होऊ लागला होता.

उन्हाळा आला. रोझचा वाढदिवस उन्हाळ्यात असे. तिच्या पालकांनी तिचा

मोठा पापा घेतला. तिला नवे कपडे घेतले आणि शाळेत बाईंना आणि मुलांना देण्यासाठी गोळ्यांचं पाकीटही दिलं. शाळेत बाई मुलांचा वाढदिवस मोठ्या थाटात साजरा करत असत. रोझला कसलाच देखावा नको होता. पण आईच्या सांगण्यावरून तिनं साधासा, कॉलरवर भरतकाम केलेला, गुलाबी रंगाचा, स्कर्ट ब्लाऊज घातला होता. ''बघ बाळ आरशात, किती गोड दिसतेस तू!'' आई म्हणाली. पण रोझच्या कपाळावर या म्हणण्यानं एकदम आठ्याच पडल्या. ती चटकन शाळेत निघून गेली.

तिच्या वर्गमित्र-मैत्रिणींनी तिचं आनंदानं ओरडून स्वागत केलं. बाईंनी तिला टेबलापाशी नेलं. त्या म्हणाल्या, ''अगं, देवानं तुला छानशी भेट दिलीय. बघ तर खरी!'' टेबलावर तिचीच गुलाबाची कुंडी होती. आजवर ज्या रोपाची फारशी काळजी न घेता ती केवळ त्याला इमानेइतबारे रोज पाणी घालत होती, त्या रोपाला आता छान पालवी फुटली होती. हिरवी पानं डुलत होती आणि त्या पर्णसंभारामध्ये एक नाजूकशी लाल, अर्धस्फुट कळी रत्नाप्रमाणे शोभत होती. वर्ग 'नको, नको' म्हणत असतानाही बाईंनी ती कळी खुडली.

'थांब हं!' असं म्हणत बाईंनी एक मोठी गुलाबी रिबन बाहेर काढली. तिचे केस गोळा केले आणि त्या लाजऱ्या मुलीच्या केसांना ती रिबन बांधली. त्यानंतर त्यांनी त्यावर ते फूल खोचलं. साऱ्या वर्गानं टाळ्या वाजविल्या आणि रोझ काही बोलायच्या आतच बाईंनी तिच्यासमोर अगदी सहजपणे आरसा धरला.

चपापलेल्या, गोंधळलेल्या रोझनं आरशात पाहिलं. तो देवीचे व्रण पडलेला, मोठमोठ्या खड्ड्यांचा चेहरा कुठं बरं गायब झाला होता? आरशात दिसणाऱ्या चेहऱ्यावर थोडेसे व्रण होते, पण ते ठसठशीत, लालसर असे मुळीच नव्हते. तर थोडे फिकुटलेले होते. केस चमकदार, दाट दिसत होते. स्वच्छ पण थोडेसे दुःखी भाव असलेले डोळे तिच्या नजरेत भरले होते. एक चांगला देखणा म्हणता येईल, असाच तो चेहरा होता. राक्षसी, भयानक असा मुळीच नव्हता.

तिचा हात तोंडावर गेला आणि तिला हसू फुटलं. बाईंनी तिला जवळ घेतलं मात्र; ती बाईंच्या छातीवर डोकं ठेवून, बांध फुटल्यागत हमसाहमशी रडू लागली. बाईंनी वर्गातील साऱ्यांना बाहेर पाठवलं. तिच्यामते बऱ्याच वेळानंतर ती शांत झाली होती. आपलं ओलं नाक आणि डोळे तिनं पुसले. लाजत-लाजत ती हळूच हसली.

'थँक यू,' ती कुजबुजली.

'अगं, तो आरसा तू माझ्यावर भिरकावला नाहीस, म्हणून मीच तुला थँक्स द्यायला हवेत, नाही का?' बाई खट्याळपणे हसत म्हणाल्या.

अशी माझी कहाणी. येथूनच मी आपण जशा आहोत, तशी आपल्याला स्वीकारायला सुरुवात केली. आता माझा चेहरा बालपणीसारखा अत्यंत देखणा नव्हता. माझ्या चेहऱ्यावरून युद्धं व्हावीत, इतका काही तो सुरेख राहिला नव्हता.

पण तो चेहरा खास माझाच होता आणि मी शेक्सपिअरच्या नायिकांएवढी आता देखणी दिसत नसले, तरीही माझ्या वडिलांचं माझ्यावर प्रेम होतं, हेही मला ठाऊक झालं होतं. हा आत्मस्वीकाराचा प्रवास तसा काहीसा कठीण, दुस्तर आणि प्रदीर्घ होता. पण त्याला लाख मोलाचा हातभार लागला होता, तो माझ्यावर मनापासून प्रेम करणाऱ्या माझ्या गणिताच्या बाईंचा. त्यांनीच तर मला आपण जसे आहोत, तसंच आपल्याला स्वीकारण्याचा आणि आपल्यावर आपणच प्रेम करण्याचा धडा शिकविला होता.

∎

रोझालिंड डेव्हिड
Mirrors and Roses

एकपंखी देवदूत

‘रोल नंबर ७४७ – आत या,’ मी पुकारलं आणि दाराकडे तोंड करून वाट पाहात राहिले. मला आपलं उगीचच वाटलं की, येणारी व्यक्ती ही त्या क्रमांकाच्या बोईंगसारखी ताकदवान आणि जबरदस्त व्यक्तिमत्त्वाची असेल. वास्तव मात्र निराशाजनक होतं. एक अत्यंत लहानखुरी, हडकुळी, चवळीच्या शेंगेसारखी बारीक मुलगी अडखळत-अडखळत आत येऊन माझ्यासमोर उभी राहिली. पडलेले खांदे, चेहऱ्यावरचा केविलवाणा भाव यामुळे ती मुलगी म्हणजे मूर्तिमंत पराभूत वाटत होती.

‘ह्यॅ! ही अजिबातच जेट विमानासारखी नाही,’ मी मनातच म्हणाले.

मोठ्यानं मात्र मी तिला हाक मारून बसायला सांगितलं. मी म्हणाले, “मी तुझी ‘मूल्य शिक्षण’ या विषयाची नवी शिक्षिका आहे. त्यामुळे मला तुझ्यासमवेत विचारांची, तुझ्या अडचणींची आणि एकूणच सगळ्या बाबतीत देवाणघेवाण करायची आहे. मला तुझ्या काही वैयक्तिक नोंदीही कराव्या लागतील आणि तुला आता काही प्रश्न विचारावयाचे असतील, काही सांगायचं असेल, तर थोडं थांबावं लागेल. कारण त्यासाठी थोडा अवधी गेला पाहिजे.”

आणि हा थोडा अवधी चांगला संपूर्ण दोन वर्षांपर्यंत लांबला होता.

तिचं नाव होतं फिलिपा. पण तिचे पालक तिला लाडानं ‘पिप्पा’ म्हणत. ते दूर, परदेशी असल्यामुळे तिची त्यांची क्वचितच गाठभेट होत असे. तिची उंची जेमतेम चार फूट अकरा इंच होती आणि तिचं वजनही अवघं चाळीस पाऊंड होतं. मला त्याबद्दल मुळीच नवल वाटलं नव्हतं.

‘ओळखीसाठी काही खूण? म्हणजे जन्मखूण वगैरे...’ मी तिला विचारलं. मनाशी म्हटलं, ‘तुझ्या चेहऱ्यावरचा हा केविलवाणा पराभूत भाव वगळता!’

‘म्हणजे काय?’ तिनं चाचरत-चाचरत मला विचारलं आणि घाबरून माझ्याकडे पाहिलं.

‘म्हणजे तुझ्या अंगावर काही व्रण, तीळ किंवा काही जन्मजात खूण वगैरे असेल तर...’ मी खुलासा केला.

‘माझ्या अंगावर तर खुणाच खुणा आहेत,’ ती म्हणाली.

मी खोल श्वास घेतला. पेन खाली ठेवलं. गेल्या पाच मिनिटांपासून उभ्या असलेल्या या मुलीत आता कुठं प्राण येऊ पाहात होता.

'साऱ्या खुणाच खुणा म्हणजे? तुला नेमकं काय म्हणायचं आहे?' मी तिला विचारलं.

'माझ्या पोटावर सर्वत्र वेगवेगळ्या शस्त्रक्रियांच्या खुणा आहेत आणि हे मॅडम, कुणालाच म्हणजे वर्गातील मुला-मुलींना किंवा अन्य शिक्षकांनाही माहिती नाही. कपड्याच्या आत मी खरी कशी आहे, हे मी कुण्णा कुण्णालाच सांगितलेलं नाही. कधीच सांगणारही नाही. तुमच्यासाठी मी हे सगळं कसं बोलतेय याचंच मला नवल वाटतंय. पण का कोण जाणे! तुम्हाला हे सांगावं असंही मला वाटतंय.' आता ती थोडी मोकळी झाल्यासारखी वाटत होती.

जिगसॉ पझलचा तुकडा आता नेमक्या जागी बसला होता. कित्येक वर्षांपूर्वी डॉक्टर दस्तूर यांना हेच म्हणायचं होतं तर!

फिलिपा पुढे सांगतच होती, 'तुम्हाला माहीत आहे का मॅडम, क्वचितच आढळणारा 'हिर्शस्प्रंग डिसीज' मला जन्मतःच आहे. माझं मोठं आतडं सर्वसामान्य लोकांप्रमाणे काम करत नाही. मला रोजचं जेवणही नेहमीच्या लोकांप्रमाणे घेता येत नाही. त्यामुळे माझ्या वयाच्या सरासरी उंची आणि वजनाच्या तुलनेत माझी उंची आणि वजन दोन्हीही कमी आहेत. नेहमीच कमी राहिली. माझ्यावर वारंवार शस्त्रक्रिया केल्या जातात. एक वेळ अशी आली की, सर्जननी... जाऊ दे झालं! ते सारं सांगणं मला खूप, खूप जड जातंय आणि ते समजून घेणं तुम्हालाही जड

जाईल. तुमच्यासारख्या सर्वसामान्य लोकांना ते कधीच समजणार नाही.'

'प्रयत्न तर कर. सांगून तर बघ. कदाचित तुझी कल्पना आहे, त्यापेक्षा मला ते सारं अधिक प्रमाणात समजेलही!' मी तिला म्हणाले.

काही क्षण गंभीर शांतता पसरली होती. मला आदल्या दिवशीचाच प्रसंग आठवला होता. आदल्याच दिवशी आम्ही मुलांची 'मूल्य शिक्षण' या विषयानुसार विभागणी केली होती. मी आणि मिसेस सुमती यांच्यामध्ये आम्ही ही मुलं विभागून घेतली होती. आम्हा दोघींकडेही आलेल्या गटातील मुलींची संख्या विषम होती. त्यामुळे आम्ही गटाची समान विभागणी केल्यावर एक मुलगी शिल्लक राहिली होती. तीच ही मुलगी होती. त्या वेळी मी सुमतीला म्हटलं होतं, ''त्या विचित्र मुलीला कोण घेणार? तू का मी?'' त्या क्षणी विचार करत असताना मला माझ्या त्या प्रश्नातील उपरोध भलताच टोचला होता. सुमतीनं मला विचारलं होतं, ''तू घेशील का तिला तुझ्या गटात?'' ''चालेल की!'' मी म्हणाले होते.

मूल्य शिक्षण विषयासाठी एक जादाचा विद्यार्थी म्हणजे आणखी एक अतिरिक्त जबाबदारी होती. माझ्या आयुष्यात तशाही जबाबदाऱ्या आणि बऱ्याच गुंतागुंतीच्या गोष्टी होत्याच. ही आठवण पुसट झाली आणि माझ्या मनावर कोरली गेलेली माझ्या गतायुष्यातील दुसरी आठवण लख्खपणे आणि ठसठशीतपणे माझ्यासमोर आली.

तेव्हा मी तरुण होते. डॉक्टर दस्तूर यांच्यासमोर बसून मी त्यांनी केलेला उपदेश ऐकत होते. गेली दोन वर्षं त्यांचं हॉस्पिटल हेच माझं जग बनलं होतं. त्यातले दोन महिने तर माझं जग आयसीयू मधील कॉटपुरतंच संकुचित झालं होतं. त्यात फक्त ऑक्सिजनच्या नळकांड्या आणि इथरचा वास यांचाच समावेश होता. अल्सर आणि कोलायटिस यामुळे माझं मोठं आतडं जळजळ करत होतं. फुगत होतं. मोडक्या बाहुलीसारखी मी नि:स्त्राण, निश्चेष्ट पडले होते. माझ्याऐवजी एक व्हेंटिलेटर श्वासोच्छ्वास करत होता

मोठं आतडं काढून टाकण्याच्या निर्णयाबाबत डॉ. दस्तूर यांनी खूपच मदत केली होती. किंबहुना त्यांच्याच सहकार्यामुळे मी त्या शस्त्रक्रियेचा निर्णय घेतला होता. माझं मोठं आतडं काढून टाकण्यात आलं होतं. शरीरातली सगळी घाण जमा होण्यासाठी मला एक पिशवी बाळगावी लागत होती. मी स्वत:लाच 'आत बाहेर' 'पाठी-पुढे' एकच असणारी व्यक्ती समजू लागले होते. माझा जीव आश्चर्यकारकरित्या वाचला होता, पण त्याचबरोबर दर मिनिटात पूर्ण साठ सेकंद असणाऱ्या या वेळाचं आता काय करायचं, हा मोठा प्रश्न माझ्यासमोर निर्माण झाला होता.

डॉ. दस्तूर बोलत होते, 'आता तू पुन्हा तुझ्या जगात जाते आहेस. मला तुला सांगायचंय की, जीव वाचल्याचा, बरं वाटल्याचा आनंद काही काळानंतर ओसरेल.

त्या वेळी तू खंबीर हो. घट्ट मनानं तुझं हे जगावेगळं जगणं स्वीकार. कारण भारतात तरी तुझ्यासारखी अवस्था असलेले लोक फार नाहीत. त्यामुळे तुला स्वीकारणारे, तुझ्या अडचणी समजून घेणारे लोक भेटण्याची शक्यता कमीच आहे. तेव्हा तू खंबीर मनाची हो. हे एकीकडे; तर दुसरीकडे पुढे मागे कदाचित असंही होईल की, तुझ्या धीरोदात्त वागण्यानं, प्रेमळ वर्तनानं, तुझ्यातील आत्मविश्वासानं तुझ्यावर कोणीतरी अवलंबून राहील, राहू शकेल....'

आशेची रुपेरी किनार लाभलेल्या या शब्दांच्या ढगावर तरंगत असतानाच मी भानावर आले. पिप्पा सांगत होती, ''माझं ऑपरेशन झालं आणि काही काळ मला शरीरातील घाण जमा करणारी पिशवी बाळगावी लागली होती. अशा लोकांना 'ओस्टोमॅट' म्हणतात. तुम्हा लोकांना याची नुसती कल्पना करणंदेखील कठीण जाईल. आता मी काही ऑस्टोमॅट नाही, पण माझी शारीरिक अवस्था पाहता मी कधीही ऑस्टोमॅट होऊ शकते. तुम्हाला हे सगळं कसं किळसवाणं आणि भयावह वाटत असेल. खरं ना?''

'अं हं! पिप्पा! उलट आपल्यासारख्या व्यक्तीच धैर्याचं लाल पदक मिरवू शकतात,' मी तिला म्हणाले.

'आपल्यासारख्या?' पिप्पा अविश्वासानं माझ्याकडे पाहात म्हणाली.

'हो, पिप्पा. आजवर मी कुणाही विद्यार्थ्याला हे सांगितलेलं नाही. पण माझं हे गुपित मी तुला सांगणार आहे. शक्याशक्यतेचा हा गमतीदार खेळ बघ. मी तुझी मूल्य शिक्षण शिक्षिका आहे आणि मी देखील तुझ्यासारखीच ऑस्टोमॅट आहे. ती देखील कायमची... जन्मभराची! परमेश्वरानं आपल्याला दोघींना एकेका पंखाचा देवदूत देऊन एकत्र आणलंय. बघू या, आपण केवढी मजल मारू शकतो ते!'

पुढची दोन वर्षं आम्ही दोघींनी एकत्र वाटचाल केली. जणू एकत्रच उड्डाण केलं. आठवड्यातून एकदा तरी आम्ही दोघीच एकत्र जेवत असू. प्रार्थना करत असू. त्या आवारात काही जणांना खाण्यापिण्याची पथ्यंही पाळावी लागत होती. त्यांच्यापैकीच आम्हीही दोघी होतो. आम्ही आमचं खाणं वाटून घेऊन खात असू. आमच्या काही पदार्थांच्या पाककृती एकमेकींना सांगत असू. पिप्पा प्रात्यक्षिकात तरबेज होती. पण लेखी परीक्षेत ती मागे पडत होती. कारण त्या दुखण्याचा तिच्या स्मरणशक्तीवर विपरीत परिणाम झाला होता. दुखणं आणि शस्त्रक्रिया या दरम्यान माझीही स्मरणशक्ती क्षीण झाली होती. पण त्यानंतर मी बौद्धिक व्यायाम केला. स्मरणशक्ती वाढवली. मी त्या क्लृप्त्या पिप्पाला शिकविल्या. अकौंटन्सीपासून कमर्शियल लॉपर्यंतच्या साऱ्या विषयांत विशेष श्रेणी मिळवून, प्रिन्सिपलच्या खास यादीत आलेली पिप्पा पाहाणं हेच जणू मला त्या वेळी मिळालेलं मोठं भावनिक बक्षीस होतं. तिच्या मनात आपल्याला टाकून दिलं गेल्याचा, आपण उपेक्षित असल्याचा सल होता. पण मी

तिला कौटुंबिक जिव्हाळा मिळवून दिला. आपलेपणाचे बंध बांधण्यास मदत केली. तिनं माझ्यावर विश्वास ठेवला. तिच्या आईनंही तितक्याच तत्परतेनं, प्रेमानं मायेचा प्रतिसाद दिला.

ती शेवटच्या वर्षात असताना कॉलेजनं ख्रिसमसचा वार्षिक धर्मादाय सोहळा आयोजित केला होता. नाटक बसवण्याची जबाबदारी माझ्यावर सोपविण्यात आली होती. चार्ल्स डिकन्सच्या 'ख्रिसमस कॅरोलचं नाट्य रूपांतर करण्यात आलं होतं. आता विचार करून सांगा बरं, क्रॅथिट कुटुंबातील त्या अपंग, पांगळ्या मुलाची, छोट्या टिमची भूमिका कोणी केली असेल? अर्थातच माझ्या पिप्पानं! स्मरणशक्तीचे धडे या वेळी तिच्या कामी आले होते आणि पिप्पानं आपले संवाद न अडखळता, अचूकतेनं आणि सहजपणे पाठ करून सादर केले होते.

अखेरीस टिम म्हणतो, 'परमेश्वरानं आपल्या सर्वांवर कृपा करावी.' या वेळी टाळ्यांचा कडकडाट करणाऱ्या दोन लेक्चरर्स मला अजूनही आठवतात. त्यांच्यापैकी एक जण म्हणाली होती, 'या मुलीनं तर कमालच केली की! तिची ही टिमची भूमिका पाहिल्यावर वाटतं की, या मुलीनं खरोखरच पांगळेपणा, अधूपणा सोसला असेल. नाही का?'

यावर हसावं की रडावं, तेच मला समजलं नव्हतं. पण एवढं मात्र खरं की त्या वाक्याच्या उत्तरार्धातील वास्तवामुळे माझ्या डोळ्यांतून अगदी सहजपणे आसवं ओघळली.

आम्ही दोघींनी खूपच मजल मारली होती. म्हणतात ना, एक पंखी देवदूत जेव्हा एकमेकांना घट्ट मिठी मारतात, तेव्हा ते एकदिलानं उडू शकतात.

■

गेरेलिन पिंटो
One-Winged Angels

छोट्या मुलाचं मोठं व्यासपीठ

अचानक शांतता पसरली होती.

चिमुकल्या डोळ्यांच्या चाळीस जोड्या दाराकडे नवलानं वळल्या. दारापाशी लाल केसांचा, चष्मा लावलेला एक लख्ख गोरा मुलगा उभा होता आणि वर्गातली ती सारी आठ वर्षांची मुलं त्याच्याकडे एकटक बघत होती.

स्वेन... तो जर्मन मुलगा अवघडला होता. त्याचे वडील नुकतेच एका मोठ्या हुद्यावर भारतातील त्या गावात आले होते. त्यामुळे त्या छोट्या मुलाला त्याचं घर, त्याची शाळा, त्याचं मित्रमंडळ सारं-सारं सोडून इथं यावं लागलं होतं. याबद्दल त्याला काय वाटतंय याचा विचारच कुणी केलेला दिसत नव्हता.

त्याच्या छोट्याशा खांद्यावर भलं मोठं दप्तर होतं. त्या दप्तरात सगळी इंग्रजीत लिहिलेली पुस्तकं होती आणि त्या छोट्याला तर इंग्रजीचा गंधही नव्हता.

शिक्षिकेनं त्याला खुणावलं. वर्गात बोलावलं. त्याची साऱ्या वर्गाशी ओळख करून दिली. त्याच्याशी नीट वागण्याबद्दल मुलांना समजावून सांगितलं. एवढं झाल्यावर तिनं आपलं शिकवणं, प्रश्न विचारणं सुरू केलं. स्वेनला त्यातलं अक्षरही कळत नव्हतं.

हे असं अनंत काळ चालत राहील, असं वाटत असतानाच कर्कश्शपणे घंटा वाजली. तो कर्णकटू आवाज वर्गात निनादला. मुलं आपापले डबे घेऊन वर्गाबाहेर पळाली. स्वेन आपल्या जागेवरच बसून राहिला.

'बाहेर जा आणि खेळ,' शिक्षिका म्हणाली. 'ही डबा खाण्याची सुट्टी आहे.'

आज्ञाधारकपणे, पाय ओढत स्वेन बाहेर गेला. तिथं मुलं क्रिकेट, बास्केटबॉल, फुटबॉल खेळत होती.

स्वेन बसला. त्यानं आपला डबा उघडला. नवा कोरा डबा. पण स्वेनच्या घशाखाली काही घास उतरत नव्हता. एवढा एकाकीपणा त्याला कधीच जाणवला नव्हता.

मुलं जात्याच काही दुष्ट नसतात. ती आपली आपल्याच नादात, आपल्याच मौजमजेत दंग असतात. त्याच्याशी काय बोलावं हे कुणालाच उमगत नव्हतं आणि

तो बोलू लागला की त्यांना हसू आवरत नव्हतं.

माझे वडील तेव्हा अवघे वीस वर्षांचे होते. त्या शाळेतील वरच्या वर्गाला ते इंग्रजी शिकवत. त्याचबरोबर ते तेव्हा एमबीएही करत होते. त्यासाठी ते रात्रीच्या कॉलेजात जात. त्यांच्यापेक्षा वयानं थोड्या लहान असणाऱ्या त्या किशोरवयीन मुलांना ते शेक्सपिअर शिकवत. त्या वेळी ती सारी किशोरवयीन मुलं शेक्सपिअरच्या नाटकातील राजे, सरदार बनून ढाल-तलवारी परजत, व्हरांड्यातून लढाया खेळत, तर त्यांच्यापेक्षा लहान मुलं त्यांच्या मागून 'दाऊज' आणि 'दाईज' चा गजर करत.

बाबांनी त्या छोट्या जर्मन मुलाला एकटाच बसलेला पाहिला. दुसऱ्या दिवशीही डबा खाण्याच्या सुट्टीत बाबांना तो तसाच एकटा बसलेला दिसला. संपूर्ण आठवडाभर तो एकटाच बसलेला होता आणि बाबा त्याला पाहात होते.

गावातील सगळ्यात मोठी शाळा म्हणून शाळेचा वार्षिक स्नेहसंमेलनाचा दिवस शाळेच्या दृष्टीनं अत्यंत महत्त्वाचा असे. त्या निमित्तानं विविध स्पर्धा होत. वक्तृत्व स्पर्धा ही त्यापैकीच एक प्रतिष्ठेची स्पर्धा असे. आता शाळेत स्पर्धांच्या तयारीला सुरुवात झाली होती.

त्यासाठी इतर शिक्षकांप्रमाणेच बाबासुद्धा मुलांची तयारी करून घेत होते. त्या मुलांचे शब्दोच्चार, शब्दांवरचे आघात, संवादफेक या सगळ्यांकडे लक्ष दिलं जात होतं. अशा स्पर्धांसाठी बाबा नेहमीच आगळ्यावेगळ्या मुलाची, ज्याच्याबद्दल सहसा इतर कोणालाही खात्री वाटणार नाही, अशा मुलाची निवड करत असत.

कशी कोण जाणे, पण त्या वर्षी बाबांनी स्वेनची निवड केली.

दुसऱ्या दिवशी बाबा स्वेनजवळ बसले. एकाला इंग्रजीचा गंध नव्हता; तर दुसऱ्याला जर्मन भाषा येत नव्हती.

पण स्वेननं त्या दिवशी आपला सगळा डबा संपविला होता. दुसऱ्या दिवसापासून वक्तृत्व स्पर्धेच्या तयारीला सुरुवात झाली.

ती एक छोटीशी लढाईच होती आणि सुरुवातीच्या काळात कित्येकदा तर त्या दोघांच्या लेखी वक्तृत्व स्पर्धा वगैरे काहीच नव्हतं. उलट त्या वेळेत खेळ, प्रदीर्घ गप्पा, फिरणं असंच होत असे. काही वेळा ही सत्रं रडण्यानं संपत; तर काही वेळा गाण्यांनी. तर अशा या तयारीत स्पर्धेचा दिवस जवळ येत चालला होता.

त्या तरुण शिक्षकाला त्याचं रात्रीचं कॉलेज, अभ्यास होता. तर त्या छोट्याला अनोळखी वातावरणाशी करावा लागणार सामना होता. पण दोघांनीही हार मानली नव्हती. तसं त्यांनी केलं असतं, तर ही गोष्ट सांगण्याची वेळच आली नसती.

वार्षिकोत्सवाचा दिवस उजाडला. शाळेत सुटाबुटातील सुशिक्षित लोकांची रिघच लागली होती. इंग्रजी माध्यमाची शाळा म्हणजे नेमकी कशी असावी याचे मापदंड ठेवणाऱ्या लोकांची अफाट गर्दी उसळली होती. दिवसाअखेरीस मोठ्या

जल्लोषात स्पर्धा सुरू झाली होती. व्यासपीठावर उभी राहून मोठ्या दिमाखात मुलं, आपापली भाषणं सादर करत होती. ती मुलं त्या प्रकाशझोतात जणू मुलं न राहाता आपापल्या भाषणांप्रमाणे राजे, युवराज, जादूगार, अध्यक्ष, राष्ट्रपती अशी विविध रूपे धारण करत होती.

स्वेनची पाळी आली. तो व्यासपीठावर आला. समोरच्या अनोळखी जनसागराकडे पाहात राहिला.

त्याने तोंड उघडलं; पण एकही शब्द त्याच्या तोंडातून फुटत नव्हता. त्याच्या डोळ्यांतून पाणी वाहू लागलं. चष्म्यावर धुकं साचलं.

प्रेक्षक स्तब्ध झाले. कोणी सहानुभूतीनं तर कोणी 'बरी जिरली,' असं वाटून गप्प बसले होते. एवढ्यात स्टेजवरचा तो चिमणा हळूहळू हार पत्करून स्टेजच्या बाजूच्या विंगमध्ये निघून गेला.

प्रेक्षक चुकचुकत राहिले. कुजबुज सुरू झाली होती आणि त्याच वेळी तो मुलगा परत आला.

स्वेन माईकजवळ गेला. त्यानं मान वर केली आणि बोलायला सुरुवात केली.

तो त्या वेळी नेमका काय बोलला हे मला ज्यांनी ज्यांनी ही गोष्ट सांगितली त्या सर्वांना मुळीच आठवत नव्हतं. पण त्यांना हे आठवत होतं की, ज्याला मुळीसुद्धा इंग्रजी बोलता येत नव्हतं, तो तीन मिनिटं अस्खलितपणे व आत्मविश्वासानं आणि न अडखळता समजून-उमजून इंग्रजीतून बोलला होता. तो कुठंही चाचरला नव्हता. ताठ मानेनं आणि ठामपणे तो बोलला होता.

त्याचं भाषण संपलं. प्रेक्षकांत शांतता पसरली. नंतर स्वेनच्या एका वर्गमित्रानं टाळ्या वाजवायला सुरुवात केली. दुसऱ्यानं शिट्टी वाजवली आणि मग टाळ्या आणि शिट्ट्यांचा पाऊसच पडला. व्यासपीठावरचा तो मुलगा थोडासा हसला आणि त्यानं वाकून अभिवादन केलं.

पण ते प्रेक्षकांना नव्हतं; तर विंगच्या दिशेनं त्यानं ते केलं होतं.

पण ही गोष्ट इथंही संपत नाही.

त्यानंतर बक्षीस समारंभ झाला. माझ्या बाबांनी शिकवलेल्या मुलांनी बक्षीसं जिंकली. जेत्याच्या आविर्भावात येऊन बक्षीसं घेऊन ती मुलं बाबांना जाऊन बिलगली.

स्वेनला काही बक्षीस मिळालं नव्हतं.

खरं तर बक्षीसं जाहीर झाली, तेव्हा स्वेन प्रेक्षागृहात नव्हताच मुळी! तो बाहेर इतर मुलांबरोबर खेळत होता.

आणि हो. त्या नंतर जेवणाच्या सुट्टीत तो कधीही एकटा राहिला नाही.

माझ्या बाबांनी एम.बी.ए. पूर्ण केलं खरं; पण ते कधीही उद्योग क्षेत्रात गेले

नाहीत. त्यांनी शैक्षणिक कार्यालाच वाहून घेतलं. शाळा काढणं, शिक्षकांना शिकवणं आणि सर्वांत आवडतं काम म्हणजे मुलांना शिकवणं.

त्यांचे विद्यार्थी आता स्वत: मुलांचे बाप झाले आहेत. जगभरातून त्यांच्या अनेक गोष्टी सांगत ते इथं येत असतात.

'त्यांनी काय शिकवलं हे अजून आठवतं तुम्हाला?' मी त्यांना आश्चर्यानं विचारते.

ते म्हणतात की, 'त्यांनी आम्हाला राजासारखं वागायला शिकवलं. राजा कसा लढतो, लढाई कसा जिंकतो, तसं त्यांनी आम्हाला आमच्यातील दुर्गुणांना जिंकायला शिकवलं. उघड्या जगात वावरायला शिकवलं आणि आपणही कुणी क:पदार्थ नाही. आपणही चांगले समर्थ आहोत अशी भावना आमच्यात रुजवली. स्व-सामर्थ्याचा शोध घ्यायलाही त्यांनी आम्हाला शिकवलं.'

■

जेन डिसूझा
A Big Stage for a Small Boy

थोडेच खूप झालं

मी एक चांगली विद्यार्थिनी होते. त्याहून वाईट म्हणजे मी एक गुडी-गुडी मुलगी होते आणि त्याहून वाईट म्हणजे मी अशी काही होते, याची मला सुतराम कल्पना नव्हती. मी जाड भिंगाचा चष्मा वापरत असे माझे केस दाट, लांब होते. केसांच्या छानशा घातलेल्या वेण्या घरी येईपर्यंत साफ विस्कटलेल्या असत. मी अत्यंत नम्र, विनयशील होते. सगळ्या शिक्षिकांची आवडती होते. इतर विद्यार्थी कदाचित माझा तिरस्कारही करत असतील. पण मला त्याची मुळीच खबरबात नव्हती... अगदी आजतागायत.

शाळेचा अभ्यास अगदीच सोपा होता. बाईंचे प्रश्न फळ्यावर लिहून पूर्ण होण्याच्या आत माझं उत्तर तयार असे. ते अगदी उघड दिसत असे आणि मग ते इतरांना कसं कळत नाही याचं मला कोडं पडत असे. माझं हस्ताक्षर नीटनेटकं होतं. गृहपाठ व्यवस्थित पूर्ण केलेला असे. माझ्या आईवडिलांना माझा अभिमान वाटत असे. पण म्हणून त्यांनी कधी माझे अति लाडही केले नव्हते. शिवाय माझं वर्तनही अत्यंत चांगलं होतं. मुलगा असण्याला महत्त्व देणाऱ्या त्या समाजात प्रागतिक विचारांच्या माझ्या आईबाबांनी मला आणि माझ्या बहिणीला मुलगी म्हणून कसलाही भेदभाव न करता समान संधी दिल्या. जगण्याचे उत्तम आदर्श नीतीनियम दिले आणि आम्ही ते पाळलेसुद्धा!

मिसेस रॅचेल आम्हाला इतिहास शिकवत असत. त्या जुनाट वळणाच्या, पांडित्याचं स्तोम माजविणाऱ्या होत्या. त्यांच्या उच्चारात थोडेसे हेलही होते. त्या जोर देऊन बोलत असत आणि त्यांची भाषा जुन्या धाटणीची होती. त्यामुळे वर्गात कायम दबक्या आवाजातील हसू पसरलेलं असे. अधूनमधून ते मोठ्या आवाजात बाहेर पडत असे. स्थूल, पांढऱ्या केसांच्या, अंबाड्याचं शेपूट सदा सुटलेल्या अशा त्या बाई त्या चौदा-पंधरा वर्षांच्या मुलींना अजिबातच आकर्षक वाटत नसत आणि अर्थातच त्यांच्या या वाटण्याकडे बाईही सरळ-सरळ दुर्लक्ष करत. (आता उगीचच वाटतं, त्यांचं हे दुर्लक्ष हताशपणातून जन्मलं होतं का?) त्या मृत राजांचे कंटाळवाणे तपशील मोठ्या कष्टानं आम्हाला सांगत. म्हणजे त्या राजांनी झाडं लावली, विहिरी

खणल्या, भावंडांना मारलं, सीमा रक्षणासाठी त्या-त्या प्रांतातील राजकन्यांशी लग्नं केली वगैरे. (त्या राजकन्या दिसायला सुंदर असत. पण त्यांची इच्छा कोणी विचारली होती का? बहुधा नसावी.) ह्या सगळ्या तपशीलांची आम्हाला का माहिती हवी याचा कुठंही खुलासा केला जात नसे. आम्हालाही ते आवडत नसेच. पण त्याचीही फारशी फिकीर त्या करत नसत.

पण माझी गोष्टच वेगळी होती. माझी आई एका दुसऱ्या शाळेत इतिहास शिकवत होती. ती त्या वेळी मानवी स्वभाव, भावना यांचा विचार मांडत असे. तिचं म्हणणं असं असे की, आपण ठरवलं, तर इतिहासापासून आपल्याला बरंच काही शिकता येईल; येतंच. कारण मानवी स्वभावाची, वर्तनांची पुनरावृत्ती नेहमीच होत असते. तिचा हा दृष्टिकोन इतरांकडे नव्हता. या दृष्टिकोनामुळे माझी उत्तरं अधिक सखोल, अभ्यासपूर्ण असत. अभ्यासू, वैचारिक, नावीन्यपूर्ण उत्तरांचा नमुना म्हणून त्या उत्तरांचं वर्गात प्रकट वाचनही केलं जात असे. पण ते तेवढंच. मी काही त्यामुळे इतरांना कमी लेखत नव्हते. (खरं की काय?) पण त्यांच्यापेक्षा मी श्रेष्ठ आहे, असं मात्र मला सतत वाटत राहात असे.

....आणि एक दिवस ते घडलं.

सकाळचे अकरा वाजले होते. इतिहासाचा तास होता. पुस्तकं काढली आणि भीतीच वाटली. कारण मी गृहपाठ केलाच नव्हता. असं कसं घडलं होतं? तास सुरू झाला. नेहमीच्या शिरस्त्याप्रमाणे प्रत्येकानं मोठ्यानं उत्तर वाचायचं होतं. ओळीओळीतून प्रत्येकाचं वाचन सुरू झालं. माझा नंबर जवळजवळ येत होता. छातीत धडधड सुरू झाली होती. काय करावं? काहीतरी जुजबी उत्तर देणं माझ्या बुद्धीला पटत नव्हतं. बाई माझ्याकडे बघत होत्या, हे मला न बघताही जाणवत होतं. एका क्षणी आमची नजरानजर झाली आणि मी गृहपाठ केलेला नव्हता, हे त्यांना कळलं, याची जाणीव मला झाली. आता साऱ्या वर्गासमोर आपली अवहेलना होणार असं वाटून मला मेल्याहून मेल्यासारखं झालं होतं. माझा नंबर आला. मी उभी राहिले. "गृहपाठ केलायस?" "होय." मी उत्तर दिलं. किती वेळ गेला... एक सेकंद की एक मिनिट? मला कळत नव्हतं. त्यांनी माझ्या डोळ्यांत रोखून पाहिलं. म्हणाल्या, "खाली बस. पुढचा नंबर."

त्यांना समजलं आणि मलाही समजलं. शिवाय मला काय समजलंय ते त्यांनाही समजलं होतं. पण त्या कमालीच्या दिलदार, उमद्या स्वभावाच्या होत्या. याखेरीज दुसऱ्या कोणत्याच शब्दांत त्यांचं वर्णन मला करता येणार नाही. त्यामुळे मला मनोमन वाटलेली अवहेलनेची, शरमेची जाणीव त्यांना पुरेशी वाटली होती. त्यांनी त्या गोष्टीची वर्गासमोर वाच्यताही केली नव्हती आणि त्याहून त्यांचा दिलदारपणा इतका होता की, त्यांनी मला त्या गोष्टीची कधी ओळखही दिली नाही.

त्या क्षणी मी त्या स्थूल, कंटाळवाण्या, निरुत्साही, पांडित्याचं स्तोम माजविणाऱ्या बाईंच्या प्रेमातच पडले.

मी त्यांना कधीही विसरले नाही. त्यांनी तो विषय तेवढ्यापुरताच सीमित ठेवला होता, कारण त्यांना कल्पना होती की अशी चूक मी पुन्हा कधीच करणार नव्हते. त्यांची अशीही खात्री होती की, ते इतर आणि मी यांच्यातला मी उभारलेला अदृश्य अडसर या अनुभवानं दूर झाला होता.

आजही मी शिकवते – शाळेत नाही. पण दुसऱ्याची चूक सुधारताना त्या व्यक्तीबद्दल आस्था बाळगावी, हा त्यांनी शिकवलेला धडा मी कधीच विसरलेली नाही. कारण ती अत्यंत महत्त्वाची आणि मौल्यवान गोष्ट आहे.

■

दीपा ब्रॅगांझा

When Less was Much More

नव्यानं सुरुवात

मिसेस श्रीलता माझ्या ऑफिसमध्ये आल्या. त्या खूप बेचैन होत्या. त्यांच्या वर्गातील एका मुलीनं सुनामी मदत निधीसाठी देणगी म्हणून चार हजार रुपये आणले होते. ही रक्कम खूपच मोठी होती. तिच्या पालकांना बोलावणं धाडलं होतं आणि मिसेस शर्मा म्हणजे तान्याची आई माझ्या ऑफिसमध्ये दाखल झाली होती. त्यांनी खुलासा केला की, तान्या शाळेत येण्यापूर्वीच त्यांनी तिच्या बॅगमधून तेवढीच रक्कम काढून घेतली होती. याचा अर्थ असा होता की, तान्याजवळ आठ हजार रुपये होते.

आम्ही सगळेच जण अस्वस्थ झालो. थोड्याशा नाखुशीनंच तिच्या आईनं सांगितलं की, कदाचित तान्यानं तिच्या आजोबांचे पैसे चोरले असावेत. प्रयोजन? सूड! कारण तान्याचे आजोबा तिच्या भावाचं कौतुक, लाड करत असत. पण तान्या मुलगी होती, म्हणून ते तिला हिडीसफिडीस करत असत.

माझ्या अंगाचा तिळपापड झाला. मुलीवरच्या अन्यायाचं आणखी एक प्रकरण. पण इतका अन्याय व्हावा की तिची या लहान वयात सूड घेण्याइतकी मजल जावी? की यामागे लक्ष वेधून घेण्याची प्रवृत्ती होती? ''तुम्ही का नाही यात लक्ष घालत?'' मी तिच्या आईला विचारलं.

उत्तर स्पष्ट होतं. मोठ्यांचा अनादर करू नये, अशी त्यांची भावना होती. पण या अनाठायी आदरामुळे आपल्या निष्पाप लेकरावरचा अन्यायसुद्धा आपण सहन करतो आहोत हे त्यांच्या लक्षात येत नव्हतं. त्या लहानगीनं मनातल्या मनात किती सोसलं असेल, स्वत:शीच तिनं किती संघर्ष केला असेल आणि सरतेशेवटी ती या अशा सूड प्रवृत्तीपर्यंत येऊन ठेपली होती.

दुसऱ्या दिवशी मी तान्या आणि मिसेस श्रीलता या दोघींनाही ऑफिसमध्ये बोलावलं. तिच्याशी गप्पा मारायला सुरुवात केली. ती, तिचा भाऊ, तिचे कुटुंबीय यांच्यातील जिव्हाळ्याविषयी बोलायला सुरुवात केली. तिनं सांगितलं की, तिच्यावर कोणीच प्रेम करत नव्हतं. आजोबांविषयी विचारल्यावर तर ती क्षणार्धात उत्तरली, ''मला त्यांचा खूप राग येतो.''

'तुला राग येतो?' मी विचारलं.

'हो,' ती मोठ्यानं म्हणाली आणि नंतर अचानकच रडू लागली.

त्यांच्यातलं नातं समजून घेण्याची हीच नेमकी वेळ होती, याची मला जाणीव झाली. मी तिला जवळ घेतलं आणि हळुवारपणे त्यांच्यातील नातं समजून घेण्यासाठी विचारलं, ''का बरं त्यांचा राग येतो तुला?''

'ते मला मारतात आणि माझ्यावर सदान्कदा ओरडत असतात. मी काही चूक केली नाही तरी मलाच शिक्षा करतात.'

'तू आईबाबांना सांगितलंस का?'

'नाही.'

'का नाही सांगितलंस?'

'ते आजोबांचीच बाजू घेतात आणि मला सांगतात की, त्यांचं वय झालंय. मी त्यांच्याविषयी आदर बाळगला पाहिजे.'

'तू त्यांच्याशी अनादरानं वागतेस का?'

'नाही. ते माझं डोकं भिंतीवर आपटतात ना, तेव्हा मला त्यांचा खूप राग येतो.'

'आणि तुझे आई-बाबा त्यांना त्या वेळी काहीच बोलत नाहीत का?'

'नाही. ते मोठ्यांच्या वागण्याला आडकाठी करायची नाही, म्हणून तिथून सरळ निघूनच जातात.'

'हे योग्य आहे असं वाटतं का तुला?'

'मुळीच नाही. म्हणूनच मला ते लोक आवडत नाहीत. मला घरात कुणीच जवळ घेत नाही. मित्रमैत्रिणीही नाहीत. कुठं बोलायलाही जागा नाही.'

'तुला शाळेतच कुणी मोठी मैत्रीण मिळाली, तर ते तुला आवडेल का?'
'हो.'

'मिसेस श्रीलता. तुम्ही कराल का तान्याशी मैत्री?' मी तान्याच्या शिक्षिकेकडे वळून विचारलं.

'अगदी आनंदानं!' त्या तान्याकडे पाहात हसत म्हणाल्या.

'तान्या, आता तू वर्गात जा आणि तुला जेव्हा कधी वेळ मिळेल ना, तेव्हा तुझ्या या नव्या मैत्रिणीशी, मिसेस श्रीलता बाईंशी खूप-खूप गप्पा मार. तुला काय हवं नको, तुला काय वाटतं, सारं-सारं बाईंशी बोल. आम्ही तुला मदत करू. तुला हवं असेल तर आम्ही तुझ्या आजोबांशीही बोलू.'

तान्याचे डोळे चमकले. 'मग ते मारणार नाहीत ना मला?'

'नाही हं!' मी उत्तरले.

मिसेस श्रीलता आणि ती खोलीबाहेर पडताना तान्या ओढूनताणून हसली.

माझं विचारचक्र सुरू झालं. तिनं केलेल्या चोरीपेक्षाही तिच्या एकूण बोलण्या-वागण्याबद्दल मला काळजी वाटू लागली होती. असं कठपुतळ्यांप्रमाणे वागणाऱ्या तिच्या पालकांचा मला राग आला होता. ज्या सामाजिक रीतीरिवाजांमुळे आपल्या मुलाबाळांचीही पर्वा करता येत नसेल, ते रीतीरिवाज झुगारूनच दिले पाहिजेत. असल्या रीतीरिवाजांचा काय उपयोग? मी तर हा सारा प्रकार ऐकून आश्चर्यचकितच झाले होते. असल्या भयानक अन्यायाविरुद्ध दाद मागता येत नसेल, तर सारं शिक्षण व्यर्थच आहे, असा टाहो माझ्यातील शिक्षकानं फोडला. तान्या आणि तिच्याचसारख्या पीडित, शोषित, दु:खी मुलींच्या बाजूनं माझ्यातील स्त्रीवादी कार्यकर्ती उभी राहिली.

काही दिवसांनी माझ्या दारावर टकटक झाली. मिसेस श्रीलता आत येत म्हणाल्या की, तान्याला माझ्याशी बोलायचं होतं.

तान्या आत आली. तिनं मिसेस श्रीलतांना तिथंच थांबायला सांगितलं. मैत्रीची कल्पना फळली होती म्हणायची.

तान्यानं सरळ मुद्याचंच बोलणं सुरू केलं. तिला ते पैसे कसे मिळाले हे सांगावयास तिनं सुरुवात केली. एके रात्री आजोबांच्या खोलीत आजोबा झोपल्यावर ती गेली होती. त्यांच्याजवळच्या किल्ल्या तिनं घेतल्या होत्या. कपाट उघडून तिनं पैसे घेतले होते. दुसऱ्या खोलीत तिची आजी, आई, बाबा टी. व्ही. बघत होते. इकडे घरात काय घडतंय याबद्दल त्यांना कसलाही सुगावा लागला नव्हता. तिनं हलकेच कपाट बंद केलं. पैसे आपल्या शाळेच्या बॅगेत ठेवून दिले. दुसऱ्या दिवशी ती सगळी रक्कम ती सुनामी मदत निधीला देणार होती आणि आपल्या आईबाबांच्या औदार्याबद्दल अभिमानानं मिरवणार होती. इतका साधा सरळ विचार होता तिचा!

अवाक् होत, मी आणि मिसेस श्रीलता ही विलक्षण हकीकत ऐकत होतो. आपल्याला लोकांनी स्वीकारावं, चांगलं म्हणावं यासाठी त्या बिच्चारीची केवढी धडपड चालली होती. आमच्या डोळ्यांत पाणी आलं. मी तिला जवळ घेतलं. तिच्या मनात नव्यानं जागलेल्या विश्वासाला, कुठल्याही प्रकारे तडा जाऊ न देणं अत्यंत महत्त्वाचं होतं.

पण एकीकडे मला भीतीही वाटत होती. समजा, तिला हे पैसे परत त्या जागी ठेवता आले नाही तर? समजा, ती हे पैसे जागेवर ठेवत असतानाच तिच्या आजोबांनी तिला पकडलं तर? आपले पैसे हरवल्याचं त्यांच्या आधीच लक्षात आलं तर?

मी आवंढ्याबरोबरच ही भीतीही गिळून टाकली. तिला कसलाही त्रास होणार नाही याची मी तिला हमी दिली. पण त्याच वेळी तिच्या पालकांनी तातडीनं येऊन मला भेटणं अत्यंत गरजेचं आहे, हेही तिला बजावलं. त्याप्रमाणे तिचे आई-वडील आले. आपल्या मुलीची आपण मैत्रीण बनू शकलो नाही, तिचा विश्वास आपल्याला संपादन करता आला नाही, हे मिसेस शर्मांनी सखेद कबूल केलं. तसंच ते पैसे कुणाला काहीही न समजता मूळ जागेवर जातील, अशी हमीही त्यांनी दिली. आपण वडिलांना विरोध करू शकत नाही, असं मिस्टर शर्मा म्हणाले. पण आपला पुत्रधर्म पार पाडत असताना आपल्या मुलीकडे आपलं दुर्लक्ष झाल्याचंही त्यांनी कबूल केलं. या कोंडीतून मार्ग काढण्याचं वचनच दिल्याप्रमाणे ते बोलत होते.

सहा महिन्यांनी मिस्टर शर्मांची बदली झाली आणि बायको मुलांसह ते बदलीच्या गावी निघून गेले.

काही महिन्यांनी नववर्षाच्या पहिल्या दिवशी माझा फोन वाजला. एका गोड, बालीश, हसर्‍या आवाजानं मला नववर्षाच्या शुभेच्छा दिल्या होत्या. ती तान्याच होती. उत्साहानं खिदळत होती. तिचा तो आवाजच तिच्या शाळेतील प्रगतीची ग्वाही देत होता. ती म्हणत होती की, तिच्या आईबाबांना आता तिचा खूप अभिमान वाटत होता.

तिचे आईबाबाच का, मलाही तिचा खूप-खूप अभिमान वाटत होता.

■

मंजुळा राव
Turning Over a New Leaf

२

कलाटणी

आयुष्याच्या वाटचालीत, घोर संकटं आणि निराशा
यावर मात करून, उमेदीनं जगण्यास जेव्हा अजून
बळ मिळतं तोच अर्थपूर्ण क्षण होय.

– मॅक्स लर्नर

लहान पावलं, मोठी झेप

समाजातील एका दुर्बल, अभावग्रस्त घटकांसाठी असलेल्या शाळेत मी शिकवायला सुरुवात केली होती. तुम्हाला वाटत असेल तसा कोणत्याही प्रकारचा निरपेक्ष, समाजोपयोगी कर्तृत्वाचा भाव त्यामागे नव्हता. मी पस्तिशीची होते आणि मला नोकरीची अत्यंत गरज होती. तोपर्यंत आयुष्यभर मी इकडून तिकडे फिरत राहिले होते आणि सतत थपडाच खाल्ल्या होत्या. कुठल्या तरी शाळेत शिकवणं ही माझी आत्यंतिक निकड होती.

माझं लग्न दाखवून, ठरवून झालं होतं. माझ्या सासरच्या मंडळींनी त्यांच्या एकुलत्या एका मुलासाठी पुष्कळ मुली बघितल्या होत्या. मग मी पसंत पडले होते. तेव्हा मी नुकतीच इंग्रजी विषय घेऊन बी.ए. झाले होते. शिकवण्याची मला आवड होती, पण त्या काळच्या प्रथेप्रमाणे पालकांना माझ्या लग्नाची निकड होती. त्यांच्यामते, नवरा मुलगा अनुरूपच होता. त्यामुळे लग्न लांबणीवर टाकण्याचं कुठलंच कारण नव्हतं. मोठ्या थाटामाटात लग्न लागलं.

त्यानंतर सासुरवास सुरू झाला. माझ्या सासूला मी तिच्या संसारातील वाटेकरीण वाटू लागले. त्या मला सारख्या घालूनपाडून बोलू लागल्या. मी काहीही केलं तरी त्यांना ते पसंतच पडत नव्हतं. माझे सासरे तटस्थच राहात; तर माझ्या नवऱ्याला घरात शांतता हवी असे. तो त्याच्या आईला खूश ठेवण्यासाठी धडपडत असे. माझा कुणीच विचार करत नव्हतं.

मला वाटलं होतं की, मुलं झाल्यावर तरी परिस्थिती पालटेल. पण छे! एव्हाना माझ्या लक्षात आलं होतं की, या परिस्थितीत बदल होणं अशक्य होतं. मी माझं मन माझ्या मुलींमध्ये रमविण्यास सुरुवात केली. त्यांचं हवं नको पाहाण्यात माझा वेळ छान जाऊ लागला.

कधीतरी स्वतःच्या पायांवर उभं राहाण्याचं माझं स्वप्न होतं. माझ्या नवऱ्याची बदली मुंबईला झाली. आम्ही मुंबईत आलो. मी बी.एड्. कॉलेजमध्ये जाऊ लागले. त्यानंतर बी.एड्.ची परीक्षा पासही झाले. माझ्या सासरच्या मंडळींचा आम्ही गावी परतावं, यासाठी तगादा सुरूच होता. भले मग नोकरी बदलावी लागली तरी बेहत्तर!

पण मला माझं स्वतंत्र, वेगळं घर हवं होतं. घरच्यांच्या विरोधाला मी तोंड दिलं. मी माझ्या नवऱ्याचं मन वळविण्यात यशस्वीही झाले. मला सारखं धमकावलं जात होतं की, याचे परिणाम चांगले होणार नाहीत आणि ते मला भोगावेच लागतील. मी कामावर गेले तर घराकडे, मुलींकडे, नवऱ्याकडे दुर्लक्ष होईल. मुलींना वाईट सवयी लागतील. घरफोडी होईल. एक ना अनेक. पण मी मुळीच डगमगले नव्हते. पण नोकरी होती कुठं? माझ्या मदतीलाही कुणीच नव्हतं. शेवटी मीच हातपाय हलवायचं ठरवलं.

शाळांमध्ये जागा नव्हत्या. मला यश येत नव्हतं. घराजवळ एक नामांकित शाळा होती. प्रवासाचा ताण नसल्यानं मला ती शाळा फारच आवडली होती. शिवाय मुली शाळेतून येण्यापूर्वीच मी घरीही परतले असते.

शाळेच्या प्रिन्सिपलनी माझं म्हणणं ऐकून घेतलं आणि आगामी शालेय वर्षात मला नोकरी देण्याचं आश्वासनही दिलं. पण दोन महिन्यांनंतर मी जेव्हा त्या शाळेत गेले, तेव्हा मला कळलं की, त्यांच्याचपैकी कोणाच्या तरी मर्जीतील एकीला त्या जागेवर नियुक्त केलं गेलं होतं. प्रिन्सिपलनी मला त्यांच्या संस्थेच्याच दुसऱ्या एका शाळेची माहिती दिली. ही शाळा समाजातील गरीब, दुर्बल घटकांसाठी चालवली जात होती. ती प्राथमिक शाळा होती. मी बाईंचं म्हणणं लक्षपूर्वक ऐकून घेतलं. त्या मोठ्या खबरदारीनं, सल्ला दिल्यासारख्या बोलत होत्या. तिथल्या अडचणीही सांगत होत्या. त्या जागेसाठी मी जास्तच शिकलेली होते. मुलं त्रासदायक होती. पगार खूप कमी होता इ. इ. पण मी नाउमेद न होण्याचा निश्चयच केला होता. कारण माझी महत्त्वाकांक्षा तडीला नेण्याची ती नोकरी म्हणजे एक संधीच होती. शिवाय त्या मुलांच्या उज्ज्वल भवितव्यालाही माझा हातभार लागला असता. म्हणजे स्वार्थ आणि परमार्थ असा दुहेरी हेतू साध्य होणार होता.

बाईंनी भाकित केल्याप्रमाणेच ते काम कठीण होतं. मी कल्पनाही केली नव्हती, इतकी ती अवघड गोष्ट होती. मुलं अत्यंत बेशिस्त होती. वयानं मोठी होती. शाळेबाहेरच्या जगात वावरल्यानं आलेला धीटपणा आणि शहाणपणाही होता. एवढ्यानंच भागलं नव्हतं; तर आधीच्या शिक्षिकेनं हे काम अत्यंत अवघड वाटल्यानं हात झटकून टाकले होते आणि त्या मुलांना जणू वाऱ्यावरच सोडलं होतं. त्यामुळे ती अगदी हाताबाहेर गेली होती. त्यांना शिस्त लावणं मोठं दुष्कर काम होतं. प्रयत्नांची शिकस्त करून मी त्यांना कशीबशी आवरू शकत होते. त्यांना शिक्षेचीही तमा वाटत नव्हती. शिक्षा हा त्यांच्या जीवनाचा अविभाज्य भागच बनला होता. तो अभ्यासक्रम त्या जाणत्या मुलांच्या मानानं अगदीच बाळबोध होता. आपण फारच थोडी आणि कूर्म गतीनं प्रगती करत आहोत, हे काही दिवसांतच माझ्या लक्षात येऊ लागलं होतं. या मुलांमध्ये सुधारणा घडवून आणण्याचा माझा हुरूपही

हळूहळू कमी कमी होत चालला होता. या कामात आपण कुचकामी ठरतो आहोत, अशी कमीपणाची, हतबल झाल्याची, हरल्याची भावना माझ्या मनात प्रबळ होत चालली होती. याही क्षेत्रात मला अपयशच येणार होतं का?

या दरम्यान, एका मुलीनं माझं लक्ष वेधून घेतलेलं होतं. रोझबेल हे तिचं नाव होतं. ती एक देखणी, चुणचुणीत मुलगी होती. अर्थात आपली बुद्धी ती अभ्यासासाठी वापरत नव्हती. इतरांसारखीच दुर्दैवी, हलाखीची परिस्थिती असलेल्या कुटुंबातील ती देखील होती. तिची आई तिच्या वडिलांपासून वेगळी झालेली होती आणि एका दुसऱ्याच माणसाबरोबर राहात होती. त्या माणसाचा उल्लेख रोझबेल 'सावत्र बाप' असा करत असे. तिला आपल्या परिस्थितीची पूर्ण कल्पना होती. तिची पुस्तकं फाटलेली असत. गृहपाठ केलेला नसे आणि वर्गात तिचं अभ्यासात अजिबात लक्ष नसे. मी तिला खूप वेळा उत्तेजन देण्याचा प्रयत्न करत असे. पण पालथ्या घड्यावर पाणी!

एके दिवशी हातात वही घेऊन ती माझ्या टेबलाजवळ आली. तिनं गृहपाठ केलाच नव्हता. आता हातावर छड्या मिळणार, या कल्पनेनं ती माझ्यासमोर हात पुढे करून, ताठरून उभी राहिली होती. छड्या देण्यावर माझा काही विश्वास नव्हताच आणि तिचा एकूण आविर्भाव पाहिल्यावर माझ्या मनात आलं की, हिच्याशी थोडं वेगळ्या प्रकारे वागलं पाहिजे. तिच्या मनातील ठाम समजालाच हात घातला पाहिजे, हे माझ्या लक्षात आलं.

'रोझबेल,' मी म्हटलं, 'मी मारेन, असं का वाटलं तुला? मारण्यानं तुझ्यात बदल होईल असं मला वाटतंय असं तुला वाटतंय का? तसं असेल, तर तू साफ चुकीचा विचार करत आहेस. जेव्हा आपण बदललं पाहिजे, असं तुला स्वतःला मनापासून वाटेल, तेव्हाच तू बदलशील. अभ्यासाला लागशील. हा बदल माझ्यासाठी नाही, तर तो तुझ्याच चांगल्यासाठी असेल. हात खाली घे. घरी जाऊन अभ्यास कर आणि उद्या मला दाखव.'

तिचा चेहरा नरमला. चेहऱ्यावरचे भाव लपविण्यासाठी तिनं मान खाली घातली. त्या वेळेपासून चमत्कार झाल्यासारखा तिच्यात बदल झाला. ती जोमानं अभ्यासाला लागली. तिचं हस्ताक्षर सुधारलं. एवढंच नाही, तर तिच्यामुळे वर्गातील इतरांमध्येही लक्षणीय बदल झाला. एखादी कृती वा एखादी व्यक्ती केवढा बदल घडवू शकते, ते मलाही उमजलं. 'हजारो मैलांच्या प्रवासाची सुरुवात एका छोट्याशा पावलानं होत असते', या म्हणण्यात किती तथ्य आहे, ते माझ्या लक्षात आलं. त्या प्रसंगानं मलाही बदलवलं. शिक्षिका म्हणून माझ्या कामात मला समाधान गवसू लागलं.

रोझबेलनं शालेय शिक्षण पूर्ण केलंच; पण ती कॉलेजमध्येही गेली. ती जे

करेल त्या कामात तिला यश मिळेल याची मला खात्री होती. तिनं महाविद्यालयीन शिक्षण पूर्ण केलं.

काही वर्षांनंतर आम्ही दोघी एका पुस्तकांच्या दुकानात भेटलो. दोघींनाही त्या वेळी अत्यानंद झाला होता. तिचं लग्न झालं होतं. ती छानशी नोकरीही करत होती. माझ्या गळ्याभोवती हात टाकत ती उद्गारली, ''आज मी जी काही आहे, ती फक्त तुमच्यामुळेच मिस! तुम्हीच मला घडवलंत. मी तुमची खूप ऋणी आहे.'' पाणावलेल्या डोळ्यांनी मी म्हटलं, ''हो गं रोझबेल. मला माहीत आहे ते!'' पण तिनंही माझ्यासाठी नेमकं तेच केलं होतं. मीही तिची तेवढीच ऋणी होते, हे मात्र मी तिला सांगू शकले नव्हते. पण त्याची गरजही नव्हती, कारण तिलाही ते ठाऊक होतं आणि मलाही!

■

लीला रामस्वामी
Small Steps, Great Leaps

शिखर चढताना

कॉलेजचा पहिलाच दिवस होता आणि त्या गर्दी गोंगाटाच्या वर्गात शिरायला मी नाखूशच होते. शाळेची गोष्ट वेगळीच असते आणि माझी शाळा तर अगदी आदर्श म्हणावी अशीच होती. भोवती झाडी होती. मुक्त, मोकळं वातावरण होतं. वर्गात अवघे सहा ते आठच विद्यार्थी होते. एकूणच ते घरगुती, जिव्हाळ्याचं वातावरण होतं.

उलट इथं कोंदट वर्गात अखंड बडबड करणाऱ्या, आरडाओरडा करणाऱ्या सुमारे साठेक मुली होत्या. इथं मला एकदम अनोळखी, परक्यासारखं वाटू लागलं. इथं आपला निभाव कसा काय लागणार याची काळजी वाटू लागली. आपल्याकडे कोणाचं लक्षच जाऊ नये या हेतूनं मी शेवटच्या बाकावर बसायचं असं ठरवून ठेवलं होतं.

एवढ्यात इंग्रजी लेक्चरर्सपैकी एक उंच, मध्यमवयीन, आखूड केसांची लेक्चरर वर्गात शिरली. तिची साडी छान, नीटनेटकी होती. वर्गात आल्या आल्या चष्म्यातून भेदक नजरेनं तिनं वर्गाकडे पाहिलं. त्या आत आल्यावर मी जराशी भेदरलेच होते. त्यांची कठोर शिस्त, धाक, कडक वर्तन याविषयी मी बरंच काही ऐकून होते. वर्ग एकदम चिडीचूप झाला. इकडे-तिकडे फेकले जाणारे कागदी बोळे अदृश्य झाले. त्यांच्या धाकाचाच तो परिणाम असणार, असं माझ्या मनात आलं.

त्यांनी एलिझाबेथन काळातील कविता शिकवायला सुरुवात केली. फिलीप सिडनेची चंद्राबद्दलची 'ओ मून' ही ती कविता होती. त्यांनी त्या कवितेविषयीचं विवेचन सुरू केलं. कविता हा माझा प्रांतच नसल्याने मी त्या चर्चेत भाग घेतला नव्हता. मला ते सारं फारसं आवडलंही नव्हतं. 'अभ्यासेनी वर्तावे नाही तर झाकोनी असावे, प्रकटोनी नासावे हे बरे नव्हे', या उक्तीवर माझा चांगलाच विश्वास होता. शिवाय आपल्या अज्ञानाचं या कडक; पण हुशार प्राध्यापिकेपुढे कशाला प्रदर्शन करायचं, या विचारानं मी गप्पच राहिले होते.

पण जसजसा तास पुढे सरकू लागला, जसजसं मी त्यांचं व्याख्यान ऐकू लागले, तसतसं माझं मन त्यांच्या बाजूने झुकू लागलं. प्रथमदर्शनी कर्दनकाळ

वाटणाऱ्या बाई तशा नाहीत, असं मला वाटू लागलं. त्या अभ्यास आणि शिस्तीच्या बाबतीत काटेकोर होत्या हे खरं; पण त्याच वेळी त्या आपला विषय स्वत:ला त्यात झोकून देऊन शिकवत होत्या. तल्लीनपणे विवेचन करत होत्या. मुलींना त्यांची मतं, विचार, चुकत-माकत का होईना, पण मांडायला सांगत होत्या. वर्गात आल्या आल्या सांगितल्याप्रमाणे उत्तरं देणाऱ्या मुलींना त्या उत्तेजन देत होत्या.

तास संपत आला होता. मला तो तास आवडला होता. बाईंविषयी कसलाही अनुभव न घेता त्यांच्याबद्दल एकदम प्रतिकूल मत मी बनवलेलं होतं, त्याविषयी त्या वेळी मला अपराधीपणा वाटू लागला होता. मग मी ठरवलं की, आपणही आता वर्गात मोकळेपणानं बोलायचं. चर्चेत सहभागी व्हायचं. पुढच्याच तासाला मी माझे विचारही मांडले. ते त्यांना आवडले, हे त्यांनी स्पष्टपणे सांगितलं. बाईंच्या प्रतिसादानं मला खूपच आनंद झाला होता.

जसजसा काळ जाऊ लागला, तसतशी मला त्यांच्या तासाविषयी मोठीच गोडी वाटू लागली. अगदी हा तास संपल्यापासूनच मी त्यांच्या पुढच्या तासाची वाट पाहू लागले. मी जणू बाईंच्या, त्यांच्या शिकवण्याच्या प्रेमातच पडले होते. मला कविता आवडू लागल्या होत्या. घरीदारी मी कवितेबद्दलच बोलू लागले. सगळ्यांना त्याचं खूपच नवल वाटू लागलं. मागच्या बाकावर बसणारी, भेदरलेली, नवखी मुलगी ते प्रत्येक तासाला चर्चेत भाग घेणारी मुलगी असा माझ्यात बदल झाला होता. माझ्या मनातली ताठर, कडक प्राध्यापिका ही त्यांची प्रतिमा पुसली गेली होती आणि मी त्यांच्याकडे माझ्या आदर्श प्राध्यापिका म्हणून पाहू लागले होते. आता विचार करताना वाटतं, तेव्हा मला नेमकं काय आवडलं होतं... तो विषय की त्या प्राध्यापिका?

तीन वर्षांच्या माझ्या महाविद्यालयीन जीवनात माझे आणि बाईंचे संबंध खूपच सलोख्याचे झाले होते. त्या मला विचार करायला, ते लिहायला प्रवृत्त करत, प्रोत्साहन देत. त्या त्या धड्याचं विवेचन करायला लावत. त्यामुळे माझं विषयाचं ज्ञान तर वाढलंच होतं, पण त्याशिवाय जीवनाचं विविधांगी दर्शन मला होत होतं. नकळतच माझ्या आयुष्यात बाईंनी अत्यंत महत्त्वाचं स्थान पटकावलं होतं. त्यांच्याबद्दल मला नेमकं काय वाटत होतं, ते शब्दांत सांगता येणार नाही. ते अत्यंत कठीण आहे. त्यांच्या कित्येक गुणांवर तर मी अक्षरश: लुब्धच झाले होते. पण त्यांचं विषयात झोकून देऊन शिकवणं थक्क करणारं होतं. सुमारे दहा वर्षांपासून त्या त्याच कविता शिकवत होत्या. पण त्यांच्या संवेदनशीलतेमुळे त्या कवितांचा त्यांच्यावर अजूनही तेवढाच प्रभाव होता. प्रत्येक वेळी त्या तितक्याच तन्मयतेनं कविता शिकवत होत्या. त्यातील नवनव्या संवेदना आमच्यापर्यंत पोहोचवत होत्या. कित्येकदा तर त्यातील भावमाधुर्यामुळे त्यांचे आणि आमचेही डोळे पाणावत होते.

भित्र्या, नवख्या विद्यार्थिनीची भूमिका सोडून देऊन मी पुढे खूप मोठी मजल मारली होती. तिथपर्यंतच्या प्रवासात मला उत्तमोत्तम शिक्षकांकडून शिकायला मिळालं होतं. मनाच्या कक्षा विस्तारित झाल्या होत्या. पण या बाईंची गोष्ट वेगळीच होती. निष्ठेनं, झोकून देऊन काम करायला, त्या कामातून समाधान मिळवायला त्यांनीच मला शिकवलं होतं. साध्या विषयातही मोठा आशय शोधायला आणि त्यातून मन भारून टाकणारा आनंद मिळवायलाही त्यांनी मला शिकवलं होतं.

सपाटीच्या पल्याड पार क्षितिजापलीकडे जाऊन शिखरं पादाक्रांत करण्यातली मौज त्यांनीच तर मला शिकवली होती.

∎

लक्ष्मी विश्वनाथ
Transcending Plateaus

ती कागदी बाहुली

तिसरीच्या वर्गात जाईपर्यंत प्रेम, जिव्हाळा या घरगुती, कौटुंबिक गोष्टी आहेत. त्या बाहेर, शाळेत किंवा शिक्षकांकडे आढळत नसतात, अशीच माझी समजूत होती.

पण तिसरीत माझी शाळा बदलली. शिक्षक रागावतात, वेळप्रसंगी मारतात आणि आपली चूक नसली तरी नेहमीच शिक्षा करतात असा माझा आधीच्या शाळेचा अनुभव होता. त्या शाळेत मी गप्पगप्पच, बापुडवाणी होते. आईच्या ते लक्षात आलं होतं. शिवाय आपल्या लेकीच्या गुणांच्या विकासाला तिथं वाव नव्हता, हेही तिला जाणवलं होतं. तिनं माझी शाळा बदलली. त्या नव्या शाळेत रुक्मिणी नायर नावाच्या हसऱ्या, प्रेमळ उत्साही बाईंनी माझं तोंड भरून स्वागत केलं. इतकं छान की, बेचाळीस वर्षांनंतरही त्या क्षणाची आठवण आली की लक्षात येतं; तोच होता माझ्या आयुष्याला मिळालेल्या कलाटणीचा क्षण!

एके दिवशी मला हिल्डा नावाची कागदी बाहुली मिळाली. तो दिवस मला अजूनही आठवतोय. तो हस्तकलेचा तास होता आणि शाळा सुटता, सुटता बाईंनी मला ती बाहुली दिली होती. त्या भेटीमुळे मी बाईंची लाडकी आहे, असं मला वाटलं. पण मीच का, आम्ही तिसरीतल्या सगळ्या पंचवीसच्या-पंचवीस मुली बाईंच्या लाडक्याच होतो. कारण बाईंनी प्रत्येकीलाच तशी कागदी बाहुली दिली होती. आज मी स्वत: शिक्षिका असल्यानं त्या भेटीमागचं बाईंचं ममत्व माझ्या लक्षात येतंय. त्यांनी फक्त ती बाहुलीच दिली नव्हती; तर आमच्या प्रत्येकीच्या स्वत्वाला खतपाणी घातलं होतं. कारण प्रत्येक बाहुली वेगवेगळी होती. किंबहुना प्रत्येक बाहुलीची ठळक वैशिष्ट्यं म्हणजे आमचीच प्रत्येकीची वैशिष्ट्यं होती. आमची वैशिष्ट्येच त्या बाहुलीत प्रतिबिंबित झाली होती. शिवाय प्रत्येक बाहुलीचं छानसं नाव त्या त्या बाहुलीवर पेन्सिलीनं लिहिलेलं होतं. बाईंनी त्या बाहुल्या स्वत: तयार केल्या होत्या. आज आता समजतंय की, बाईंनी त्या बाहुल्या तयार करण्यासाठी किती कष्ट घेतले असतील! बाहुल्यांची चित्रं काढायची, कापायची, रंगवायची. शिवाय वर्गातल्या पंचवीस जणींना लक्षात ठेवून त्यांची वैशिष्ट्यं त्या बाहुल्यांमध्ये येतील असं पाहायचं. बाप रे! त्यांच्या या अथक परिश्रमातून केलेल्या कामाचा

आमच्या बालमनावर केवढा खोल ठसा उमटला होता याची त्यांना कल्पना तरी असेल का, असा विचारही माझ्या मनात नेहमीच येऊन जातो.

बाईंनी मला माझी बाहुली दिली तो क्षण मला अगदी नेमकेपणानं आठवतोय.

'बघ,' त्या हसल्या. त्यांचं हसणं आम्हाला आवडत असे. कधीही पाहा. अगदी शाळा सुटेपर्यंतसुद्धा त्यांचा चेहरा सदोदित हसरा, प्रफुल्लित असे. 'किती सुंदर आहे ना तुझी बाहुली? तुझ्याचसारखी दिसतेय. तुला नाही वाटत तसं?' त्यांनी बाहुली माझ्या हातात दिल्यावर मला विचारलं.

खरं सांगायचं तर मला आधी काही तसं वाटलं नव्हतं, पण हिल्डाकडे पुन्हा एकदा पाहिल्यावर तिचा पिवळा फ्रॉक, तिचे गडद तपकिरी केस माझ्याचसारखे असल्याचं माझ्या लक्षात आलं. हिल्डाच्या चेहऱ्यावरचं गोड स्मित पाहून मी बाईंच्या डोळ्यांत रोखून पाहिलं. त्यानंतर मी मान हलवली आणि हसले. माझ्यासारख्या साध्यासुध्या मुलीला सुंदर वाटायला लावणं ही भावनाच मोठी सुखद होती.

आम्हाला प्रत्येकीलाच बाहुल्या मिळाल्या होत्या. त्याचबरोबर मायेचे असे शब्दही मिळाले होते. नंतर संपूर्ण दुपारभर बाईंनी आम्हाला आमच्या बाहुल्यांसाठी लागणारे कागदी कपडे, हॅट्स तयार करायला शिकवलं. आमच्या बाहुल्यांनाही आता कपड्यांचा आणखी एक जोड मिळणार होता. किती छान! हस्तकलेचा तो वेगळ्याच प्रकारचा तास होता. त्याच वेळी बाईंनी आम्हाला नकळत जगण्याचेही

धडे दिले होते. आम्ही केवळ बाहुल्यांसाठी कपडे तयार करत नव्हतो; तर नकळत स्वत:लाही सांगत होतो, 'मी छान आहे. मी चांगली आहे. प्रेमळ आहे आणि लाडकीही आहे.'

आमच्या प्रगती पुस्तकावर त्यांची छान ठसठशीत सही उमटायची, तसंच त्यांनी आमच्या स्वत:बद्दलचा तो शेरा आमच्या मनावर उमटवला होता. त्यांच्या सुहास्य चेहऱ्यानं आमच्या मनावर ठसवलं होतं – होय, मी छान आहे. मी सुंदर आहे. चांगली आहे.

शाळा सुटली. आम्ही बाहेर पडलो. त्या दिवशी जर कोणी आम्हा पंचवीस जणींना पाहिलं असतं, तर आम्ही प्रकाश प्यायल्यासारख्या दिसत होतो. आमचे चेहरे अभिमानानं उजळून निघालेले होते. निखळ आनंदानं ते जणू ओसंडून वाहात होते. आज त्याचा अर्थ स्पष्टपणानं समजतोय. आम्हाला त्या दिवशी आमच्या स्वत्वाचा, आपल्या अद्वितीयत्वाच्या आनंदाचा जन्मभर पुरणारा धडाच मिळाला होता. कित्येक शिक्षकांच्या पाठाच्या टाचणात या मुद्यांचा विचारही केलेला नसतो.

रुक्मिणी मिसनी कौतुकाचे शब्द, जादूभरलं हास्य, कागदी बाहुल्या आणि अनेक गोष्टी आम्हाला दिल्या होत्या. शिवाय त्यांनी आमच्या सुप्त गुणांना वाव दिला होता. आमच्या मनात लपलेल्या भावना, आमच्यातील क्षमता त्यांनी प्रकाशात आणल्या होत्या. आमच्या वर्गात एक उंच, अजागळ अशी विजया नावाची मुलगी होती. अभ्यासात ती थोडीफार मागंच होती. पण बाईंनी तिचं खेळातलं कौशल्य हेरलं आणि बाईंच्या प्रोत्साहनानं विजया उत्तम खेळाडू बनली. एका मुलीच्या शुद्ध लेखनात खूप चुका होत. स्पेलिंगच्या चुका तर विचारूच नका. पण बाई तिच्या सुंदर अक्षराची नेहमीच वाखाणणी करत. मी वेंडी. मी एक लाजरीबुजरी मुलगी होते. नाटक, वक्तृत्व, संगीत या क्षेत्रांसाठी माझी कधीच निवड होत नसे. मी नेहमीच त्यातून वगळली जात होते. पण त्या वर्षी बाईंनी मला निवडलं. 'द नाईट बिफोर ख्रिसमस' ही कविता माझ्याकडून म्हणवून घेतली. आईनं या प्रसंगासाठी नाताळच्या आधीच मला शुभ्र, चंदेरी फ्रॉक शिवला होता. तो फ्रॉक घालून मी स्टेजवर कवितेच्या त्या प्रसिद्ध ओळी म्हणत होते, 'ख्रिसमसची उजाडली रात, जेव्हा साऱ्या घरांत, नव्हता उंदीर चालत, नव्हते काही हालत...' मुली स्टेजवर अभिनय करत होत्या. मी गाण्याच्या ओळी म्हणत होते. 'नव्हते काही हालत...!' पण काहीतरी हलले होते. माझ्या अंतरंगात कसली तरी हालचाल झाली होती. बाईंनी मला ते गाणं म्हणायला लावून माझा सन्मानच केला होता. आत्मविश्वास, आत्मनिर्भरता यांनी मी मोहरून गेले होते. स्टेजवर जाण्याची माझी ती पहिलीच वेळ होती; पण अखेरची मात्र नक्कीच नव्हती.

वर्षं उलटली. वेगवेगळे शिक्षक भेटले. काही प्रेमळ, काही कडक. कोणी

उत्तम शिकवणारे, कोणी वेळ मारून नेणारे. पण रुक्मिणी मिसची सर कोणालाच आली नाही. त्या नेहमीच माझ्या स्मरणात राहिल्या.

काही वर्षांनंतर मला डॉक्टरेट मिळाली. माझा प्रबंध प्रसिद्ध झाला. अर्पण पत्रिकेत मी माझं प्रेरणास्थान म्हणून तीन शालेय शिक्षकांची नावं लिहिली. माझ्यावर विश्वास टाकणाऱ्या रुक्मिणी मिसचं नाव त्यात अग्रभागी होतं. मी त्यांना फोन करून ही बातमी सांगितली. त्या म्हणाल्या, ''मला ठाऊकच होतं, की तू काहीतरी खास करशील.'' त्यांच्या आवाजात मला तेव्हाही तीच हास्याची ऊब जाणवली होती. तीच ऊब मी तेव्हा त्यांच्या हाताखाली शिकत असताना वर्षभर अनुभवली होती. त्यामुळेच माझं सारं आयुष्य उजळून निघालं होतं.

मी त्यांचं ते वाक्य ऐकलं आणि सुमारे चाळीस वर्षांपूर्वीच्या त्या दुपारी बाईंनी माझ्या हातात हिल्डा नावाची कागदी बाहुली दिली होती, तेव्हा मला जसं उबदार, प्रसन्न वाटलं होतं, नेमकी तशीच भावना पुन्हा एकवार माझ्या मनात उफाळून आली.

■

वेंडी एम. डिक्सन
Remembering a Paper Doll

दुसरी संधी

कॉलेज सुरू होऊन दुसरा आठवडा सुरू झाला होता. त्या दिवशी 'जनरल इंग्लिश' चा पुढचा तास होता. जेवणाच्या सुट्टीनंतर लगेचच तो तास असल्यानं त्या तासाला बसणं जिवावर येत असे. संगीता या माझ्या मैत्रिणीनं त्या दिवशी तो तास बुडवायचं असं ठरवलं होतं. ज्युनिअर कॉलेज करून आलेली ती एक जुनी आणि जाणती विद्यार्थिनी होती ना! त्यामुळे तिच्या गैरहजेरीत हजेरीच्या वेळी तिची हजेरी लावण्याचं काम मात्र माझ्याकडं आलं.

त्या काळी कॉलेजमध्ये प्रत्येक तासाला नावानिशी हजेरी घेतली जात असे. नाव पुकारल्यावर 'येस' किंवा 'प्रेझेंट' म्हणून हजेरी द्यावी लागत असे. वर्षभरात ठरावीक हजेरी असणं, ही सक्तीची गोष्ट होती. त्यामुळे अशी चोरटी हजेरी लावणं जरी गैर वगैरे असलं तरी ते सर्रास चालत असे.

जेवणाच्या सुट्टीनंतर तास सुरू झाला. लेक्चरर मिस सुधा यांनी हजेरी घेण्यास सुरुवात केली. माझं नाव सुरुवातीलाच होतं. 'ख्रिस्तीना डॅनियल्स?' "येस मॅम" मी उत्तरले. त्यानंतर पुढची हजेरी घेतली गेली. करता करता नाव आलं, 'संगीता वेणुगोपाळ' "येस मॅम" मी पुन्हा उत्तरले. मिस सुधा थबकल्या. त्यांनी आपलं डोकं रजिस्टरमधून वर केलं. वर्गावरून आपली भेदक नजर फिरवली. "कोण म्हणालं?" वर्गात टाचणी पडली तरी ऐकू येईल, अशी शांतता पसरली. काही नजरा नसलेल्या संगीताच्या शोधात मागे पुढे भिरभिरल्या. "कोण म्हणालं?" मिस सुधांनी पुन्हा विचारलं. मी हळूहळू उभी राहिले. आता आपलं काय होईल, आपल्या कॉलेज जीवनाची सुरुवात अशी वाईट झाली, आपलं नाव बद्दू होणार, सर्व शिक्षक आपल्याकडे उनाड मुलगी या नजरेनं पाहणार, असं सारं भय माझ्या मनात दाटून आलं.

मिस सुधांनी मला नीट न्याहाळलं. "तू उभी राहिलीस. जबाबदारी स्वीकारलीस. आता बस खाली." आणि काही झालंच नाही, अशा थाटात त्यांनी पुढे हजेरी घेण्यास सुरुवात केली. हजेरी पूर्ण झाली.

मला आश्चर्याचा धक्काच बसला होता. माझ्या हातून चूक झाली होती आणि

तरीही मला सन्मानानं वागवलं गेलं होतं. माझ्या उभ्या शैक्षणिक जीवनात हे पहिल्यांदाच घडलं होतं. मग मला वाटलं, झाली ती क्षुल्लक गोष्ट होती. मी चांगलीच होते आणि यापुढे माझी वर्तणूक चांगलीच असेल या विश्वासानं जणू मला दुसरी संधीच दिली गेली होती.

त्या क्षणानं मला माझ्या महाविद्यालयीन जीवनाला एक छान वळण मिळालं. पुढच्या साऱ्या वर्षांत त्या क्षमाशील आणि स्वीकारार्ह कृतीमुळे माझ्या मनाला उभारी मिळाली. मी उमेदीनं अभ्यास करू लागले. लेखन, वक्तृत्व, वादविवाद स्पर्धा इत्यादी साऱ्या स्पर्धांमध्ये मी हिरिरीनं भाग घेतला. इंटर कॉलेज स्पर्धांमध्ये माझ्या कॉलेजचं प्रतिनिधित्व केलं. संज्ञापनशास्त्र (कम्युनिकेशन) आणि साहित्य (लिटरेचर) या विषयांचा मनापासून सखोल अभ्यास केला.

पुढे कॉलेज संपल्यानंतर मी संज्ञापनशास्त्र क्षेत्रात काम केलं. खूप वर्षांनी माझ्या पहिल्या कादंबरीच्या प्रकाशनानंतर मी माझ्या कॉलेजमध्ये गेले होते. जिथं लेखिका म्हणून मी पहिली पावलं टाकली होती, त्याच कॉलेजात 'मी लेखिका म्हणून कशी घडले,' या विषयावर बोलण्यासाठी मला बोलावलं होतं.

कॉलेजच्या सुरुवातीच्या दिवसांतल्या माझ्या त्या चुकीमुळे जर माझ्या त्या शिक्षिकेनं माझ्यावर 'बॅड ॲपल' किंवा 'नासका आंबा' असा शिक्का मारला असता, तर हे काहीच झालं नसतं. हे सारं शक्य झालं, ते माझ्यावर तसा ठपका न ठेवण्याच्या त्यांच्या साध्या निर्णयामुळे, त्यांच्या क्षमाशील आणि स्वीकाराच्या कृतीमुळे. त्यांना माहीतही नसेल, पण आज मी जी काही आहे, ती केवळ त्यांच्या त्या कृतीमुळेच.

शिक्षण हे असं अनेकांगी असतं आणि ते शिक्षण विश्वास, क्षमाशीलता आणि दुसरी संधी याखेरीज देता येत नाही, हा धडा त्यांनीच मला दिला होता.

■

खिस्तीना डॅनियल्स
The Second Chance

कचरा

सर्वत्र पसरलेली शांतता,
माना खाली – पळणारी पेनं – विचार –
कडेकडेनं धावणारे....
ज्ञानाचा हा अपार सागर
केवढं अवगाहन करायचं!
शोध घेणं, तपासणी करणं,
ज्ञानसागरातील मोती मिळविण्यासाठी
खाली-वर येणं....
मोती काय कावळ्यापुढे? छे!
प्रत्येक मोती तोललेला, हातात घट्ट धरलेला,
पारखून, पाहून ठेवायचा किंवा फेकून द्यायचा

क्षणात झालेला स्वप्नभंग –
एक कठोर शब्द, उगारलेला हात
मृत्यू – शारीरिक नाही
पण मानसिक खासच!
हे फुलपाखरू मोडून पडलं – वायाही गेलं.

लैला अमरेंद्रन
Debris

भूगोलाचा धडा

'उभ्या राहा,' मिस नागरत्नम' (आम्ही त्यांना 'मिस नाग' म्हणत असू.) ओरडल्या. गेली सहा वर्षं त्या भूगोल शिकवत होत्या. आम्ही एकमुखानं फ्री तासाची मागणी केली होती. त्यामुळे त्यावर त्यांचं हे उत्तर होतं. चाळीस मुलींचा तो वर्ग हताशपणे, दात दाखवत उभा राहिला. आम्हाला चांगली अद्दल घडवावी, धडा शिकवावा, म्हणून मिस नाग काही साध्या युक्त्या-प्रयुक्त्या योजत असत. आमचा अपमान व्हावा, यासाठी काही शब्दयोजना करत असत. त्या साऱ्यामुळे आम्हाला उलट मजाच वाटत असे.

''खुर्चीवर उभ्या राहा,'' त्यांनी चढ्या आवाजात फर्मावले. फिदीफिदी हसणाऱ्या घोळक्याची मी प्रमुख असल्यानं पुरेशा नाट्यमयतेनं मी खुर्ची सरकवली. तशी उंचावर उभी राहिले; मात्र वेगळ्या दृष्टिकोनमुळे सगळंच दृश्य बदललं. ते दृश्य तसं दबकवणारं होतं. भूगोलाचा शब्द वापरायचा झाला, तर या उंचीवरून मिस नागचं डोकं बघणं म्हणजे गलिव्हरनं लिलिपुटकडे बघण्यासारखं होतं. मिस नाग अगदी दुबळ्या, दात काढलेल्या सापासारख्या निरुपद्रवी वाटू लागल्या. खुर्च्यांचे, पावलांचे आवाज येतच होते. आम्हाला तर आपण कोणाला तरी उभ्यानं सलामी देत आहोत, असं वाटू लागलं होतं. आमची चुळबुळ चालली होती. सगळाच देखावा एकूणच विनोदी वाटू लागला होता. मिस नाग यांनी थंडपणानं त्यांच्या लाडक्या आणि आमच्या दोडक्या सोबत्याकडे म्हणजे 'डडले स्टँप' या भूगोलाच्या पुस्तकाकडे पाहिलं. त्यांनी 'धूप आणि खनन' याचे प्रकार शिकवायला सुरुवात केली.

'पुस्तकं काढा,' त्या फुत्कारल्या. आम्ही त्यांची आज्ञा पाळली. बळी द्यायला नेल्या जाणाऱ्या कोकरागत आम्ही गप्प होतो. गडबडीत कुणाच्या तरी हातून ते पुस्तक खाली पडलं. झालं! आता पुढं काय? आम्ही धडधडत्या अंत:करणानं वाट बघत राहिलो.

'भिंतीकडे तोंडं करा,' त्यांनी कडक स्वरात बजावलं. आमची तोंडं उतरली. आम्ही एखाद्या दरवेशाला लाजवेल इतक्या जोशात गर्रकन फिरलो. जणू काही

आमच्या कठोर नृत्य दिग्दर्शकानं तशी सूचनाच दिली होती. तर आम्ही अशा भिंतीकडे तोंडं करून खुर्च्यांवर उभ्या राहून आमच्या 'डडले स्टँप' या भूगोलाच्या पुस्तकात बघत होतो. पुढं काय होणार याविषयी अनभिज्ञ होतो.

एखादी पोथी वाचावी, तशा गंभीर सुरात मिस नाग यांनी धडा वाचायला सुरुवात केली. वाक्य संपल्यावर मला वाटे की, आपण कंबर हलवून पूर्णविरामाचा ठेका द्यावा. अर्थात हे माझ्या मनातच राहिलं होतं. मी प्रत्यक्षात काही तसं केलं नव्हतं. बाईंचं वाचन चालू होतं. वर्गात कंटाळवाणी शांतता पसरली होती. आवाज होता, तो फक्त बाईंच्या 'धूप आणि खनन' या धड्यातील उताऱ्यांच्या वाचनाचा. मुलींच्या पाठींना शिकविणं हे त्यांच्या सरावाचं असल्यासारखं त्यांचं वाचन सुरू होतं. सुमारे पंधरा मिनिटं आम्ही अशा पुतळ्यासारख्या उभ्या होतो. एवढ्यात कर्कशपणे घंटा वाजली. आता आपली सुटका होईल, या आशेनं आमच्या जिवात जीव आला होता.

पण बाईंच्या मनात काही वेगळंच होतं. त्यांनी पुस्तक मिटलं. आम्हीही पुस्तकं मिटली. त्यांनी आम्हाला फळ्याकडे तोंडं करण्यास सांगितलं. त्याच वेळी बाहेरच्या व्हरांड्यातून जाणाऱ्या-येणाऱ्यांची गर्दी उसळली.

आमचा वर्ग जिन्याच्या तोंडाशी होता. लहान वर्गातील मुली जिन्याकडे जात होत्या. त्यांचं लक्ष आमच्याकडे गेलं. त्या हरणासारख्या दचकल्या. त्यानंतर त्या थांबल्या आणि नंतर फिदीफिदी हसू लागल्या. बाईंना पाहून त्या त्यांच्या धाकानं थोड्या मागं सरल्या. पण बाईंच्या दटावण्यातला लटकेपणा त्यांच्या लगेच लक्षात आला. त्या मग दाराशी, खिडकीशी जमा होऊ लागल्या. किलबिल करू लागल्या आणि मोठ्या मुलींना त्यांच्या दंगेखोर वागण्याची शिक्षा झाली आहे, ही बातमी शाळाभर वाऱ्यासारखी पसरली.

व्हरांडे रिकामे झाले. शांतता पसरली. बाईंनी आम्हाला खाली बसायला सांगितलं. शरमेनं चूर झालेल्या आवाजात, एकदिलानं आम्ही बाईंची माफी मागितली. एखाद्या नेत्यानं किंवा महात्म्यानं आपल्या अनुयायांना हात उंचावून दाखवावा, तसा बाईंनी त्यांचा हात उंचावला.

नंतर जो तास झाला तो केवळ अविस्मरणीय ठरला. बाईंनी धड्याचं विवेचन सुरू केलं. "खननाचे वेगवेगळे घटक वेगवेगळ्या प्रकारे जमिनीची धूप करत असतात. काळाच्या ओघात त्यामुळे विविध भू-रूपे तयार होत असतात. आपलं आयुष्य बदलवणारेही बरेच घटक, अनुभव असतात. काही काही अनुभवांनी आपण हताश, पराभूत होतो. काही वेळा आपण त्याचा प्रतिकार करतो, प्रतिकार करता करता आपण हळूहळू क्षीण बनत जातो. पण काही थोड्या व्यक्ती अशा असतात की, त्या झंझावातातही टिकून राहातात. त्यातून काही नवं निर्माण करतात. मग त्या

व्यक्ती ग्रँड कॅन्यनसारख्या संस्मरणीय स्मारकं बनतात. काय छान आहे ना? यातून काय शिकायला मिळतं? बदल होणारच. त्या बदलाला तुम्ही कशा प्रकारे सामोरे जाता ते महत्त्वाचं आणि त्यातून काही नवंही निर्माण करता येतं. भूगोल आपल्याला केवळ जगाबद्दल, जागांबद्दल शिकवत नाही. तर माणसं, काळ आणि या सगळ्याची सांगड आपण कशी घालायची हेही शिकवतो.''

मुखवट्याआडच्या मिस नाग यानंतर कधीही दिसल्या नाहीत. पण आम्ही मात्र बदललो. त्यानंतर आम्ही कधीही त्यांना 'मिस नाग' म्हणालो नाही. 'मिस नागरत्न' असाच त्यांचा उल्लेख आम्ही आपापसात बोलतानाही करू लागलो. बदलाच्या वाऱ्यानं त्यांचं 'नाग' हे भयरूप उडून गेलं होतं आणि त्यांच्यातील दुर्मीळ असं नागरत्न झळाळून उठलं होतं. त्या दिवशी आम्हाला वेगळाच धडा मिळाला होता. तो मी आजही जपून ठेवला आहे. म्हणूनच निसर्गाकडे मी जीवनाचं रूपक म्हणून पाहू शकते. तर माणसांकडे पाहताना काळावर मात करण्याच्या बदलाला सामोरे जाण्याच्या त्यांच्या आंतरिक सामर्थ्याचा मला साक्षात्कार होतो. माझं लक्ष या आंतरिक सामर्थ्यावरच केंद्रित होतं.

∎

शर्ले हिअरफोर्ड
The Winds of Change :
A Geography Lesson

फुलपाखराचा जन्म

'नवल' हाच शब्द तिथं चपखल बसत होता.

खूप वर्षांपूर्वी फायनल इअरच्या वर्गात शिकणाऱ्या मुलींचा तो वाङ्मयाचा तास होता. फेब्रुवारीतली ती एक सुंदर सकाळ होती आणि तो दिवस आठवला की 'नवल' हाच शब्द मला नेहमी आठवतो.

संपूर्ण आठवडाभर व्हिक्टोरिअन आमदानीतील धर्मगुरू असलेल्या कवी जेरार्ड मॅन्ले हॉपकिन्सच्या कविता शिकणाऱ्या त्या सत्तर तरुणींच्या डोळ्यांत नवल दाटलं होतं.

त्यांच्या जुनाट बाकांवर तर नवलभरली दुनियाच पसरली होती. अति वापरामुळे, खिजगणतीतही नसलेल्या त्या रोजच्या वस्तू त्या मुली पुन:पुन्हा नव्यानं बघत होत्या. जणू काही निर्मितीतील चमत्काराचा आस्वाद त्या घेत होत्या.

या वस्तू त्या कवितेत म्हटल्याप्रमाणे अस्सल, थोड्या चमत्कारिक, थोड्या आंबटगोड अशा होत्या. आमच्यासमोर वेगवेगळ्या आकाराची, रंगांची फुलं होती. चमकदार, तजेलदार, हिरवीगार पानंही होती. तशीच वाळलेली, सुकलेली, पिवळी, तपकिरी पानंही होती. दगड होते. गोटे होते. वाकड्यातिकड्या फांद्या होत्या. चमकदार रंगाचं मेलेलं फुलपाखरू होतं. सफरचंद, वाटाणे, मोरपीस, कावळ्याचं पीस, मोतिया रंगाचा शिंपला आणि सुपीक मातीची ढेकळंसुद्धा होती. काय नि काय! काय काय होतं ते! मी वर्गाला सांगितल्याप्रमाणे त्या तरुणींनी बाहेर जाऊन या अशा कित्येक वस्तू गोळा करून आणल्या होत्या. सगळा वर्ग आता रंग, गंध यांनी भरून गेला होता. त्या वस्तू या हातातून त्या हातात, एकीकडून दुसरीकडे अशा फिरत होत्या. ते हाताळत असताना या तरुणी पुन्हा लहान मुली झाल्या होत्या.

हॉपकिन्सची हीच तर कल्पना होती. निसर्गात कोणतीच वस्तू दुसरीसारखी नसते. अगदी त्याच जातीच्या दोन वस्तूही भिन्न भिन्न असतात. त्या गोष्टीसारखी तीच. दुसरी नाहीच. ही हॉपकिन्सची अनन्वय अलंकाराची कल्पना त्या मुलींसमोर मूर्तिमंत साकार झाली होती. त्यामुळे मला ती अधिक स्पष्ट करण्याची गरजच

भासली नव्हती. त्या मुली एकमेकींना सफरचंदाचं साल दाखवत होत्या. गुलाबाच्या पाकळ्यांबद्दल बोलत होत्या. कावळ्यासारख्या दिसणाऱ्या दुसऱ्या एका काळ्या पक्ष्याचं पीस गालावरून फिरवत होत्या. त्याचा मखमली स्पर्श अनुभवत होत्या. मोरपिसातलं उन्हात चमकणारं, जरा हलवलं की विविध रंग दाखवणारं ते पीस त्या आश्चर्याने पाहात होत्या. जांभळा, आकाशी, हिरवा, सोनेरी असे इंद्रधनुष्यी रंग त्या पिसातून दिसत होते आणि ते पाहून या मुली स्तिमित होत होत्या.

नंतर त्यांना मी त्यांच्या शेजारी बसलेल्या मुलीकडे पाहायला लावलं. तिचे नाक, डोळे, डोळ्यांचा आकार, रंग, दात, केस, केसांचं वळण या साऱ्याचं वर्णन मी त्यांना करायला लावलं. निसर्गातील अन्य गोष्टींप्रमाणेच एक व्यक्तीसुद्धा दुसरीसारखी नसते, हे स्पष्ट केलं. प्रत्येक गोष्टीचा आकार, रंग, पोत, घाट यातील वैविध्याची मौज मी मुलींसमोर उलगडून दाखवली.

अखेरीस मी त्यांना त्यांचे हात आपल्यासमोर बाकावर ठेवायला सांगितले. हाताचा रंग, आकार, हाताचा स्पर्श या साऱ्याचं शांतपणे सूक्ष्म निरीक्षण करायला लावलं. मी त्यांना म्हणाले, "बोटाचा ठसा हा फक्त तुमचाच असतो. जगाच्या सुरुवातीलाही तसा ठसा हा केवळ तुमचाच असणार आहे. परमेश्वरानं इतरांपासून तुमचं वेगळेपण जपण्यासाठीच असा मार्ग काढला आहे आणि तुमचा हात... हाताचा ठसा बनवला आहे. जगाच्या मानवी इतिहासात पुन्हा असा ठसा होणे नाही. तुमच्या हाताचा ठसा म्हणजे खऱ्याखुऱ्या तुम्ही आहात."

त्या सत्तर जणी माझ्याकडे बघत होत्या. कान टवकारून त्या ऐकत होत्या.

आपल्या हाताचं मोल जाणवल्यावर, ते अमूल्य सत्य लक्षात आल्यावर त्यांचे डोळे तळपले होते.

तास संपला. वर्ष संपत आलं होतं. जुनाट बाकावरची ही उघडी पुस्तकं आता कायमची मिटणार होती. ह्या सुरक्षित कोशामधून त्या फुलपाखरू बनून बाहेर पडणार होत्या. त्यांचे पंख मात्र अजून ओलेच होते.

नुकत्याच शिकवून संपवलेल्या त्या कवितेचे गूढार्थ त्यांच्या चेहऱ्यावर रेंगाळत होते. मी त्यांचे ते उत्सुक कोवळे चेहरे न्याहाळले. आता त्यांची आयुष्यं वेगळ्या वाटांनी जाणार होती. या मुलींना उघड्या जगात दया, माया मिळावी, एवढीच मी प्रार्थना केली.

एवढ्यात एका चाचरत्या अनोळखी आवाजानं शांततेचा आणि माझ्या दिवास्वप्नाचा भंग केला.

'मॅऽम?'

'येस?' आवाजाच्या दिशेनं मी पाहिलं. आजवर मी न पाहिलेली एक मुलगी हात उंचावून बोलण्याची परवानगी मागत होती. वर्गात माझं तिच्याकडे कधीच लक्ष गेलं नव्हतं. कदाचित वर्गाबाहेर तर मी तिला ओळखूही शकले नसते. खरं तर ती समोर पुढच्याच बाकावर बसलेली होती आणि मला तिचा चेहरा माहीत नव्हता. नाव माहीत नव्हतं. तिचंच कशाला, त्या पहिल्या ओळीतल्या कुणा कुणाचीच मला माहिती नव्हती. वर्गात त्या अगदी शांत बसत आणि नंतर वर्ग सुटताच बिळातून बाहेर पडणाऱ्या उंदरांसारख्या ताबडतोब बाहेर पडत. सत्तरहून अधिक मुली असलेल्या वर्गात हे घडू शकतं. शिवाय ठणाणा ओरडणाऱ्या, भडाभडा बोलणाऱ्या इतर मुली प्राध्यापिकेचं लक्ष वेधून घेत असतातच की! खेरीज आठवड्यातून जेमतेम साठ मिनिटांचा एक तास या वर्गासाठी मिळत होता. त्यामुळे प्राध्यापिकेच्या नजरेतून अशा काही मुली सुटू शकणं स्वाभाविकच होतं.

काहीही असो; आज ती उंदरासारखी मुलगी हात वर करून बोलण्याची परवानगी मागत होती. मी हसून तिला प्रतिसाद दिला.

'काय ताई?' जेव्हा मला कुणा मुलीचं नाव आठवत नसेल, तेव्हा मी 'ताई' हा शब्द वापरत असे.

'मॅऽम, आम्ही आता आमच्या बाकड्यावरचं निसर्गाचं सौंदर्य, त्यातली जादू अनुभवली. ते सारं खासच होतं. पण मॅऽम, मला सांगायचं आहे, की जेव्हा तुम्ही आम्हाला आपापले हात न्याहाळायला सांगितलंत ना, तेव्हा मला खूप वेगळंच वाटलं.'

'अस्सं?' मी तिला उत्तेजन देत विचारलं.

'तुम्हाला माहीत आहे का मॅऽम, मी आज आता माझे हात न्याहाळले ना, तेव्हा

मला असं वाटलं की, मी साऱ्या जन्मात प्रथमच माझे हात पाहाते आहे.'

असं म्हणून नि:शब्दपणे तिनं आपला हात उंचावला आणि साऱ्या वर्गाला दाखवला. (आणि माझी खात्री आहे की, बऱ्याच जणींनी तो पहिल्यांदाच पाहिला असेल.) एक बेडौल, सहावं बोट लोंबकळत असलेला, विचित्र आकाराचा हात होता तो. वर्गात कमालीची शांतता पसरली. कापऱ्या आवाजात ती बोलू लागली, "मॅऽम, आजवर मी माझा हा हात लपवत आले. मला या हाताची विलक्षण लाज वाटत असे. चीड येत असे. मी आपली म्हणत असे की, माझा हा हात चारचौघींसारखा सामान्य कधी होईल? पण आजपासून मी माझा हात जसा आहे, तसाच त्याला स्वीकारणार आहे. मला आज समजलंय की माझा हात एकमेवाद्वितीय आहे. अनन्वय आहे. देवानंच तो तसा घडवला आहे आणि मला वाटतं की, त्या मागे देवाचा काहीतरी हेतू असेल."

एका दमात एवढं बोलून ती धपकन खाली बसली. पण तिचा चेहरा आता पालटलेला होता. चेहऱ्यावर तेज उजळलं होतं. हसूही होतं. वर्ग आणि मी अजूनही शांतच होतो. खरं तर पूर्ण स्तब्धच झालो होतो. पण तिचा तो प्रसन्न, उजळलेला चेहरा पाहून हॉपकिन्सच्या दुसऱ्याच कवितेतील निखळ सत्य सांगणाऱ्या ओळी मला आठवल्या.

'कारण ख्रिस्तच असतो खेळत दाही दिशांत
ख्रिस्तच असतो सौंदर्य डोळ्यांत – देहात
त्या पित्यासाठी – जो वसतो सर्वांच्या चेहऱ्यांत'

किती खरं होतं ते! त्या तरुण मुलीला – (आता तिला मुळीच उंदरासारखं असं म्हणता येणार नव्हतं) आपल्यातील देवदत्त देणगीचा साक्षात्कार झाला होता. त्या आनंदानं ती डवरली होती. तिच्या आत्म्याला या देणगीची ओळख पटली होती. त्यामुळे या आत्मप्रचितीमुळे तिच्या आत्म्याला जणू आनंदाचा, चैतन्याचा आणि मुक्तीचा कैफ चढला होता. ते पाहून हॉपकिन्सच्याच आणखी काही प्रसिद्ध ओळी मला आठवल्या.

'तो प्रतिपाळ करतो त्यांचा
ज्यांचं सौंदर्य असतं बदलाच्या पल्याड,
स्तवन करा त्याचे!'

■

वेंडी एम. डिक्सन
A Butterfly is Born

सुटका करणारे के.पी. सर

हिंदीचा अभ्यास करण्याऐवजी मी डोळे बांधून पेटत्या निखाऱ्यावरून उलटं चालणं पसंत केलं असतं. माझ्या दृष्टीनं हिंदीचा अभ्यास इतका कठीण, दुर्बोध होता.

माझं शुद्धलेखन खराब होतं. काना-मात्रा उलटसुलट होत होत्या. भाषांतराच्या वेळी तर स्त्रीलिंग गायबच होत असे. माझ्या शब्दभांडारात पुल्लिंगाचाही नेमका ठावठिकाणा नव्हता. माझ्या हिंदीचा असा चांगलाच सत्यानाश झाला होता. पुन:पुन्हा नव्यानं हिंदीचे शिक्षक येत होते. एक जण तर मला म्हणाले होते की, मी म्हणजे देशाला लागलेला कलंकच होते. असंच माझं हिंदी राहिलं असतं, तर हिंदुस्थानी मुलाशी माझं लग्नच झालं नसतं, अशी भविष्यवाणीही त्यांनी करून टाकली होती.

माझी मॅट्रिकची परीक्षा पणाला लागली होती. त्यामुळे पालकांनी त्वरेनं माझं नाव घराजवळच्या शाळेत दाखल केलं. तिथं माझी के.पी. सरांशी भेट झाली. ते चमकदार, पाणीदार डोळ्यांचे, शांत शिक्षक होते. शाळेत ते सायकलवरून येत. एका हातात सायकलचं हँडल असे आणि दुसरा हात सारखा डोक्याभोवती, चेहऱ्याभोवती फिरत असे. तशा त्यांच्या बऱ्याच लकबी होत्या. पण त्यांची शिकविण्याची हातोटी, शिस्त, दयाळूपणा, सहनशीलता, शिकविण्यातील समर्पित वृत्ती या साऱ्या गुणांचं पारडं त्यांच्या अशा लकबींपेक्षा निश्चितच अधिक जड होतं.

के.पी. सरांनी माझा भाषेकडे बघण्याचा दृष्टिकोनच बदलवून टाकला. त्यासाठी माझ्यावर त्यांनी माझ्यापेक्षाही जास्त कठोर परिश्रम घेतले. मेहनत घेतली. त्यांनी मला भाषेतील सौंदर्यस्थळं समजावून सांगितली. अगदी आरंभापासून हिंदी शिकवायला सुरुवात केली. शाळा संपल्यावरही ते थांबून मला शिकवत. माझ्या चुका शांतपणानं मला समजावून सांगत आणि महत्त्वाचं म्हणजे त्यांनी कधीच माझ्याबाबतीत धीर सोडला नव्हता. माझ्या बाकीच्या शिक्षकांनी माझ्यापुढे हातच टेकले होते. तसं त्यांनी मुळीच केलं नव्हतं. त्यांनी आपल्या सहनशील स्वभावानं, चिकाटीनं आरंभापासून सुरुवात करून माझ्यात हिंदीची गोडी निर्माण केली. हिंदी शिकावी, त्या विषयाचा

अभ्यास करावा असं मला वाटू लागलं. मी अभ्यासाला लागले.

वर्षभराच्या काळात माझ्यात सुधारणा दिसून येऊ लागली. एक आकडी गुण मिळवणाऱ्या मला पास होण्याइतके गुण मिळाले. त्या दिवशी माझ्या घरी तर आनंदोत्सवच साजरा करण्यात आला होता.

बोर्डाची परीक्षा झाली. आता हिंदीच्या अभ्यासातून आपली सुटका झाली याचाच मला अत्यानंद झाला होता. निकाल लागला. जेव्हा गुणपत्रिका मिळाली, तेव्हा मला भोवळ यायचीच बाकी होतं. वर्षभरापूर्वी हिंदी विषयात जिला केवळ २ टक्के गुण मिळाले होते, त्या मला बोर्डाच्या परीक्षेत हिंदी विषयात ८६ टक्के गुण मिळाले होते.

मी त्या विषयाचा अभ्यास मानेवर खडा ठेवून केला होता हे खरं; पण जर के.पी. सर नसते आणि त्यांनी मी ज्या विषयात गटांगळ्या खात होते त्या विषयातून मला वाचवलं नसतं, तर हे सर्वथा अशक्यच होतं.

मी नापास होणार यावर त्यांनी मुळीच विश्वास ठेवला नव्हता. उलट मी पास होईन अशीच त्यांना खात्री होती आणि मला वाटतंय म्हणूनच मी त्या विषयात इतके चांगले गुण मिळवून पास झाले होते.

■

नाओमी थॉमी

K.P.Sir to the Rescue

क्षितिजापलीकडे उड्डाण

शिक्षकी पेशात बरेच अवघड प्रसंग येतात. अत्यंत हताश झालेली एक सतरा वर्षांची मुलगी माझ्याकडे आली होती, तोही असाच एक अवघड प्रसंग होता. अक्षरश: पेचप्रसंगच होता.

'चार दिवस झाले, बाबा माझ्याशी बोलत नाहीत. मला या आयुष्याचा शेवट करावासा वाटतोय.'

मी शांत होते. मी काही बोलण्यापेक्षा तिला बोलू देणं हेच जास्त योग्य होतं.

मी वाट पाहात होते. तुटकतुटक बोलत तिनं आपलं गाऱ्हाणं मांडणं सुरू ठेवलं होतं.

'माझा निकाल... मला ८२ टक्के गुण मिळालेत.'

'व्वा! फारच छान!' मी म्हणाले.

'पण बाबांना नाही ना तसं वाटत,' ती म्हणाली.

या ठिकाणी मी गप्प राहाणंच उचित होतं. मी काही बोलले असते, तर कदाचित विपरीत परिणाम झाला असता. काहीतरी बिनसलं असतं. कारण मला हे सांगण्यासाठीच तिनं केवढं तरी बळ आणलं होतं, हे मला माहिती होतं.

'माझ्या बाबांच्या सहकाऱ्यांच्या मुलांना गेल्या काही वर्षांत ९२ टक्के आणि ९४ टक्के गुण मिळाले आहेत. बाबांना वाटतं की, मी त्यांना तोंडघशी पाडलं. आता ते त्यांच्या सहकाऱ्यांना तोंड दाखवू शकत नाहीत. त्यांच्यात मिसळू शकत नाहीत. मॅडम, खरंच असं काही केलंय का हो मी?'

'अजिबात नाही. तुलाही चांगले गुण मिळालेत.'

तिला काय यातना होत होत्या, त्या मला कळल्या. तिचे वडील तिच्या भावविश्वातील महत्त्वाची व्यक्ती होते. त्यामुळे त्यांनी दाखविलेल्या निष्ठुरपणाचा मला चांगलाच राग येऊ लागला होता. मी तिच्या खांद्यावर हात ठेवला. मला माहीत होतं की, मी अत्यंत निसरड्या वाटेवर होते. तिच्या वडिलांबद्दल वावगं बोलणं अयोग्यच होतं. त्याचबरोबर तिचा आत्मविश्वास जपणंही गरजेचं होतं.

'आई काय म्हणाली? तिलाही तसंच वाटतंय का?'

'नाही काही. पण बाबा रागावत असले की ती काहीच बोलत नाही.'

खरं तर तिला नव्हे; तर तिच्या पालकांनाच समुपदेशनाची खरी गरज होती. पण मी ढवळाढवळ केलेली त्यांना कदाचित आवडलं नसतं. त्यांच्याविषयीचं गाऱ्हाणं मांडलं म्हणून कदाचित ते तिला रागावलेही असते. पण त्यांना भेटायलाच हवं, हे मी ठरवलं आणि त्या दिवशी समोर उभ्या असलेल्या विद्यार्थिनीच्या समुपदेशनाकडे लक्ष द्यायला सुरुवात केली.

मी तिच्या विचारांना वेगळी दिशा देऊ लागले.

'आता पुढे काय करणार आहेस तू? कुठल्या कॉलेजला जाण्याचा विचार आहे तुझा?' मी तिला विचारलं आणि माझ्या लक्षात माझी चूक आली.

कारण ती पटकन म्हणाली, 'पण मॅडम मला आता अभ्यासच करायचा नाही ना!'

मी चिकाटी सोडली नाही.

'तुला आठवतं, तूच मला एकदा सांगितलं होतंस, की तुला पायलट व्हायचंय. थेट क्षितिजापल्याड उडायचं तुझं स्वप्न आहे. आपल्या त्या सहलीमध्ये तुला एकटीलाच तो विमानतळ पाहावासा वाटत होता.'

'हो मॅडम. मला तो फार आवडला होता. जेव्हा मी त्या कॉकपिटमध्ये बसले होते ना, तेव्हा मी तिथं बसलेय आणि विमान उडवतेय असंच मला वाटलं होतं. जमिनीला चाकांचा स्पर्श झाला, तेव्हा तर मी खूप खूश झाले होते.' ती पहिल्यांदाच हसली होती.

तो तणावाचा क्षण संपला होता, हे माझ्या लक्षात आलं. आम्ही मग इतर सहलींबद्दल बोललो. आदल्या वर्षी ती क्रीडा संघाची कॅप्टन होती. त्या खेळांबद्दल, तिच्या यशाबद्दल आम्ही बोललो. माझ्या अल्बममध्ये तिच्या शपथविधीच्या वेळचे फोटो होते. त्यात ती किती सुंदर दिसत होती, त्याविषयी आम्ही बोललो.

मी तिला सांगितलं की स्वप्नं ही बघण्यासाठीच असतात. त्या स्वप्नांचा चुराडा करण्याचा अधिकार कुणालाच नसतो. मी तिला तिच्या स्वप्नांचा पाठपुरावा करण्यास सांगितलं आणि ज्यांना त्याबद्दल फारशी माहिती नाही, त्यांच्या मताकडे दुर्लक्ष करण्यास सांगितलं. प्रत्येकाचे दृष्टिकोन वेगवेगळे असतात; सीमित असतात. ते परिपूर्ण असतीलच असं मुळीच नसतं, असंही मी तिला स्पष्टपणे सांगितलं; पण मी कुणाचाच स्पष्ट नामोल्लेख केला नव्हता. पण तिला एवढं मात्र बजावलं, की सगळ्या अडथळ्यांवर मात करूनच तिला स्वत:ला सिद्ध करावं लागणार होतं. अगदी हताश झालेल्या तिच्या मनात हळूहळू आत्मविश्वास निर्माण होऊ लागला.

अर्थात मला तिच्या पालकांशी बोलावं लागणारच होतं आणि ते जरा कठीण काम होतं. पण मला हेही माहीत होतं की, आता काहीही झालं तरी माझी विद्यार्थिनी

त्या साऱ्या प्रकरणातून नीट सहीसलामत बाहेर पडणार होती आणि तिलाही हे माहीत होतं की, तिच्या या सगळ्या संघर्षात मी तिच्या पाठीशी ठामपणे उभी असणार होते.

■

मोनिका पंत
Flying beyond the Horizon

गणिताची जादू

खुणेसाठी पुस्तकात ठेवण्यात येणाऱ्या एका पानावरचा मजकूर मला फार आवडतो. तो मजकूर असा आहे, शिक्षक मुलांना हाताशी धरतात, त्यांच्या मनाची कवाडे उघडतात. 'शिक्षक हृदयाला स्पर्श करतात.'

हा मजकूर वाचला की, असंच काहीसं माझ्याबाबतीत वागलेल्या माझ्या हायस्कूलमधील शिक्षिका मला आठवतात.

माझे वडील नुकतेच निवृत्त झाले होते. आम्हीही घर बदललं होतं. या सगळ्या गडबडीत त्या शाळेत मी उशिराच प्रवेश घेतला होता. तिथं या बाई गणित आणि इंग्रजी विषय शिकवत होत्या.

खऱ्या अर्थानं त्यांनी माझा हात त्यांच्या हातात घेतला होता आणि मला शिकवायला सुरुवात केली होती. गणितात मी अगदीच 'ढ' होते. त्या सुद्धा ते पाहून निराश झाल्या होत्या. मी गणितात कशी पास होणार याची काळजी त्या व्यक्तही करत असत. पण त्यांनी चिकाटी सोडली नव्हती.

त्या मूळच्या स्कॉट नन होत्या. परमेश्वराच्या भक्तीसाठी त्यांनी घर-दार, नाव, गाव, मित्र परिवार, गाणं, देश सगळं सोडलं होतं. शिक्षिका म्हणून त्या भारतात आल्या होत्या. तशा त्या कडक शिस्तीच्या भोक्त्या होत्या. वरपांगी मृदू भासणाऱ्या, पण आतून खंबीर असलेल्या बाई खूपच छान होत्या. त्यांनीच मला आयुष्य हीच एक शाळा असल्याचं सांगितलं होतं. त्यांनी सांगितलं होतं की, आपण इथं सतत काहीतरी शिकतच असतो, त्यासाठी आपलं मन, डोळे, सदोदित उघडे ठेवले पाहिजेत. आपण सजग राहिलं पाहिजे आणि जे-जे समोर येईल ते-ते टिप कागदासारखं टिपलं पाहिजे. व्यवहारी आणि काव्यात्म वृत्ती यांचं दुर्मीळ मिश्रण त्यांच्या स्वभावात झालं होतं.

आमच्या पाठ्यक्रमात त्या वर्षी टेनिसनच्या कविता होत्या. त्यांनी त्या काव्यात जणू प्राणच फुंकला होता. माझ्या संग्रही टेनिसनचा एक काव्यसंग्रह आहे. त्या पुस्तकावर बाईंनी त्यांच्या रेखीव, मोत्यासारख्या टपोऱ्या अक्षरांत माझं नाव लिहिलं आहे. त्यांनी आम्हाला 'द लेडी ऑफ शॅलोट', 'द लोटस इटर्स' आणि माझी

अत्यंत आवडती 'एनोन' अशा अनेक कविता शिकवल्या होत्या. त्यांनी आपल्या दमदार आवाजात वाचलेल्या —

'आत्मसन्मान, आत्मज्ञान आणि आत्मसंयम'
या त्रिगुणांनीच मिळते सर्वोच्च सत्ता!
....कारण योग्य हे योग्यच असतं;
म्हणून करावा पाठपुरावा योग्य गोष्टीचा,
ठेवून परिणामाची जाणीव
यातच असतं शहाणपण!'

या ओळी मला नेहमीच मार्गदर्शन करत आल्या आहेत. 'एनोन' बरोबर मी देखील रडत-रडत म्हणाले होते,

'इडा – प्रिय आई, माझ्या मृत्यूपूर्वी ऐक!'

ही कविता मी पुन:पुन्हा वाचत असते आणि बाईंनी तेव्हा उभ्या केलेल्या मानसचित्रांना उजाळा देत असते.

नंतर बोर्डाची अकरावीची परीक्षा आली आणि माझं पानिपत करणारा गणिताच्या पेपराचा दिवसही उजाडला. मी माझ्या वर्गमैत्रिणींसोबत बसले. पेपर मिळाला. नेहमीप्रमाणे आकडेमोड, शाब्दिक गणिती समस्या होती. गणितं सोडवायची होती. पण कशी?

असो. मी इकडेतिकडे न पाहता माझ्या शत्रूशी उत्साहानं दोन हात करायला सुरुवात केली. थोडाफार गोंधळही झाला. मी पाहिलं, माझ्या वर्गमैत्रिणी एका मागोमाग एक उभ्या राहात होत्या. कसलीशी शंका विचारत होत्या. मला कळेचना, काही अडचण होती का? मी कुठं चुकत होते का?

नंतर कधीतरी बाई माझ्याशेजारी उभ्या असल्याचं जाणवलं. त्यांनी एकदा पेपरकडे आणि एकदा माझ्याकडे पाहिलं. चेहऱ्यावरची रेषही न हलवता त्या तिथून निघून गेल्या. भूतचेष्टा झाल्यासारखं मला वाटलं. भराभरा पेपर लिहिला. शेवटी एकदाचा पर्यवेक्षकाकडे पेपर दिला. सुटले. बाहेर आले. पाहिलं तर बाईंच्या भोवती मुलं गोळा झाली होती. तावातावानं बोलत होती. मी आपली दूर उभी राहिले होते.

मदर जेम्सनं मला जवळ बोलावलं.

'कसा गेला पेपर?' माझ्या त्या शिक्षिकेनं, मदर जेम्सनी मला विचारलं.

मी रडण्याच्या बेतातच होते. मी काहीच बोलले नाही.

'तू सगळे प्रश्न सोडवलेस ना?'

'मदर, मी सगळा पेपर सोडवला आहे.'

सगळी मुलं ओरडली, "अगं मग त्या ह्या प्रश्नाचं....?"

मी तो प्रश्न क्रमांकही विसरले होते.

'त्या प्रश्नाचं काय?' मी विचारलं.

'तो आपल्या अभ्यासक्रमात नाही....' (हा-हा-हा... हे मला खरं तर कळायला हवं होतं.)

मी मान खाली घातली. केवढं घोर अज्ञान होतं. (आपल्याला काहीही माहिती नाही, हे सुद्धा ज्याला माहिती नाही, तो एक मूर्ख! धिक् त्याला वगळा!)

बाई माझ्याजवळ आल्या. "तो प्रश्न तू सोडवलास? बघू काय उत्तर आहे ते! (त्या वेळी आम्हाला आमची उत्तरं प्रश्नपत्रिकेवर लिहिण्याची मुभा होती.) मी त्यांना उत्तर दाखवलं. त्यांची शुद्ध हरपायची तेवढीच बाकी होती.

निकाल लागला. माझ्या वर्गात मला सगळ्यांपेक्षा जास्त गुण मिळाले होते. तुम्ही माझं हसू आणि त्यांचंही हसू पाहायला हवं होतं.

तुम्हाला माहिती आहे... मदर जेम्सनी मला खरोखरच खूप शिकवलं होतं. माझं मन, डोळे उघडे ठेवायला शिकवलं होतं. 'मला येत नाही, मला जमत नाही, मला माहीत नाही,' अशा कुठल्याही नकारात्मक विचारांचं मळभ मनावर येणार नाही, असेच धडे त्यांनी दिले होते. आलेल्या परिस्थितीला सामोरं जायला, त्यातील अनुकूलता शोधायला, आपल्या सर्व क्षमतांचा वापर करायला त्यांनी मला शिकवलं. वेगळ्या शब्दांत सांगायचं झालं, तर मला सारासार विचार करायला त्यांनी शिकवलं होतं.

चांगला शिक्षक जे करतो, त्या तिन्ही गोष्टी बाईंनी माझ्यासाठी केल्या होत्या. आपल्या हातात माझा हात घेतला होता. माझ्या मनाची कवाडं उघडली होती. माझ्या हृदयाला स्पर्श केला होता आणि हे शिक्षण फक्त पाठ्यपुस्तकापुरतंच

मर्यादित नव्हतं. साऱ्या हयातभर पुरेल एवढं शिक्षण त्यांनी मला दिलं होतं. मला वाटतं की, त्याही पलीकडे हे शिक्षण पुरून उरेल. त्यामुळेच मृत्यूच्या अज्ञात प्रदेशातही मी बाईंनी शिकवल्याप्रमाणे उघड्या डोळ्यांनीच जाईन. मृत्यूचंही हसूनच स्वागत करेन.

■

मॉरीन प्रकाश
Mathemagic!

फक्त त्यांना हात द्या

जम्मूतील 'प्रेझेंटेशन कॉन्व्हेंट' हे मुख्यत: सेना दल आणि हवाई दलातील सैनिकांच्या मुलांसाठी सुरू झालं होतं.

त्या माध्यमिक शाळेत मी गणित आणि आरोग्य विज्ञान हे विषय शिकवत होते. एका विज्ञानाच्या तासाला मी मुलांना शरीरातील सांगाड्याविषयी सांगण्यास सुरुवात केली. संपूर्ण माहिती थोडक्यात सांगितल्यावर मी फळ्यावर हाताच्या हाडाची आकृती काढली. मुलांना त्यांच्या वहीत तशीच आकृती काढायला सांगितली. थोड्याच वेळात रवी कालहा नावाचा मुलगा आपली वही घेऊन माझ्याकडे आला. त्यानं काढलेली आकृती पाहून मी थक्कच झाले. उत्तम रेषा आणि चित्रातील शेडिंगमुळे हा हात चित्रकाराचा हात असल्याचं माझ्या लक्षात आलं. मी वही उंच धरली आणि संपूर्ण वर्गाला दाखवली. त्याचं कौतुकही केलं.

सत्र संपलं. पालक शिक्षकांना भेटू लागले. रवीच्या आई माझ्या पाठोपाठ आल्या. म्हणाल्या, ''मिस परनज्योती, तुम्ही रवीला काय केलं?'' मी दचकलेच. त्या पुढे बोलतच होत्या, ''अहो, रवी केवढा बदलला आहे. याही वर्षी तो नापासच झाला होता. शाळा सोडून द्यायची आहे, असं म्हणत होता. पण आता तर तो शिकायचं म्हणतो आहे. शालेय शिक्षण पूर्ण करायचं म्हणतो आहे.'' केवळ रवीच्या चित्रासाठी त्याला दिलेल्या शाबासकीनं रवीचा आत्मविश्वास चेतवला गेला होता.

मुलांमध्ये दडलेल्या क्षमता, लपलेली कौशल्यं शोधण्याची, त्यांना वाव देण्याची शक्ती शिक्षक आणि पालक या दोघांच्यातही असते. हे सारं करताना फक्त थोडं प्रेम, थोडी माया आणि थोडी शाबासकी दिली, तर मुलांचं आयुष्य कसं उमलून येतं; उजळून निघतं.

हेन्री वॅन डायकनं त्याच्या 'अज्ञात शिक्षकास सलामी' देताना म्हटलंच आहे, 'तो मनातील ज्ञानाचा खजिना आनंदानं मुलांमध्ये वाटतो. तो अनेक दिवे उजळवतो. त्या दिव्यांचा उजेड त्याला त्याच्या उत्तरायुष्यात सुखी करतो. हेच त्याचं बक्षीस होय.'

■

आयव्ही दत्त

Give Him a Hand

सिस्टरनी घडवला चमत्कार

'प्रिन्सिपलनी तुला त्यांच्या ऑफिसमध्ये बोलावलंय.'

'अगं, सिस्टर जोसेफा तुझी वाट पाहात आहेत.'

मी शिकत असलेल्या ट्रेनिंग स्कूलच्या प्रिन्सिपलबाईंचं मला तातडीचं बोलावणं होतं.

का? माझी काय चूक झाली होती? कोणता नियम मी मोडला होता? काय केलं नि काय केलं नाही त्याची मी उजळणी केली. हजार शंकांनी माझ्या मनात थैमान घातलं.

धपापत्या उरानं मी ऑफिसमध्ये गेले. "आत ये." कडक आवाजात त्यांनी आत येण्याची परवानगी दिली होती

मी आत गेले. आधारासाठी खुर्चीची पाठ पकडली. नाडी थाडथाड उडत होती. माझ्याजवळ कुठलंही, कशाचंही स्पष्टीकरण नव्हतं.

प्रिन्सिपल जोसेफा माझ्या समोरच्या खुर्चीवर बसल्या होत्या. रेखीव नाक, टोकदार हनुवटी असलेल्या, पाणीदार डोळ्यांच्या, करारी अशा त्या नन होत्या. या दक्षिण भारतातील उन्हानं त्यांचा चेहरा नेहमीच लालसर दिसत असे.

'मॉरीन, खाली बस,' त्या मृदू आवाजात म्हणाल्या.

माझी धडधड वाढली होती. इतका मृदू, हळुवार आवाज, म्हणजे नक्कीच काहीतरी गंभीरच असणार होतं. मी खुर्चीच्या कडेवर कशीबशी बसले होते. (आईनं मला खुर्चीत ताठ बसायला शिकवलं होतं.) मग अचानकच माझ्या लक्षात आलं आणि मी म्हणाले, "गुड मॉर्निंग सिस्टर."

त्यांनी माझ्याकडे रोखून पाहिलं. कसलीही प्रस्तावना न करता त्यांनी विचारलं, "मॉरीन, तुला नक्की शिक्षिकाच व्हायचं आहे ना?"

मी दचकले. आता खरं बाहेर पडलं म्हणायचं.

'नाही. माझी तशी इच्छा नाही.'

'मग काय व्हायचंय तुला?'

'सिस्टर, मला डॉक्टर व्हायचं आहे.'

'मग हे ट्रेनिंग कशाकरता घेते आहेस?'

'सिस्टर मी फक्त बाबांनी सांगितलेलं ऐकते आहे.'

मी सुमारे पंधरा वर्षांची होते. शालेय शिक्षण नुकतंच संपवलं होतं. मेडिकल कॉलेजमध्ये जाण्याची तीव्र इच्छा होती. त्यामुळे त्या कॉलेजच्या प्री-युनिव्हर्सिटीच्या कॉलेजात जाण्याची स्वप्नं मी पाहात होते. आम्हा तिघी बहिणीत मी धाकटी होते. त्यामुळे तशी नकोशीच होते. माझी सर्वांत मोठी, लग्न झालेली बहीण माझ्यापेक्षा तेरा वर्षांनी मोठी होती. मधली ह्याच कॉलेजमध्ये दुसऱ्या वर्षांत शिकत होती.

माझे वडील पोस्ट आणि टेलिग्राम खात्यातून नुकतेच निवृत्त झाले होते. त्या काळातील प्रामाणिक सरकारी नोकरदाराप्रमाणे त्यांच्याकडे बचतही नव्हती आणि अगदी तुटपुंजं निवृत्तीवेतन होतं. त्यांच्या म्हणण्याप्रमाणे मला काय हवंय हे कळण्याची अक्कल नव्हती. तितकी मोठी मी झाले नव्हते. अगदी बालपणापासून मला डॉक्टर व्हायचं होतं. माझे शाळेतले निबंध याची साक्ष देत होते. ही माझी पहिली महत्त्वाकांक्षा होती; तर एक घर कुत्र्यांसाठी आणि एक घर मुलांसाठी, अशी दोन घर घेणं ही माझी दुसरी महत्त्वाकांक्षा होती.

पण वडिलांनी माझ्यावर बॉंबच टाकला होता.

ते म्हणाले, 'तुलासुद्धा तुझ्या बहिणींप्रमाणेच शिक्षिका व्हावं लागेल. तुझा मेडिकल कॉलेजचा खर्च मला काही झेपणार नाही आणि तसं बघितलं, तर लग्नानंतर तशीही तू काही डॉक्टरी करणार नाहीस. तुला काय व्हायचंय हे ठरविण्याइतकी तू काही मोठीही नाहीस. लहानच आहेस अजून. तेव्हा मी सांगतो तेच ऐक.'

लक्षात घ्या, वडीलमाणसांच्या शब्दाबाहेर न जाण्याचा काळ होता तो. वडिलांचा शब्द म्हणजे राजाचा किंवा देवाचाच शब्द की! तो मुलांनी मोडायचाच नसे.

मग माझी रवानगी बंगलोरच्या ट्रेनिंग कॉलेजमध्ये झाली. मला ताप आला होता. त्यामुळे मी कॉलेजमध्ये दोन आठवडे उशीराच पोहोचले होते.

तेव्हा मला कांजण्या आल्या होत्या. मनोमन दडपून ठेवलेलं नैराश्य, दुःख हेच तर असं त्वचेवर उमटलं नव्हतं ना?

पुन्हा अकरा दिवसांनंतर मला माझा बाडबिस्तारा बांधण्यास सांगण्यात आलं आणि मी चेन्नईत आले होते. माझी बहीण जिथं शिकत होती, त्या संस्थेत स्टायपेंड मिळत असे. त्यामुळे वडिलांनी स्टायपेंड मिळेल म्हणून मला चेन्नईत आणलं.

नुकत्याच झालेल्या तिथल्या मैत्रिणींचा मी रडत रडतच निरोप घेतला होता. जायचंच होतं, तर मी तिथं गेलेच होते कशाला, हा प्रश्न त्यांनाही पडला होता.

वर्गात उशिरा प्रवेश घेतल्यानं अभ्यास मागे पडला होता. तो भरून काढण्यासाठी चेन्नईत आल्यावर मी जोमानं अभ्यासाला लागले होते. खरं तर मी शिणले होते.

मनानंही खचले होते. पण आपलं कर्तव्य चोख बजावण्याच्या दृष्टीनं मी ते अभ्यासाचं आव्हान स्वीकारलं. माझे वडील ज्या पोस्ट खात्यात काम करत होते, त्या खात्याचं ब्रीदवाक्य आहे, 'अहर्निश सेवामहे!' मला वाटतं, कर्तव्यपूर्तीची चाड तिथूनच माझ्याही रक्तात भिनलेली असावी.

माझ्या अभ्यासात मी रस घेऊ लागले. मी एक चांगली शिक्षिका होणार आहे, असं स्वतःला समजावत राहिले, बजावत राहिले होते... आणि आता हे असं....?

'सिस्टर, मी तुमच्या अपेक्षा पूर्ण करू शकले नाही, त्याबद्दल मला माफ करा. पण मी आता आणखी झटून अभ्यास करेन. तुम्हाला माझा अभिमान वाटेल इतके चांगले गुण मिळवेन. मी चांगली शिक्षिका होणार नाही, असं तुम्हाला वाटतंय का?' मी मनाचा हिय्या करून त्यांना अखेर विचारलंच.

'मॉरीन, तू चांगली शिक्षिका होशील याबद्दल मला खात्रीच आहे. पण त्याहीपेक्षा तू एक चांगली डॉक्टर होशील, यावर माझा विश्वास आहे,' त्या छानसं हसत म्हणाल्या. 'तू माझा अजिबात अपेक्षाभंग केलेला नाहीस. सगळ्या वर्गात तूच पुढे आहेस आणि वडिलांची इच्छाही तू पूर्ण करते आहेस. या तुझ्या आज्ञाधारकपणाचं कौतुक करावं तेवढं थोडंच आहे. पण माझं असं सांगणं आहे, की डॉक्टर होण्याच्या दृष्टीनं तू काहीतरी करावंस.' त्या तशाच हसत म्हणाल्या.

'सिस्टर, मी काहीही करायला तयार आहे. पण वडिलांच्या रागावण्याला कोण तोंड देणार? त्या रागातच तर सगळं काही खाक होऊन जाईल.'

'आता मी सांगते, तसं तू कर. आता उन्हाळ्याच्या सुट्टीत तू घरी जाशील. आपलं झालेलं बोलणं तू आई, बहीण किंवा अगदी एकाही व्यक्तीला सांगू नकोस. सुट्टी संपवून तुझी परतीची वेळ येईल, त्या वेळी बॅग भर आणि नंतर बॅगेवर बस. तुझ्या बाबांनी निघायची वेळ झाल्याचं कितीही सांगितलं, तरी बॅगेवरून उठू नकोस.'

'बाप रे! सिस्टर, ते तर मला फाडूनच खातील.'

त्या हसल्या आणि म्हणाल्या, 'त्याची काळजी करू नकोस. तुझ्या वडिलांकडे मी पाहाते. तू फक्त मी सांगते तसं कर म्हणजे झालं.'

आणि मी तेच केलं. तशीच वागले. ते काही सोपं नव्हतं. पण तुम्हाला सांगते, मी त्या सुट्टीत त्या कल्पनेनं हज्जारदा तरी मरण अनुभवलं होतं.

जाण्याचा दिवस उजाडला होता. स्टेशनवर जाण्यासाठी सायकल रिक्षा दारात येऊन थांबली होती. देवाला नमस्कार केला. प्रवास सुखरूप होऊ दे म्हणून प्रार्थना केली आणि... मी बॅगेवर बसून राहिले.

वडील आले. म्हणाले, 'चल, निघायला हवं.'

मी उत्तरले, ''बाबा, मी जाणार नाही.''

ते माझ्याकडे पाहात खाली झुकले आणि म्हणाले, ''काय?''

'बाबा, मी शिक्षिका होणार नाही. मी डॉक्टरच होणार.'

'असं कोण म्हणतंय?'

'सिस्टर जोसेफा' मी उत्तर दिलं.

***

आज मी सदुसष्ट वर्षांची आहे आणि गेली ४६ वर्षं मी डॉक्टरीची प्रॅक्टिस करते आहे. बाबांना मी नकार दिला त्या दिवसापासून ते मी डॉक्टर होईपर्यंत आणि त्यानंतरही खूप काही घडलं होतं. ती एक वेगळीच कहाणी आहे.

पण घडलं ते असं होतं की, कोणीतरी माझ्या आयुष्याला कलाटणी मिळावी, म्हणून माझी काळजी घेतली होती. माझ्या स्वप्नाला खतपाणी घातलं होतं आणि ते पूर्ण व्हावं, म्हणून मला पुरेसं मानसिक पाठबळही दिलं होतं.

सिस्टर जोसेफासारखी माझी मार्गदर्शिका, देवदूतासारखी माझी शिक्षिका मला लाभली, हे माझं केवढं तरी भाग्यच म्हटलं पाहिजे. माझ्या वडिलांचं मतपरिवर्तन का व कसं झालं, याबद्दल मी त्यांना अवाक्षरानंही कधी विचारलं नाही. मी त्याचा देवाचा वर म्हणूनच स्वीकार केला.

माझी एक अढळ श्रद्धा आहे की, प्रत्येक गोष्टीची वेळ यावी लागते आणि मग तुम्हाला कोणीतरी मदत करणारं भेटतंच, भेटतं.

थँक यू, सिस्टर जोसेफा!

■

मॉरीन प्रकाश
Sister Act

वर्गात घडलेलं नाट्य

तुम्ही कधी तुमच्या शिक्षकाला वर्गात रडताना पाहिलं आहे का?

मी नववीत होतो, तेव्हा मात्र मी माझ्या शिक्षिकेला वर्गात अक्षरश: रडताना पाहिलं आहे. सत्तरच्या सुमारास चेन्नईतील डॉन बॉस्को एगमोर या शाळेचा चांगले विद्यार्थी घडविण्याचा लौकिक होता. गेली कित्येक वर्षं त्या शाळेतील मुलं बोर्डाच्या परीक्षेत गुणवत्ता यादीत झळकत होती.

ते सगळं ठीक होतं. पण मी मात्र अभ्यासात कच्चा होतो. कित्येक वर्षं मी सगळ्या विषयांत पासही होत नव्हतो. वरच्या वर्गात जाताना माझ्या प्रगती पुस्तकावर कायम लाल खुणा असायच्या. साहजिकच, माझ्या पालकांना माझी आणि शाळेला तिचा लौकिक टिकविण्याची काळजी होती. मी नववीत होतो. अजून एक वर्षानंतर माझी बोर्डाची परीक्षा होती. त्यामुळे जवळजवळ प्रत्येक शिक्षकानं मला बोलावून घेतलं होतं आणि अभ्यास सुधारण्याचा सल्ला दिला होता.

याला अपवाद होता तो फक्त मिस मेरी जॉन यांचा. त्या हिंदी शिकवत होत्या. त्यांची सल्ला देण्याची पद्धती काही वेगळीच होती.

त्या चौमाही परीक्षेचे पेपर वाटत होत्या. प्रत्येक मुलाचं नाव वाचून दाखवत त्या त्याचे गुण सांगत होत्या. मग तो विद्यार्थी मोठ्या विजयी मुद्रेनं ती उत्तरपत्रिका हस्तगत करत होता.

माझं नाव येण्याची मी वाट पाहात होतो.

ते लवकर आलंच नव्हतं.

कदाचित त्या अल्फाबिटिकली पेपर वाटत असाव्यात आणि माझं नाव होतं थॉमस झेवियर. म्हणजे ते तसंही उशिराच येणार होतं. त्यामुळे मला बरीच वाट पाहावी लागणार होती. पण त्या तशा पद्धतीनं पेपर वाटतच नव्हत्या. मग कदाचित गुणांनुसार उतरत्या क्रमानं त्या पेपर वाटत असतील. तरीही मला वाट पाहावी लागलीच असती. पण त्या पेपर्स जसे हातात येतील तसे वाटत होत्या. मी मान बाकावर ठेवली आणि माझं नाव येण्याची वाट पाहात बसून राहिलो.

पण माझं नाव आलंच नव्हतं.

मिस ॲननी शेवटचा पेपर दिला. पाठ्यपुस्तक उघडलं आणि त्यातील धडा शिकवायला सुरुवात केली.

'मिस, मला माझा पेपर मिळालेला नाही,' मी त्यांना अडवून म्हणालो.

'अरे व्वा! तू वर्गातच आहेस तर! मिस्टर थॉमस झेवियर, हिंदी पंडित!' त्या म्हणाल्या.

त्यांनी माझी उत्तरपत्रिका त्यांच्या बॅगमधून बाहेर काढली.

'मी तुला पेपर देणारच नव्हते, कारण हा पेपर अचाट बुद्धिमत्तेचा नमुना म्हणून फ्रेम करून शाळेच्या हॉलमध्ये मी लावणार आहे.'

बाईंचं बोलणं आधी वर्गाला समजतच नव्हतं. पण त्या माझी चेष्टा करत होत्या, हे मला मात्र बरोबर कळलं होतं. मी काय लिहिलं होतं, ते मलाच माहिती होतं ना!

'हे बघा मुलांनो,' माझा पेपर हातात घेत त्या म्हणाल्या, 'हिंदीतील हे बुद्धिकौशल्य!'

त्यांनी माझ्या उत्तरातील काही उतारे वाचून दाखविण्यास सुरुवात केली. त्यांना हसू फुटलं. वर्गही हसू लागला. मनाला येईल ते मी लिहिलं होतं. काही इंग्रजी, काही मल्याळम तर काही तमिळ सुद्धा. पण हे सारं लेखन मी हिंदी-देवनागरी लिपीत लिहिलं होतं. आता विचार करताना हे सगळं 'क्विक गन मुरुगन' सारखं वाटतंय. खरं तर ते सगळं मजेशीरच होतं. सगळा वर्ग मोठमोठ्यानं हसू लागला. तसा मीही त्यांच्यात सहभागी झालो.

एक कर्कश्श आवाज आला, 'मिस, हे तुम्ही का करताय?'

हा आवाज होता, व्ही. एस. मणीचा. व्ही. एस. मणी हा वर्गातील पहिल्या क्रमांकाचा मुलगा होता. प्रत्येक शिक्षकाचा लाडका. प्रत्येक पालकाला आपलं मूल मणीसारखं असावं, असंच वाटत असे, इतका तो आदर्श होता.

'काय मणी?' मिस ॲननी विचारलं.

'मिस, हे काय चालवलंय तुम्ही?' तो जोरात ओरडला. त्याचा चेहरा लालबुंद झाला होता.

वर्गात शांतता पसरली. मिस ॲनही गप्पा झाल्या.

'हे सगळं इतकं मजेशीर आहे की, मला वाटलं तुम्हालाही मजा येईल,' मिस ॲन माझा पेपर बाजूला सारत म्हणाल्या.

'पण त्याचा याला काही उपयोग आहे का?' मणीनं माझ्याकडे बोट दाखवत विचारलं.

मिस ॲन काहीच बोलल्या नाहीत. मणीसारख्या मुलांमुळं तर त्यांच्या शिकविण्याचं सार्थक होत होतं.

पुढची दोन मिनिटं मणीच बोलत होता. ''त्याला चांगलं हिंदी लिहिता येत नाही, म्हणून आपण हसतो आहोत. ह्या वागण्याचा त्याला काही उपयोग होणार आहे का? आपल्या हसण्यानं त्याचं हिंदी लेखन सुधारणार आहे का? त्याला आता काय वाटत असेल याचा विचार तुम्ही केला का?''

आणि ते घडलं.

माझ्या बाई भर वर्गात रडल्या.

चोवीस सप्टेंबर, १९७८ या दिवशी मिस ॲन भर वर्गात रुमालात तोंड खुपसून रडल्या.

माझ्यामुळे हे घडलं होतं, या जाणिवेनं मी कानकोंडा होऊन इकडंतिकडं पाहू लागलो.

कोण्या प्रौढ व्यक्तीनं लहान मुलाकडे क्षमायाचना केल्याचं तुम्ही कधी पाहिलंय का?

मी पाहिलंय.

आणि त्याची प्रतिक्रिया म्हणून चांगलं वळण असलेला मणी बाईंजवळ गेला. खाली वाकला. त्यांच्या पायाला स्पर्श करून त्यानं बाईंना नमस्कार केला.

थोड्या वेळानं मिस ॲन माझ्याजवळ आल्या. माझ्या खांद्याभोवती त्यांनी हात टाकला. मणीकडे वळून त्या म्हणाल्या, ''मणी, तू मला मदत कर. ह्याला मी कशी शिकवू? ह्याच्यात मी कशी सुधारणा घडवून आणू?''

'त्याला माझ्याजवळ बसवा,' मणी सरळपणे म्हणाला.

मी बॅग उचलली आणि त्याच्या शेजारच्या बाकावर जाऊन बसलो.

त्या क्षणापासून माझं सगळं जगच बदलून गेलं होतं.

मणीनं मला अभ्यासाचं नियोजन कसं करायचं ते शिकवलं. वर्गात असताना चित्त एकाग्र करून कसं शिकावं, हे सांगितलं. अभ्यासातून खेळासाठी वेळ काढायलाही त्यानंच मला शिकवलं.

आणि हो, उत्तम गुण कसे मिळवावेत, त्यासाठी अभ्यास कसा करावा, याचे धडेही मणीनं मला दिले. त्यामुळेच बोर्डाच्या परीक्षेत मला उत्तम गुण मिळाले. मिस ॲननी माझा हात उंचावला. नोटीस बोर्डाजवळ घोळक्यानं उभ्या असलेल्या माझ्या वर्गमित्रांना त्या म्हणाल्या, ''याचा नववीतला हिंदीचा पेपर आठवतोय का?''

याही पलीकडे जाऊन १९७८ च्या सप्टेंबरमध्ये त्याच्या वर्तनातून मणीनं जे काही मला शिकवलं होतं, तो धडा मला आयुष्यभर पुरणारा होता.

ज्याची बाजू पडती असेल, त्याला मदतीचा हात द्या. त्याची चेष्टा करू नका.

आज मी आयुष्यात जो कोणी आहे, जसा उभा आहे, त्याचं सारं श्रेय निश्चितच मणी आणि मिस ॲन यांनाच जातं.

रोज रात्री प्रार्थनेच्या वेळी मला आपल्यापेक्षा वयानं लहान असणाऱ्या मुलांसमोर नम्रपणे आपली चूक कबूल करणाऱ्या मिस ॲन आठवतात आणि हाही मणीप्रमाणेच मला मिळालेला जन्मभरासाठीचा धडा आहे.

त्याचबरोबर माझी बाजू घेणारा मणी मला आठवला नाही, असा माझा एकही दिवस जात नाही. त्याची माझी फारशी ओळखदेखही नव्हती. मी त्याच्या लेखी कोणीही नव्हतो. पण तरीही त्यानं ते केलं होतं. तो बुद्धिमान तर होताच; पण त्याचबरोबर सहृदयही होता.

संपूर्ण जीवनभर मीदेखील इतरांसाठी 'मणी' होण्याचाच प्रयत्न करत आहे.

काही वेळा त्यातून 'तुम्ही काय हिरो व्हायचा प्रयत्न करताय काय?' असा शेराही ऐकून घ्यावा लागतो. थोडंसं अवघडलेपणही येतं.

पण तरीही मी ते करतो.

दुबळ्याला, ज्याची बाजू पडती आहे त्याला मी आवर्जून हात देतो.

त्यात आपल्याला काहीच तोशीस पडत नाही, आपलं काहीच जात नाही.

पण ज्यानं हात धरलेला असतो, त्याच्यासाठी मात्र तो हात हाच खात्रीनं त्याचं सर्वस्व असतं.

मला विचारा, मला ते पक्कं ठाऊक आहे!

■

थॉमस झेवियर

A Class Act

थंडीतील ऊब

मला शिक्षिका म्हणून काम करायला लागून आता पंचेचाळीस वर्षं होतील. ही सारी वर्षं मी माझ्या कामात अत्यंत आनंदानं आणि समाधानानं घालवली. पण एक आठवण मात्र विलक्षण आहे. त्या अनुभवानं माझं शिकवणं, माझा शिकवण्याबद्दलचा दृष्टिकोन यावर सखोल परिणाम केला. माझ्यात सुधारणा झाली. गंमत म्हणजे या अनुभवातून माझं शिकविण्यातलं कौशल्य स्पष्ट होत नाही. उलट या अनुभवानं मलाच काही गोष्टी शिकायला मिळाल्या.

त्याचं असं झालं. तो १९६९ चा फेब्रुवारी महिना होता. मी ऑस्ट्रेलियाला गेले होते. तत्कालीन ऑस्ट्रेलियात आजच्यासारखी विविध देशांतील लोकांची गर्दी झालेली नव्हती. ऑस्ट्रेलियन सरकारचं धोरण बदलत होतं. त्यांनी आशियाई आणि त्यातही भारतीयांना आपल्या देशाची दारं उघडी करण्यास सुरुवात केली होती.

फेब्रुवारी महिना म्हणजे उन्हाळा असणार, या समजुतीनं मी थंडीसाठी उबदार कपडे बरोबर नेले नव्हते. अंटार्क्टिक खंडावरचे थंडगार वारे माझ्या हाडांना झोंबत होते. पण शरम आणि फुकाचा अहंभाव यामुळे मी आपली 'छान मजेत आहे, अगदी उबदार वाटतंय,' असंच सांगत होते. एखाद्या भिजलेल्या मांजरीगत मी एका वरिष्ठ अधिकाऱ्यासमोर गेले. ते एक जाडजूड, मिटल्या दातानं बोलणारे गृहस्थ होते.

त्यांनी मला सांगितलं की, माझी पोस्टग्रॅज्युएशनची भारतीय पदवी, ऑस्ट्रेलियन पदवीच्या बरोबरीची नव्हती. विद्यापीठात शिकविण्याचा अनुभवही जमेस धरता येणार नव्हता. माझ्या स्वाभिमानाला हा जबरदस्त तडाखा होता. त्यांनी मला एका माध्यमिक शाळेत तात्पुरती नोकरी देऊ केली. पण त्याच वेळी मी ट्रेनिंग पूर्ण करेन, असं माझ्याकडून त्यांनी वदवूनही घेतलं. ही शाळा मेलबोर्नपासून एकशे साठ मैल अंतरावर असलेल्या एका खेडेगावात होती.

ते एक लहानसं चमत्कारिक खेडं होतं. आजूबाजूला सारी गुरंढोरं असलेला तो प्रदेश होता. सभोवार अस्ताव्यस्त पसरलेली हिरवीगार कुरणं होती. त्या कुरणांत चरणाऱ्या गलेलठ्ठ गायी मी पाहात असे आणि त्या गायी त्या बाजूनं जाणारी

रहदारी, निर्विकारपणे आळसटून पाहात असत. कूटमुंद्रा, बँकसिआस, ब्ल्यू गमस अशी छान-छान नावं असलेली दाट झाडी आजूबाजूला पसरलेली होती. पण मला काही त्यात छान दिसत नव्हतं. दूरवर पसरलेली जमीन, ती गूढ शांतता, ती कोणताच गंध नसलेली हवा आणि निर्मनुष्य रस्ते यामुळं मला आपण अतिशय क्षुद्र असल्यासारखं वाटत असे. माझा एकाकीपणा वाढू लागला होता.

माझ्या सहकाऱ्यांनीही फारशा उत्साहानं माझं स्वागत केलं नव्हतं. माझ्याबद्दल थोडीशी दुराव्याची, संशयाची भावना त्यांच्या मनात असल्याचं मला जाणवत होतं. ''ते तुला बाहेर हाकलण्याचा प्रयत्न करतील. सांभाळून राहा,'' असा सावधगिरीचा इशाराही एका पोनीटेल बांधलेल्या व्यक्तीनं मला दिला होता. हे असंच, या ना त्या स्वरूपात बऱ्याच जणांनी मला सांगितलं होतं. पहिल्या आठवड्यात त्या माध्यमिक शाळेतला झेड हा तिसरा वर्ग मला देण्यात आला होता. हा अत्यंत वाईट वर्ग होता, असं एकीनं मला सांगितलंही होतं. ''चौदा वर्षांची ही ऑस्ट्रेलियन मुलं म्हणजे वेगळीच जमात होती,'' असं आपलं बोलणं संपविताना ती मला म्हणाली होती.

त्यामुळे थोड्याशा भयग्रस्त मन:स्थितीत मी माझ्या वर्गात प्रवेश केला. प्रिन्सिपलनी वर्गाला माझी ओळख करून दिली आणि मला शुभेच्छाही दिल्या. त्यानंतर त्या निघून गेल्या. बहुतेक सारी मुलं निळ्या डोळ्यांची, सोनेरी केसांची होती. पवित्र चित्रातल्या आकाशस्थ देवदूतांसारखी ती दिसत होती. पण 'दिसतं तसं नसतं,' या उक्तीचा मला ताबडतोब प्रत्यय आला. प्रिन्सिपलची पाठ वळते न वळते तोच वर्गात एकच गोंधळ माजला होता. एकाच वेळी कोणी प्रश्न विचारले. कोणी ताशेरे झोडले. कोणी काही उद्गार काढले; तर कोणी आणखी काहीबाही केलं. एका लहानशा मुलीनं एका मोठ्या मुलाच्या छातीवर गुद्दा हाणला. त्यासरशी त्या मुलानं जीभ बाहेर काढली. डोकं मागं टाकलं आणि तिच्यासमोर मरण्याचं नाटक केलं. माझ्याखेरीज सारे जण खिदळतच होते. भारतात मुलांकडे जरा खेदानं, टक लावून पाहिलं की, ती मुलं गप्प बसतात. वर्गात लक्षपूर्वक ऐकतात, असा माझा अनुभव होता. पण त्याचा इथं काहीच उपयोग होत नव्हता. आता पुढे कोणतं पाऊल उचलावं या विचारात मी असतानाच वेगळंच घडलं. तो भला मोठा 'मेलेला' मुलगा ताडकन उठला आणि ओरडला, ''गप्प बसा रे!'' त्याबरोबर तो वर्ग लगेच शांत झाला.

खरं तर मी त्याचे आभारच मानावयास हवे होते. पण मला रागच आला होता. ह्या मुलानं जणू मला बाजूस सारून माझा अधिकारच हिरावून घेतला होता. अर्थात मी त्या वेळी काहीच करू शकत नव्हते. मी बळ एकवटून मनातल्या मनात प्रार्थना केली आणि वर्गाची सूत्रं माझ्या हातात घेतली. त्या तासाला आम्ही एकमेकांची ओळख करून घेतली. मी माझी जुजबी ओळख करून दिली होती आणि मुलांनाच

प्रश्न विचारण्यास सांगितलं होतं. मुलांनी मोठ्या हिरिरीनं प्रश्न विचारण्यास सुरुवात केली. आपल्या प्राचीन संस्कृतीबद्दल बोलण्याची माझी तयारी होती. पण या मुलांना आजच्या, आताच्या भारताबद्दल कुतूहल होतं. ''तुम्ही हे असं उपरणं का घेता?'' ''सगळे भारतीय तुमच्यासारखे ठेंगणे असतात का?'' ह्या व असल्या प्रश्नांची फैर झडली. ह्या सगळ्या तमाशात तो माझा 'मृत' मित्र माझ्याशेजारीच उभा होता. सडपातळ बांध्याच्या त्याच्या सहा फूट उंचीसमोर माझं खुजेपण मला अधिकच जाणवत होतं. खुपत होतं. त्याचं नाव रॉबी होतं. पण अजब ऑस्ट्रेलियन तर्कशास्त्रानुसार, त्याचं टोपण नाव होतं टायनी. (टायनीचा अर्थ छोटासा, असाच होतो. असो!)

त्या आठवड्याच्या अखेरीस माझं वेळापत्रक तयार होणार होतं आणि तोपर्यंत त्या वर्गावर माझे दोन तास असणार होते. हाताशी भरपूर वेळ होता. त्यामुळे मी मनापासून भरपूर तयारी करत असे. काही मुलांकडून मला चांगला प्रतिसादही मिळू लागला. पण रॉबी म्हणजे खरोखरच समजून घ्यायला अतिशय कठीण मुलगा होता. घडोघडी तो एखादा भारतीय विनोद सांगत असे किंवा काही तरी मूर्खासारखं उलट उत्तर देत असे. फालतू कोट्या करत असे. त्यामुळे मुलांची तन्मयता, एकाग्रता भंग पावून वर्गात हास्यकल्लोळ उडत असे.

ऑस्ट्रेलियन भाषेबद्दल तो मला प्रश्न विचारत असे. एकदा शब्द परीक्षेत त्याला कमी गुण मिळाले. त्यानं मला 'बिला बाँग' या शब्दाचा अर्थ विचारला, पण मला तो माहिती नव्हता. त्यामुळे त्यानं त्या वेळी मलाच नापास केलं. दुसरा शब्द होता 'बूमरँग.' सुदैवानं, मला त्या शब्दाचा अर्थ माहिती होता. मला मूर्खासारखा अत्यानंदच झाला होता. खरं म्हणजे तो वर्गात असताना त्याच्या त्या भरघोस उपस्थितीत वर्गाची सुव्यवस्था आणि शांतता राखणं अवघड आणि अशक्यच असे. माझा रंग आणि माझं राष्ट्रीयत्व यामुळे तो मला असा त्रास देत होता का?

माझी अध्यापकीय कारकिर्द सुरळित व्हावी, माझा धीर खचू नये, यासाठी मी जणू देवाचा धावाच करत होते. माझ्या छातीवर दगड ठेवल्यागत झालं होतं. प्रार्थना म्हणजे जणू काही शब्दांचे पोकळ बुडबुडेच ठरत होते.

त्या दिवशी शुक्रवार होता. शुक्रवारचा शेवटचा तास म्हणजे शिक्षकांच्या दृष्टीनं आपत्तीच असे. त्या शुक्रवारी दिवसभर पावसाची पिरपिर सुरू होती धुक्याच्या कळकट गोधडीनं सारा परिसर वेढला गेला होता. तो दिवस उजाडलाच होता, तो अशा वाईट हवामानात. त्या दिवशी वक्तृत्वाचा तास होता. निसर्गातील एखादी गोष्ट आपल्या व्यक्तिमत्त्वाचं प्रतिनिधित्व कशा प्रकारे करते, याबद्दल मुलं बोलणार होती. मुलींनी अगदी स्वाभाविकपणे पोपट, हंस किंवा फुलं यांना प्राधान्य दिलं होतं. पण मुलांनी हिंस्र, अजस्र प्राण्यांना प्राधान्य दिलं होतं. मला वाटलं होतं की, रॉबी माकडाची निवड करेल. पण रॉबीनं मार्गदर्शक कुत्रा निवडला होता. त्याला लोकांचा

मदतनीस व्हायचं होतं ना! मुलांनी माझ्याकडे मोर्चा वळवला. मी बाहेर पाहिलं. खिडकीबाहेर लोंबत्या पानांची, फांद्यांची, पानांवरून पाणी टपकत असलेली विपिंग विलोची वेल डोकावत होती. आधीच हळवं झालेलं माझं मन या दृश्यानं पारच ढेपाळलं. पुढचा मागचा विचार न करता मी बोलून गेले, ''मी म्हणजे हे झाड आहे. थंडगार, थकलेलं!'' मला वाटलं होतं की आता मुलं खिदळतील, पण वर्ग एकदम स्तब्ध झाला होता. मोठ्या मुश्किलीनं मी माझे कढ आवरले आणि तास चालू ठेवला.

सोमवारी वर्गात गेले. वर्गातील वातावरण मोठं रहस्यमय होतं. रॉबीच्या हालचाली तर गूढ वाटत होत्या. मी सावध झाले. त्यानं मोठ्या अधिकारवाणीनं मला डोळे बंद करायला सांगितलं. मी परमेश्वराचं स्मरण करत माझे डोळे मिटून घेतले. काही क्षण तसेच गेले. त्यानंतर तो गुरकावला, ''हं. उघडा आता डोळे!'' मी डोळे उघडून पाहाते तो काय! टेबलावर एका बशीत केक्स होते. बाजूला एक भेटवस्तूचं पुडकं होतं. मुलं हसऱ्या चेहऱ्यानं मोठ्या उत्सुकतेनं माझ्याकडे पाहात होती. ''रॉबी सुरू कर ना!'' ''मी नाही, तू, तूच सुरू कर'' असं त्यांचं सारखं सुरू होतं. शेवटी रॉबीच उठला. हौतात्म्याचे भाव चेहऱ्यावर आणत तो म्हणाला, ''हे तुमच्या स्वागतासाठी... छोटंसं!'' मी ते पुडकं उघडलं. आतमध्ये छानशी, क्रोशानं विणलेली, तपकिरी रंगाची शाल होती. छोटी वेंडी पुढे आली. तिनं ती शाल माझ्या अंगाभोवती लपेटली. व्वा. काय उब होती! पण फक्त ती शालच उबदार नव्हती; तर माझं थंडगार शरीर, मन, अलिप्तता सारं-सारं काही या अनुभवानं वितळत चाललं होतं. मनही उबदार होत होतं. ''तुमच्या डोळ्यांना आणि रंगाला हा रंग खूपच शोभून दिसतोय.'' रॉबीनं शेरा मारला, पण त्यात कुठलाही वांशिकतेचा वास नव्हता.

ह्या प्रसंगानं माझा शिकविण्याबद्दलचा दृष्टिकोन, माझी शिकवण्याची शैली यांना कलाटणीच मिळाली. आता माझ्या लक्षात येतंय की त्या वेळी मी संशयाचं, न्यायनिवाडा करण्याचं ओझं बाळगत होते. शिवाय वंशवादाचंही ओझं मी माझ्या डोक्यावर घेतलेलं होतं, हेही मला कबूल केलंच पाहिजे. सांस्कृतिक वैविध्याचा विचारच मी केला नव्हता आणि त्या अनोळखी देशात आलेल्या नैराश्यामुळे मी... मला आधारभूत ठरणारी... माझी विनोदबुद्धी, सकारात्मकता हे सारं-सारं पार विसरूनच गेले होते. वर्ग आपल्या हुकमतीत, ताब्यात ठेवण्यापेक्षा सहकार्य हे जास्त मोलाचं असतं, हा रॉबीनं मला जणू धडाच दिला होता आणि अर्थातच हे सहकार्य ऑस्ट्रेलियातच नव्हे; तर जगाच्या पाठीवर कुठल्याही देशातील वर्गात आपल्या विनोदबुद्धीनं मिळवता येतं.

रॉबी काही बदलला नव्हता. खुज्या लोकांचे विनोद सांगून मला चिडवणं,

ऑस्ट्रेलियनवादावरून मला सतावणं सुरूच होतं. मी आता ते सोडून देत होते. नुसतंच सोडून देत नव्हते; तर त्याविषयी मनात कोणतीही कटुता न ठेवता हसतही होते. कधी कधी मी त्याला दटावत होते. शिस्त लावण्याचाही प्रयत्न करत होते. पण ते सारं खेळीमेळीच्या वातावरणात सुरू होतं.

वर्षअखेरीस आम्ही एकमेकांचा निरोप घेतला. (मला दुसरी चांगली नोकरी मिळाल्यानं मी ती शाळा सोडणार होते.) त्या वेळी मी त्याला जवळ घेतलं. तर हात उडवत, तो त्याच्याच खास लकबीनं म्हणाला, "कावळ्यांना दगड मारा," पण बोलता बोलता त्याचे डोळे पाणावले होते आणि माझेही.

■

रोझालिंड डेव्हिड
A Wintry Summer Week

शाळेचा पहिला दिवस

तो बालवाडी सुरू होण्याचा पहिला दिवस होता. म्हणजे फक्त उसासे, हुंदके, आक्रोश, रडणं, ओरडणं, थयथयाट, भोकाड पसरणं इत्यादी, इत्यादी. त्या दिवशी शाळा सुटल्यावर तुम्ही घरी जाता, तेव्हा प्रचंड थकलेल्या असता. तुमचं डोकं ठणकत असतं. तुमची अर्धशिशी उठलेली असते आणि पुन्हा दुसऱ्या दिवशी याच सगळ्या प्रकाराला तुम्हाला तोंड द्यायचं असतं, हे तुम्हाला माहितीही असतं. यातली काही मुलंच या नव्या जगात लगेच रुळतात. ती आपली आनंदानं इकडेतिकडे बागडत असतात. खेळत असतात. खेळणी ठेवलेल्या कोपऱ्यात जाऊन खेळणी खेळतात. मग त्यांच्या इतर चिडक्या, रडक्या सोबत्यांसमोर त्यांच्या शूरपणाचं मोठं कौतुक होतं.

थोड्याच दिवसांत हे रडणं थांबतं. ही जागा इतकी काही वाईट नाही, हे त्या छोट्यांच्या लक्षात येतं. कोपऱ्याकोपऱ्यात, वळणावळणावर बसलेला बागुलबुवा दिसेनासा होतो. घरी जशी आजी असते, तशीच इथंसुद्धा आजी असते. आपल्याला खाऊ की गिळू वाटणाऱ्या या तायांनी आतापर्यंत कोणालाही खाल्लेलं नसतं. आपलं बछडं बघत, दारापाशी उभे राहणारे पालकही हळूहळू रेंगाळेनासे होतात. त्यांच्या त्या बछड्याला, खरं सांगायचं तर मातीत खेळण्याच्या नादात आईलाही विसरायला झालेलं असतं. एखाद्या आईच्या डोळ्यांत एकाच वेळी सुटकेची आणि आता आपल्या बाळाला आपली गरज उरलेली नाही म्हणून दुखावल्याची भावनाही तरळत असते. तुम्हाला तिची ती भावना समजू शकते. तिची समजूत काढणंही तुम्ही थांबवता. पण एक मात्र होतं की, तुमची दमणूक तिच्या त्या कृतज्ञ हास्यानं थोडी तरी कमी होतेच.

मग एक दिवस उजाडतो. त्या दिवशी ती चिमुकली पावलं मोठ्या खुशीनं आवारात येतात. बोबड्या शब्दांत, आनंदानं शिक्षिकेला अभिवादन करतात. मातीच्या खड्ड्यात खिदळणं सुरू होतं. घसरगुंडीवरून हास्याचे चित्कार ऐकू येऊ लागतात. नव्यानं झालेल्या सवंगड्यांबरोबर चालता चालता गप्पा होतात. गुपितं कानांत कुजबुजली जातात. वर्गावर्गात 'ट्विंकल, ट्विंकल लिट्ल स्टार'चे स्वर निनादत

असतात. कुणाचा तरी 'हॅपी बर्थ डे' असतो, कुणाच्या तरी खरचटलेल्या गुडघ्याला मलमपट्टी केली जाते. घायाळ मनावर फुंकर घातली जाते. थोड्याशा त्रासाला एखाद्या चॉकलेटचा उताराही मोठा ठरतो.

एक दिवस एक चिमुकला हात तुमच्या हातावर विश्वासानं विसावतो. डोळ्यांत पूज्य भाव असतो. तुम्ही त्या लहानग्याकडे बघता. हाच तो चेहरा काही दिवसांपूर्वी भेदरलेल्या डोळ्यांनी तुमच्याकडे पाहात असतो. त्याच्या किंकाळ्यांमुळे तुमची अर्धशिशी उठलेली असते. डोकेदुखीमुळे रात्र-रात्र झोप आलेली नसते. तुम्ही तो हात तुमच्या हातात घेता. त्याचं म्हणणं तुम्ही मोठ्या सहृदयतेनं, मन लावून ऐकता. तेव्हा तुम्ही त्यांचे गुरू, त्याचे मूर्तिमंत आदर्श आणि सवंगडीसुद्धा असता. अशा वेळी तुम्ही हे सगळं का केलं, याचं कारण समजतं.

त्या लहानग्यांची मनं जिंकल्याच्या समाधानाला तोड नसते. त्यांच्या चिमुकल्या पावलांना ज्ञानाचा, आयुष्याकडे नेण्याचा रस्ता दाखविण्यातील समाधानाला उपमा नसते. त्यांच्या आंतरिक गुणांचं सौंदर्य त्यांनाच प्रतीत करणारा, त्यांच्या 'अंतरीचा ज्ञानदिवा' लावण्यातील समाधानाला खरोखरच तुलना नसते.

म्हणूनच तर शाळेच्या पहिल्या दिवसाची डोकेदुखी, तो त्रास तुम्ही सहन करता. प्रेम करण्यासाठी, करून घेण्यासाठी ती छोटी तुमच्याच हृदय सिंहासनावर विराजमान झालेली असतात. त्याचबरोबर तिथं त्यांची जागा असण्याचं आणखी एक कारणही असतं. कित्येक वर्षांनंतर येणाऱ्या शाळेच्या निरोप समारंभात, शाळेचा निरोप घेताना इतर कैक मुलांप्रमाणे तो किंवा ती देखील तुमच्या मन:पटलावर त्याचा किंवा तिचा ठसा उमटवूनच जाणार असतो किंवा असते.

■

वेंडी एम. डिक्सन
Opening Day

बाईंची जादू

मला मिसेस सिंग यांचं नाव काय होतं, ते आठवत नाही. मुळात मला ते कधीच माहीत नव्हतं. आम्ही मैत्रिणी आमच्या इंग्रजी शिकविणाऱ्या बाईंना 'सिंगी डिंगी' म्हणत असू.

इतर विषयांपेक्षा मला इंग्रजी विषय अधिक आवडत असे. गणितात मला फारशी गती नव्हती. त्यातील त्या एकमेकींना मागे टाकणाऱ्या आगगाड्या, त्यांचे वेग, निष्कारण भरणारे आणि पुन्हा रिकामे होणारे पाण्याचे हौद या कशा कशात मला बिलकुल गम्य नव्हतं. ही असली काळ-काम-वेगाची उदाहरणं, त्यावरचे प्रश्न, शेक्सपिअरच्या 'मिड समर नाईट्स ड्रिम' पुढे अगदीच फालतू, सामान्य वाटत. शिवाय ऐन 'सोळावं वरीस' लागलेलं. आईबाबांना वाटत होतं तेवढी काही मी नक्कीच अजाण नव्हते. कल्पनेच्या राज्यात रमत होते. 'खऱ्या प्रेमाचा मार्ग हा खडतर असतो,' ह्या चार शहाण्यांच्या विधानातील सत्यता पडताळत होते. कोळ्याच्या जाळ्यापेक्षाही तलम असं शेक्सपिअरनं विणलेलं स्वप्न, पायथॅगोरसच्या त्या प्रमेयापेक्षा अधिक भरीव, अधिक मजबूत होतं.

शाळा सोडून चाळीसच्या वर वर्षं झाली. पण ते संवाद माझ्या कानांत अजूनही घुमत आहेत. हेलन डिमिट्रियसला सांगते की, तिनं त्याच्यासाठी स्वत:ला कुत्र्यापेक्षाही खालच्या पातळीवर आणलं आहे. ही तिची विनवणी मला अद्यापही आठवते आहे... आणि पऱ्यांची वंशपरंपरागत चाललेली हाडवैरं, रोमहर्षक प्रणय, विदुषकी घोटाळे, जादू, संगीत हेही माझ्या लख्ख लक्षात आहे. आपल्या ओघवत्या शैलीनं अर्थपूर्ण, नादमधुर वाचन करत मिसेस सिंगने ते 'मिड समर नाईट्स ड्रिम' जिवंत केलं होतं. मी तर त्या नाटकाच्या दुनियेनं झपाटल्यासारखी झाले होते. 'आयएससी'चा अभ्यासक्रम त्या झपाटलेल्या जगातून जणू नामशेष झाला होता.

मिसेस सिंगचं विवेचन नाट्यपूर्ण असे. त्यामुळे नाटकातील ती व्यक्तिचित्रं वेधक, ठसठशीत, उठावदार होत. त्यांचं स्वत:चं व्यक्तिमत्त्वही तसंच उठावदार होतं. रुबाबदार, भरपूर उंची असलेल्या काळ्या पांढऱ्या केसांचा अंबाडा घालणाऱ्या मिसेस सिंग सुंदर-सुंदर साड्या नेसत. त्यांना त्या खुलूनही दिसत. दिल्लीच्या त्या

थंडीत बाई साड्यांना साजेशी शाल किंवा स्वेटर घालत. पण त्या कडक शिस्तीच्या भोक्त्या होत्या. त्यांच्या तासाला खोड्या करायला कुणी धजावत नसेच. आम्ही जरा जरी व्रात्यपणा करायचं असं ठरवलं, तरी त्या वर्गाला लगेच नियंत्रणाखाली आणत. पण वर्गातील वातावरण तर नेहमीच हसतं-खेळतं, चैतन्यमय असे.

मिसेस सिंग यांच्या मार्गदर्शनाखाली माझं साहित्याचं प्रेम वाढीस लागलं. (बाईही त्याला दिवसेंदिवस खतपाणी घालत होत्या.) त्यांच्या विषयात मला चांगले गुण मिळू लागले. त्या माझं कौतुकही करू लागल्या. त्या स्तुतीनं मी शेफारले होते. मला 'ग' ची बाधा झाली होती. शाळेत नाटकाच्या चौथ्या अंकाच्या अभ्यासाला सुरुवात होण्यापूर्वीच मी ते नाटक वाचून संपविलं होतं. त्यातील मर्म मला समजलं असंही मला वाटत होतं, आणि बाईंच्या म्हणण्याप्रमाणे मी स्वत:ला हुशार समजू लागले होते. बाईंनी विचारलेल्या प्रश्नांना मला व्यवस्थित उत्तरं देता येत होती. मग तो तास बुडविण्यात काही गैर आहे, असं मला वाटेनासं झालं होतं.

हळूहळू मी पहिल्या तासाला बुट्टी मारू लागले. माझी मैत्रीण आणि मी अशा आम्ही दोघी शाळेच्या आडोशाच्या खोलीत बसत असू. माझी घमेंड, माझी आत्मसंतुष्ट वृत्ती माझी मैत्रीण चालवून घेत असे. त्या वेळी आम्ही 'मिड समर नाईट्स ड्रिम'चा, शेक्सपिअरच्या इतर नाटकांच्या संदर्भात मोठेपणा किंवा तत्सम अभ्यास याबद्दल बोलत असू, असं म्हणणं ढोंगीपणाचं ठरेल. ती चाळीस मिनिटं आम्ही त्या काळी 'लाखो दिलों की धडकन' असलेल्या राजेश खन्नाला कसं भेटता येईल (सत्तरच्या दशकातील ही गोष्ट आहे.) याविषयीच चर्चा करत असू. सिनेमाच्या पडद्यावर शंभर वेळा आणि प्रत्यक्षात एकदा तरी त्याला भेटायचंच असा आमचा बेत होता. प्रत्यक्ष भेटीबद्दल आम्ही आपल्या आशावादी होतो. (कृतीत कसं आणणार?)

....आणि तो काळा दिवस उजाडला. आमच्या हिंदीच्या शिक्षिकेनं आम्हा

दोघींना पकडलं होतं. मिसेस सिंग यांच्या वर्गात नेऊन त्यांनी आम्हाला उभं केलं. जमीन पोटात घेईल, तर बरं असं आम्हाला झालं होतं. आमच्यापेक्षा इंग्रजीत कमी गुण मिळवणाऱ्यांचं ते दबकं, खिजविणारं हसू, हिंदीच्या शिक्षिकेनं आम्हाला असं वर्गात ढकलल्यामुळे बाईंचा उडालेला गोंधळ, त्यांचा स्तंभित झालेला चेहरा आणि यावर ताण म्हणून की काय आमच्या मनात असलेली शिक्षेची धाकधूक असा सगळा प्रकार सुरू होता. आमच्या दोघींच्या मनात येत होतं की, आता मधली सुट्टी होईल. प्रिन्सिपलच्या ऑफिससमोरच्या प्रशस्त व्हरांड्यात येणाऱ्या जाणाऱ्यांच्या चौकस, खवचट नजरांना सामोरं जात आम्हाला उभं राहावं लागेल...! घंटा झाली. मुली बाहेर पडल्या. आता काय होईल ते सोसण्यासाठी आम्ही आमच्या मनाची तयारी केली.

'तुम्हाला बरं वाटत नाही का?' मिसेस सिंगनी आम्हाला विचारलं. आम्ही घाबरलो होतो. त्या म्हणाल्या तशा काही आम्ही आजारी वगैरे नव्हतो. 'तुमच्या दुखण्यामुळे तुम्हाला वर्गात बसवत नव्हतं का?' त्यांनी मायाळूपणानं विचारलं. आम्ही एवढ्या वाचाळ, पण जीभ जशी काही टाळ्याला चिकटून बसली होती. 'नाही,' हे उत्तर देण्यासाठी केवढा तरी धीर आणि बळ गोळा करावं लागलं होतं. मग तसं काहीच नव्हतं, तर त्यांच्या शिकवण्यात काही चुकत होतं का? नक्कीच तसंच असावं. नाही तर त्यांच्या या हुशार विद्यार्थिनींना त्यांचा तास बुडवावा असं वाटलंच नसतं. या उप्पर त्या आपला वर्ग अधिक हसता खेळता ठेवतील, आपल्या शिकवण्यात आणखी काही सुधारणा करतील, अशी ग्वाही त्यांनी आम्हाला दिली. आम्ही त्यानंतर रोजच वर्गात येऊ, अशी अपेक्षाही आपण बाळगत असल्याचं त्यांनी आम्हाला सांगितलं.

बस्स! एवढंच! कसलाही दोषारोप नाही. आमच्या चुकीचा उल्लेख नाही. आम्हीही त्यानंतर पुन्हा कधीही ती चूक केली नाही. रागावण्यापेक्षा, क्रोधाच्या कटू घोटापेक्षा गोडीगुलाबीनं काम साधतं म्हणतात, तसंच झालं होतं. मीही माझ्या अध्यापकीय कारकिर्दीत या गोष्टीचा फायदा करून घेतला. मलाही कधी कधी मुलांची संवेदनशून्यता, कंटाळा, अलिप्तता, कृतघ्नता यांच्याशी सामना करावाच लागतो. अशा वेळी माझ्या शाळकरी कारकिर्दीवर पडू पाहाणारा, पण सिंगी डिंगीनं आपल्या जादूई वागण्यानं मोठ्या मोहकपणे पुसून टाकलेला तो डाग मला नेहमी आठवतो.

■

सूर्यकुमारी डेनिसन
'Midsummer' Magic

काव्यात्म प्रेरणा

मी कॉलेजला असताना त्यांची आणि माझी भेट झाली. माझ्या बालपणी जर त्या मला भेटल्या असत्या, तर मी त्यांना जादूगारीणच समजले असते आणि जादूगारीण अशीच त्यांना हाकही मारली असती. त्यांच्या वाङ्मयाच्या तासाची आज जरी आठवण झाली तरी माझ्या मनात हाच विचार येतो. कविता शिकवताना त्या जणू जादूच करत. आम्हाला भुलवत, कब्जात घेत आणि आमच्यासारख्या सुमार डोक्याच्या मुलींना कवितेच्या अद्भुत, प्रभावी दुनियेत भारल्यासारख्या घेऊन जात. सॅम्युएल कोलरिजनं म्हटल्याप्रमाणे संशयाचा हवाहवासा फायदा त्यांना आम्हा विद्यार्थी श्रोत्यांकडून सहजासहजी मिळत असे. दिवस बरे असोत की वाईट, त्यांचे वाङ्मयाचे तास मला नेहमीच अद्भुत वाटत आले आहेत. पातळ वर्खाच्या, चमकीच्या कागदाच्या हालचालीनं चकचकाट व्हावा, तसे चमकदार वाटत आले आहेत.

त्यांना वाङ्मयाचा ध्यास होता. शिकवण्याची आस होती. त्यांच्या सभोवतालच्या लोकांना त्या नेहमी उत्तेजन देत. त्यांचा देवावर, माणसावर, माणसाच्या आंतरिक शक्तीवर विश्वास होता. तो विश्वास जणू त्या आजूबाजूच्या लोकांमध्ये वाटून टाकत असत. मला त्याबद्दल खूप कौतुक, आदर वाटत असे आणि आपणही तसं, त्यांच्यासारखं व्हावं अशी उत्कट इच्छा माझ्या मनात निर्माण होत असे. माझ्यासाठी त्या म्हणजे आब राखून, आशावादी, धैर्यानं आयुष्य कसं जगावं याचा एक आदर्शच होत्या.

त्यांनी माझ्या मनात साहित्याविषयी प्रेम निर्माण केलं. माझ्या वैयक्तिक आयुष्यात मला आधार दिला. त्या वेळी मी फक्त दुःख, व्यथा यांनाच सामोरी जात होते. सारं काही गमावतच होते. पुनःपुन्हा स्वतःलाच प्रश्न विचारत होते की, 'हे असं का होतंय?'

अशी दुःखाच्या डोहात बुडाले असतानाच एक विलक्षण गोष्ट घडली. एक विचारशलाका चमकून गेली. ती एका कवितेतील ओळ होती. 'तो सर्वशक्तिमान ईश्वर काय करत आहे?' एलिझाबेथ बॅरेट ब्राऊनिंगच्या 'ए म्युझिकल इन्स्टुमेंट' या

कवितेतील ती ओळ होती. त्या कवितेत दु:ख, अनाकलनीय क्रौर्य आणि निष्पापांचे क्लेश व व्यथा यांचं चित्रण त्यांनी केलं होतं. कवितेच्या शेवटी तो गोंधळ आणि दु:ख ह्यांच्यात बदल होऊन त्याचं विकासात रूपांतर होतं.

मला तो तास आवडला होता. बाईंचं विवेचन आणि ओघवत्या शैलीतील नाट्यमय भाष्यही आठवलं. ''दु:खातूनच तुम्ही अधिक खंबीर होऊ शकता. वरवर जरी ते दु:ख असलं तरी आतून ते तुम्हाला घडवत असतं. यातून काय शिकता येतं? काहीतरी हिरावलं जातं, पण त्या बदल्यात काहीतरी मिळालेलंही असतं,'' त्यांची वाक्यं आजही मला ऐकू येतात.

मला ती एलिझाबेथ बॅरेट ब्राऊनिंग आठवली. ती कविता, त्या नोट्स आठवल्या. माझी निराशा झाली नाही, कारण त्या ओळींनी जणू माझ्या स्मृतीची कवाडं सताड उघडली होती. माझ्यावर, माझ्या सामर्थ्यावर विश्वास असणाऱ्या बाई आणि त्यांच्यासारखे इतर यांचं मला स्मरण झालं. या साऱ्यांच्यामुळेच तर आज मी उभी होते. त्यांची ममता, प्रेम यामुळे कळत-नकळत माझं आयुष्य समृद्ध झालं होतं. काही वेळा एका झटक्यात आपलं यश, आपली श्रीमंती पुसली जाते. सगळ्याचं विस्मरण होतं. तर काही वेळा कवितेची एखादी ओळ, एखाद्याची प्रेमळ कृती आपल्याला आपल्या स्वत्वाचं स्मरण करून देते आणि केवळ तुमच्यातच तुमच्या आयुष्याचे तुकडे गोळा करून, त्यातून नवं, सुंदर घडवण्याचं सामर्थ्य आहे, याची आठवण करून देते.

∎

अनुराधा पराडकर
A Poetic Reminder

३

‘एक लहानगा त्यांचं नेतृत्व करेल’

(इसाह - ११.६)

‘जेव्हा आपण मुलांना आयुष्याबद्दल काही शिकवण्याचा प्रयत्न करतो, तेव्हा मुलं आयुष्य कशासाठी आहे, ते शिकवतात.’

– अँजेला श्विंड

सूर्यप्रकाशी देवदूत

सन २००३ मधील ती एक निरभ्र, सुंदर सकाळ होती. आमच्या प्राथमिक शाळेच्या विभागातील व्हरांड्यातून मी लगबगीनं लायब्ररीकडे निघाले होते. एवढ्यात माझ्या समोरच एक मुलगा चालता-चालता गुडघ्यावर पडला. त्यानंतर तो कसाबसा उठला. अडखळत, कसातरी चालत एक-दोन पावलं त्यानं टाकली असतील नसतील, तोच तो पुन्हा एकदा पडला. मी त्याच्या मदतीसाठी धावले. तो माझ्याकडे पाहून हसला. सूर्यप्रकाशासारखं स्वच्छ, निखळ हसू होतं ते! तेवढ्यात त्याच्या वर्गशिक्षिका आल्या. त्यांनी त्याला आपल्या ताब्यात घेतलं. त्याला 'सेरिब्रल पाल्सी' हा विकार असल्याचं त्यांनी मला सांगितलं. मी त्याला लगेच माझ्या कुशीत घेतलं. अरविंदची आणि माझी ही पहिलीच भेट होती. आमच्या दोघांत एक बंध निर्माण झाला होता, एवढं खरं. पुढे तो जेव्हा माझ्या वर्गात आला, तेव्हा हा बंध अधिकच दृढ झाला.

सध्या अरविंद नवव्या इयत्तेत शिकतो आहे. त्याचे अवयव ताठरले आहेत. त्याला चालण्या-बोलण्याचा खूपच त्रास होतो आहे. पण तरीही तो त्याच्या इतर वर्गसोबत्यांइतकाच साऱ्या वर्गातील एक सक्रिय घटक आहेच. आम्ही त्याच्याकडे लक्ष देतो. त्याला शिकवतो. मार्गदर्शन करतो. तोही आमचा शिक्षक बनतो आणि आम्हाला शिकवतो.

त्याच्याकडून मिळालेले काही धडे असे आहेत.

कुणाही शारीरिक, मानसिक, भावनिकदृष्ट्या अपंग व्यक्तीला त्याच्यातील आंतरिक शक्ती चेतवण्यासाठी आव्हान द्यावं. कारण त्याच्या अपंगत्वावर मात करून तोसुद्धा वर्गातील इतर मुलांप्रमाणे वागत असतो.

☐ कितीही नैराश्य येवो, हसतमुखच राहावं. तो स्वत: जिवघेण्या, अवघड अशा दोन शस्त्रक्रिया होऊनही सदा हसतमुख असतो.

☐ एकमेकांशी संवाद साधावा. त्याला बोलताना त्रास होत असला तरीही वर्गातील सर्वांशी तो सलोख्यानं संवाद साधतो. खरं म्हणजे माझ्या या सूर्यप्रकाशी देवदूताला 'सर्वांत लोकप्रिय विद्यार्थी' म्हणून मुलं निवडून देत असतात.

☐ पर्यावरणाची, परिसराची काळजी घ्यावी. परिसर स्वच्छ ठेवावा. तो स्वतः कचरा उचलून केराच्या डब्यात टाकण्याचा आग्रह धरत असतो.

☐ कितीही कठीण प्रसंग असू दे, त्याच्याशी सामना करावा. चिकाटीनं त्या समस्येचं निराकरण करावं. त्यानं त्याची वार्षिक परीक्षा, घरी राहून, बिछान्यात पडून दिली. (अरविंदच्या डाव्या बाजूच्या खालच्या भागावर मोठी शस्त्रक्रिया झाली होती. त्याला दोन महिने सक्तीची विश्रांती घ्यायला डॉक्टरांनी सांगितलं होतं. बिछान्यावर पडून राहायला सांगितलं होतं. पण त्यानं परीक्षा देण्याचा हट्ट धरला होता आणि मग शाळेनंही त्याला तशी परवानगी दिली, रोज एक लेखनिक आणि एक पर्यवेक्षक त्याच्या घरी प्रश्नपत्रिका घेऊन जात असत.)

☐ आपल्याकडे जे आहे, ते नेहमी जमेस धरावं. भविष्यात चांगलंच होईल अशी आशा ठेवावी. परमेश्वरावर, त्याच्या निर्मितीवर अपार श्रद्धा ठेवावी.

मी माझ्या या सूर्यप्रकाशी देवदूताला मानवंदना देते आहे. पण तो पुढे कोण होईल, याविषयी मलाही कुतूहल आहे. तो प्राध्यापक होईल की गणितज्ज्ञ की शास्त्रज्ञ? की स्टिफन हॉकिंग यांच्यासारखा एखादा नोबेल विजेता संशोधक? भविष्य काय कुणाला सांगता येत नाही आणि दिसतही नाही. पण अरविंदला मी जेवढी ओळखते, त्यावरून असं वाटतं की, त्यानं निवडलेल्या क्षेत्रात तो अत्युच्च पदावर नक्कीच पोहोचेल.

अरविंद माझ्या जीवनात आल्याबद्दल मी मात्र देवाची शतशः ऋणी आहे!

■

मंजुळा बेलीअप्पा
My Sunshine Angel

ओमीहॉक्स, गेट स्केअर्ड, गो –

मधली सुट्टी झाली. मुलं बाहेर पळाली. बाहेर बालवाडीच्या माझ्या वर्गातील मुलांची पळण्याची शर्यत सुरू होणार होती. मी तिकडे मोठ्या गमतीनं पाहात होते. त्यांनी त्यांच्यातील एका दांडग्या मुलीला पंच म्हणून निवडलं होतं. ती ठमाई पंचाच्या पवित्र्यात उभी राहिली होती. ती म्हणाली, "ओमी हॉक्स, गेट स्केअर्ड, गो...."

खरं म्हणजे तिनं 'ऑन युवर मार्क्स, गेट सेट, गो –' असं म्हणायला हवं होतं. तिची ती अपभ्रंश भाषेतील आज्ञा, तो 'गो'चा इशारा लक्षात घेऊन आणि बाकीचं सारं कानाआड करून पळणारी ती मुलं हे सारं पाहून मला हसूच आलं. त्यांचा तो निरागसपणा, संवाद साधण्याची हातोटी ह्या साऱ्याचं मला कौतुकही वाटलं. लहान मुलं त्यांचे विचार, भावना अगदी सहजगत्या व्यक्त करतात. त्या प्रकटीकरणासाठी कुठल्याच गोष्टीची आडकाठी येत नाही. ही देणगी मात्र वय वाढत जातं, तशी हरवत जाते. मी त्यांना संभाषण करताना नेहमी पाहाते. त्या वेळी ते त्यांची मातृभाषा, वेगळी पार्श्वभूमी या कशा कशाचा विचार करत नाहीत. ते एका तिसऱ्याच भाषेत बोलत असतात. खरं तर हीच विविधतेतील एकता आहे. मग माझ्या लक्षात येतं की, मुलंच शिक्षकांना कितीपरीनं शिकवत असतात नाही?

मी जेव्हा वेगवेगळ्या मातृभाषा असलेली दोन मुलं एकमेकांशी बोलताना पाहाते, तेव्हा मला जाणवतं की, मैत्रीसाठी भाषा हा अडसर नसतोच मुळी! पण आज आपल्या देशात भाषा हीच दुराव्याची, अडसराची कारण बनली आहे.

रोज उठून या मुलांना इंग्रजीशी सामना करावा लागतो, कारण ती त्यांची मातृभाषा नाही. ती त्यांना काय म्हणायचं आहे, ते स्पष्टपणे, नेमक्या शब्दांत सांगतात. व्याकरदृष्ट्या ते बरोबर नसतं. पण त्यातील आशय मात्र स्पष्ट भिडतो, समजतो ती त्यांचं म्हणणं इंग्रजीत भाषांतरित करतात.

बस्स! मग मला सांगितलं जातं, 'आय ब्रेड इटिंग,' म्हणजे शब्द इंग्रजी; पण व्याकरण मातृभाषेचं. असं मजेशीर मिश्रण असतं ते. मला हसू येतं; पण त्यांचं म्हणणं कळल्यानं मी मान डोलावते.

आपलं म्हणणं कळावं, यासाठी त्यांची धडपड चाललेली असते. ती पाहताना माझ्या लक्षात येतं की, ते आपापसात मैत्रीचे पूल बांधत असतात आणि भाषा हे त्या बांधकामातील एक साधन असतं. मैत्री करण्यातील तो फक्त एक दुवा असतो. मैत्री महत्त्वाची असते. नातं महत्त्वाचं असतं. त्यांनाही त्यांचा असा एक समुदाय, गट तयार करायचा असतो ना!

एकदा कोणीतरी मला म्हणालं होतं की, कविता ही समजण्याआधी मनाला भावते. 'शब्देविण संवादु' अशी तिची अवस्था असते. मी जेव्हा जेव्हा या छबकड्यांना एकमेकांशी बोलताना पाहाते, तेव्हा मला हेच आठवतं. त्यांचा संवाद म्हणजे एक निखळ कविता असते. 'शब्दांवाचून कळणारी, शब्दांच्या पलीकडे जाणारी.'

वाढत्या वयाबरोबर आपण आपल्यातील या कवितेला कुठं, केव्हा आणि का सोडून देतो? का मरू देतो?

■

जेसिंथा रसेंद्रन

Omyhocks, Get Scared, Go

चुकीचा शेरा

मधल्या सुट्टीची घंटा झाली की, सगळ्या शाळांत सारखंच वातावरण असतं. खुर्च्यांची ढकलाढकली, डबा घेण्यासाठी पळणं, वर्गातील अभ्यासाच्या काचातून थोडा वेळ का होईना, पण सुटल्याचा जल्लोष वगैरे.

मी शिकवत असलेल्या त्या लहानशा आंतरराष्ट्रीय शाळेतही हेच घडतं. मला देखील शिकविण्याच्या एकसुरी भूमिकेतून थोडीशी मोकळीक मिळते. मग मी माझ्या मदतनिसाच्या भूमिकेत शिरते. या लहान मुलांची मी मार्गदर्शिका, मैत्रीण आणि मदतनीस तत्त्वज्ञ बनते. इथं प्रत्येक मूल हे स्वतंत्ररित्या, स्वबळावर आपल्या अभ्यासाची जबाबदारी घेत असतं. अभ्यासातून मिळणाऱ्या आयुष्याच्या जीवनाच्या अनुभवांचं उत्तरदायित्व त्याचं असतं. शिकून शहाणं होण्याचा ते प्रयत्न करत असतं. भाषा, गणित, विज्ञान, समाजशास्त्र, संगीत, नाटक, नृत्य इत्यादी विषय शिकता-शिकता मूल वास्तवाकडे डोळसपणानं पाहायला शिकतं, असं नवनव्या संशोधनांतून म्हणे सिद्ध होतं आहे. शिक्षण व्यवसायावर तंत्रज्ञान हे असं धीमेपणानं आक्रमण करतं आहे.

लहान मोठ्या सर्व आंतरराष्ट्रीय शाळांमध्ये भाषा आणि संस्कृती यांचं वैविध्य आढळतं. मला ते आवडतं. तसं पाहिलं तर सर्व मुलं सारखीच असतात. तोच उत्साह, तीच मस्ती, तेच कुतूहल; अर्थात जर तुम्ही त्यांच्यात शिक्षणाची आवड निर्माण केली तरच!

तर काय सांगत होते – घंटा झाली होती. भुकेली मुलं वर्गाबाहेर पडली होती. एका मोठ्या हॉलमध्ये ती घोळक्या-घोळक्यानं शिरली. त्या हॉलचा वापर ॲसेंब्लीसाठी, नाट्य-नृत्य यांच्या तालमीसाठी होत होता. शिवाय विविध कार्यक्रम, चित्रकला, हस्तकला यासाठी आणि अर्थातच डबा खाण्यासाठीही होत होता. आता डबा खाल्ल्यावर आपल्याला खेळायला मिळणार, या आनंदात मुलं त्या हॉलमध्ये गेली. शाळा एका बंगल्यात भरत असे. त्या बंगल्याभोवती छोटंसं अंगण होतं. त्या अंगणात मुलं खेळत होती.

मी सुटकेचा नि:श्वास सोडला. वर्गात पाहिलं, तर जॉशन उदासवाणा बसला

होता. खरं तर जॉशन हा खूप अवखळ, मस्तीखोर मुलगा होता. तो असा वर्गातच का बसला, असं मी त्याला विचारलं. कारण त्याचे सगळेच मित्र बाहेर छान खेळत होते.

'बाई, मी तुमच्याशी बोलू का? चालेल तुम्हाला? तुम्हाला माहितेय का? तुम्ही एक अत्यंत क्रूर शिक्षिका आहात,' तो म्हणाला.

ते ऐकून मी हडबडलेच. पण त्याच्या या दोषारोपाचं आणि त्याच्या दुःखाचं कारण समजून घेणंही गरजेचं होतं.

'तुम्ही भारतातील सर्वांत जास्त क्रूर बाई आहात. नाही, नाही. तुम्ही जगातील सर्वांत जास्त क्रूर बाई आहात,' तो ओरडला.

मी हतबुद्ध झाले. त्यानं एवढं का चिडावं, त्याचं कारण काही केल्या मला कळेना. त्यानं माझ्याबाबतीत असं का बोलावं? तो इतरांपेक्षा खूपच लवकर इंग्रजी भाषा शिकला होता. त्यात त्यानं प्रावीण्यही मिळवलं होतं. त्याला इंग्रजी भाषा आवडत होती. तो इंग्रजीतून विनोद सांगू शकत होता. इंग्रजी शिकविणाऱ्या बाई, म्हणजे मीच त्याला आवडत होते. म्हणजे तसं त्यानंच जाहीरही करून टाकलं होतं आणि आता एवढं मतपरिवर्तन....?

मी चक्रावलेच होते.

'जॉशन, तुला असं का वाटतं? मी तर तुझ्याशीच काय कुणाशीच कधी क्रूरपणानं वागल्याचं मला तर काही आठवत नाही बुवा!' मी त्याला बचावात्मक पवित्र्यात सांगितलं.

त्याच्या रागाचं रूपांतर आता हुंदक्यांत झालं होतं. त्याला जणू स्वतःचीच कणव येऊ लागली होती. त्याला रडताना बघून मी देखील गलबलले. वाटलं, त्याच्या पाठीवर हात ठेवावा. त्याला कुरवाळावं. सांगावं की, मला तुला कधीच दुखवायचं नव्हतं. पण मी आपली गप्प उभी राहिले. त्याचं रडणं थांबण्याची वाट पाहात राहिले.

शेवटी त्याचे उमाळे थांबले. पूर्वीपेक्षा दुप्पट संतापानं तो ओरडला, 'इंग्रजीच्या मागच्या साप्ताहिक परीक्षेत मी छान पेपर लिहिला होता आणि वर्गात पहिला आलो होतो. आलो होतो ना?'

हे प्रश्नवजा विधान मी ऐकलं आणि सावधपणानं मी उत्तर दिलं, "हो. तू पहिला आला होतास. मी सगळ्या वर्गालाही ते सांगितलं होतं. मला तर तुझा खूपच अभिमानही वाटला होता."

त्याच्या चेहऱ्यावर दुखावला गेल्याचे, अपमानाचे भाव दिसत होते. 'हो ना? मग तुम्ही पेपरच्या तळाशी, तांबड्या शाईनं 'अधिक चांगलं करू शकेल,' असा शेरा का मारला? बाबांनी ते वाचलं आणि मला केवढं मारलं. तुमच्या त्या शेऱ्यानं

ते केवढे चिडले. ते म्हणत होते की, तुझ्या बाईंना तू अधिक चांगला अभ्यास करू शकशील असं वाटतंय ना? मग का नाही केलंस तू तसं? का नाही उत्तम पेपर लिहिलास? आळशी कुठला. आता पाहतोच तुझ्याकडे, तू कसा उत्तम पेपर लिहित नाहीस ते!'

तो श्वास घेण्यासाठी थांबला. त्याला हुंदक्यावर हुंदके येत होते. त्या अवखळ, आत्मविश्वासू मुलाचं एका दुःखी, निराश माणसात रूपांतर झालं होतं. त्या संदिग्ध शेऱ्याची फार मोठी किंमत त्याला मोजावी लागली होती आणि ही किंमत म्हणजे त्याची प्रतिष्ठा, वडिलांची मान्यता आणि त्याचा स्वाभिमान एवढी मोठी होती.

आता मलाही स्वतःला मी एकदम केवळ क्रूरच नव्हे; तर अत्यंत बेजबाबदार, नालायक वाटू लागले होते. मी हा असा पोकळ, मूर्खासारखा शेरा त्याला कसा बरं दिला होता? 'अधिक चांगलं करू शकेल', या शेऱ्यातून काय अर्थ काढायचा? प्रेरणा, प्रोत्साहन, कौतुक? तो विद्यार्थी काय करू शकेल किंवा करू शकणार नाही याचा विचार करण्याऐवजी त्यानं तिथं काय लिहिलंय याचंच नेमकं मूल्यमापन मी करायला हवं होतं. मला माझ्या शेऱ्यातील ही त्रुटी त्या दिवशी नेमकी समजली होती.

काही वेळानं जॉशन शांत झाला. अर्ध्या दिवसानंतर तो मूळ पदावरही आला होता. नंतर तो आपल्या मायदेशी, जर्मनीला गेला. माझ्या माहितीतील जर्मन मुलांपेक्षा तो अधिक अस्खलितपणे इंग्रजी बोलू, वाचू, लिहू शकत होता. वीस वर्षांनंतर तो पुन्हा भारतात आला होता. तसाच उत्साहानं सळसळणारा तरुण होता तो! आम्ही दोघं जेवायला गेलो. त्याला भारताबाहेर कसं चुकल्या चुकल्यासारखं वाटत होतं, हे त्यानं मला सांगितलं. ज्या शाळेत तो इंग्रजी उत्तमरित्या बोलायला शिकला होता, ती छोटीशी शाळा तो कधीच विसरला नव्हता. त्याच्या इतर सोबत्यांपेक्षा नव्हे; तर एक वर्ष इंग्लंडमध्ये राहिलेल्या त्याच्या मैत्रिणीपेक्षाही तो अस्खलित इंग्रजी बोलत होता, हे त्यानं मला आवर्जून सांगितलं होतं.

मी मात्र त्यानं मला नकळत दाखवून दिलेल्या माझ्या चुकीनंतर, मुलांचे पेपर तपासताना किंवा त्यांच्या वह्या तपासताना कधीच लाल शाईचा वापर केला नव्हता. त्याचबरोबर 'अधिक चांगलं करू शकेल,' हे निरर्थक शब्दही वापरले नव्हते. शिक्षिका असले तरीही मी स्वतःला विद्यार्थिनीच समजते. आपल्या चुकांतून सतत काही ना काही शिकत राहाणारी विद्यार्थिनी!

■

प्रीतम एल. बेंजामिन

Can He Do Better than His Best?

आगळी हुशारी

चौथीच्या मानानं लहानखुरा दिसणारा एक छोटासा मुलगा माझ्या वर्गात आला होता. ''हॅलो, काय नाव तुझं?'' मी त्याला विचारलं. त्याचं खट्याळ हसू मोहक होतं. ''शिवदत्त,'' तो म्हणाला. त्याच्या बोलण्यातील सफाई, स्पष्टपणा यामुळे मी चकितच झाले. ''व्वा! तू इंग्रजी छान बोलतोस,'' मी म्हणाले. ''हो. पण मला लिहिता-वाचता येत नाही,'' त्यानं सांगितलं. ''यावर माझा विश्वासच बसत नाही. कारण मग तू चौथीपर्यंत कसा काय पोहोचलास?'' मी त्याला विचारलं. ''मला दर वर्षी पुढच्या वर्गात ढकलतात,'' त्याचं हे साधं सरळ उत्तर होतं. ''पण तू इतकं चांगलं इंग्रजी कसं काय बोलू शकतोस?'' मी आता आणखी कुतूहलानं विचारलं. ''माझ्या वडिलांचं हॉटेल आहे. तिथं येणाऱ्या परदेशी लोकांशी मी बोलतो. मला इतर भाषा पटकन बोलता येतात,'' तो म्हणाला.

शैक्षणिकदृष्ट्या शिवदत्त अभ्यासात फारच मागे होता. मठ्ठ म्हणता येईल असा 'शैक्षणिक अक्षमता' (लर्निंग डिसॲबिलिटी) असलेला हा मुलगा होता. भविष्यात त्याच्या या अक्षमतेमुळेच आमची चांगली मैत्री होईल, असं त्या वेळी त्याच्याशी बोलताना मला यत्किंचितही वाटलं नव्हतं. मला समजलं होतं की, त्याला अवघे सात टक्के गुण होते. त्याला वाचता येत नव्हतं; लिहिताही येत नव्हतं. पण

त्याचबरोबर हेही समजलं होतं की, तो उत्तम खेळाडू होता. त्याला प्राणी, पक्षी यांच्याविषयी खूप-खूप प्रेम होतं. त्याचं त्यांच्यावर इतकं प्रेम होतं की, कुठलाही जखमी प्राणी, पक्षी तो उचलून आणत असे आणि त्याची शुश्रूषा करत असे. त्या प्राण्यांना तो माझ्या घरी आणून सांगत असे, ''मॅम, ह्याला थोडेच दिवस इथं ठेवतो,'' किंवा काही वेळा म्हणत असे, ''याचा पाय तुटलाय,'' ''त्या पाखराच्या पंखाला जखम झाली आहे,'' असं म्हणता-म्हणता त्यानं कित्येक जखमी प्राण्यांना, पक्ष्यांना माझ्या घरी आणून ठेवलं होतं. त्या काळात माझ्या घराला प्राणी, पक्षी संग्रहालयाची आणि रुग्णालयाची कळा त्यानं आणली होती. तर कधी तो एखादा मेलेला साप आणून मला म्हणे, ''हा बघा मेलेला साप,'' त्या वेळी त्यानं त्या सापाला काठीवरून लोंबकळत आणलेलं असे. पण त्याच्या निरागसपणामुळे त्याच्यावर रागावणंही अशक्य असे.

त्यानंतर सहामाही परीक्षा झाली. या परीक्षेत शिवदत्तला अवघे चौदा टक्के गुण मिळाले होते. त्या वेळी मी त्याच्या आजोबांशी थोडीशी तक्रारीच्या सुरातच याविषयी बोलले होते. पण त्याच्या आजोबांनी लगेच माझंच कौतुक केलं. कारण मी त्याची शिक्षिका असल्यानं त्याला जास्त गुण मिळाले होते. आधी तर त्याला जेमतेम सात टक्केच गुण होते. त्यावरून तो चक्क चौदा टक्क्यांवर पोहोचला होता. मीच हात टेकले. माझ्या लक्षात आलं की, शिवदत्तला विशेष शिकवणीची गरज होती. अर्थात बोर्डिंग स्कूलमध्ये तशी सोय होणं कठीणच होतं.

मग जेवणाच्या सुट्टीनंतर मी अभ्यासात मागे असणाऱ्या मुलांसाठी अभ्यास वर्ग घ्यायला सुरुवात केली. शिवदत्त या वर्गात होताच. कोणीतरी वाचून दाखविलेल्यांपैकी एखादी सोपी गोष्ट तो सांगत असे. उत्तरे देण्याचा प्रयत्नही करत असे. सोपे-सोपे शब्द लिहिण्याचाही त्याचा प्रयत्न सुरू होता. त्यात बऱ्याच चुका असत. पण त्याच्या शिकारी, त्याच्या वडिलांच्या हॉटेलमध्ये येणारे प्रवासी यांच्याबद्दल सांगून तो साऱ्या वर्गाचं मनोरंजन करत असे. त्याच्या बोलघेवडेपणामुळे तो उत्तम कथाकथनकार झाला होता.

खेळ आणि निसर्गप्रेम यामुळे त्याचं अभ्यासासारख्या नावडत्या गोष्टीत मुळीच लक्ष लागत नव्हतं. पक्षी प्रेमामुळे तो भल्या पहाटेच उठत असे. पक्षी निरीक्षण करत असे. दुर्मीळ होऊ लागलेले, जखमी, आजारी अशा साऱ्या पक्ष्यांचं तो निरीक्षण करत असे. शाळेभोवतालच्या आवारातले सारे पक्षी त्यानं कॅमेऱ्यात टिपले होते. त्या-त्या पक्ष्यांच्या जाती, नावं तो ओळखू लागला होता. लवकरच त्याच्या मित्रांना त्याच्या या छंदाचा सुगावा लागला. ते त्याला त्याच्याबरोबर आपल्यालाही पक्षी निरीक्षणाच्या मोहिमेवर नेण्याची गळ घालू लागले. पुस्तकी अभ्यास हा काही आपला प्रांत नव्हे, हे शिवदत्तच्या लवकरच लक्षात आलं होतं. तो आपला वेळ

खेळात घालवत होता. पुढे-पुढे तर तो एक तर खेळाच्या मैदानावर दिसे किंवा गळ्यात दुर्बिण आणि कॅमेरा अडकवून पक्षी निरीक्षण करण्यात व्यग्र असे.

एकदा त्यानं पक्ष्यांवर सचित्र पुस्तक काढावयाचं ठरवलं आणि त्या दृष्टीनं तयारी सुरू केली. चित्रं जमवली. मजकूर पण तयार केला. पण हा मजकूर मात्र त्यानं आपल्या मित्रांच्या मदतीनं लिहून काढला. त्यामुळे त्याचा सारा तपशील अचूक नोंदविला गेला. अर्थात हे संशोधन, त्यातील चित्रं, छायाचित्रं, तपशील, माहिती हे सगळं खास त्याचंच होतं.

मला त्याचा खूपच अभिमान वाटला. माझ्यामते आणि त्याच्याही परीनं तो इतर कोणाही स्कॉलर मुलाइतकाच बुद्धिमान आणि प्रज्ञावान होता. नाही का?

■

मंजुळा राव
Differently-Abled

शिक्षकालाच शिकवण

कर्मधर्म संयोगानं तुम्हीही शिक्षक असाल; तर एक गोष्ट तुमच्या नक्कीच लक्षात आलेली असते आणि ती म्हणजे तुमचं शिक्षण कधीच संपत नसतं. कित्येकदा तर तुम्ही ज्यांना शिकवता त्या विद्यार्थ्यांकडूनही तुम्हाला मोलाचे धडे मिळत असतात. असाच एका, तेरा वर्षांच्या मुलीकडून मला मिळालेला धडा माझ्या मनावर सखोल परिणाम करून गेला आहे.

तो दिवस होता चार ऑक्टोबर १९९३. महाराष्ट्रातील लातूरमधील त्या प्रलंयकारी भूकंपानंतरचा चौथा दिवस. त्या भूकंपानं २५ खेडी उद्ध्वस्त केली होती. ५८ खेड्यांना या भूकंपाची कोणत्या ना कोणत्या प्रकारे झळ पोहोचली होती. आम्ही राहात होतो तो कर्नाटकातला भाग त्या आपद्ग्रस्त भागाला लागूनच होता. आमच्यावरही ते संकट आलं होतं. कित्येकांनी आपले प्राण गमावले होते; तर हजारो लोक जखमी झाले होते. आमच्या सेंट फ्रान्सिस झेवियर शाळेतील आम्ही सर्व शिक्षक विद्यार्थी सोमवारी असेंब्लीसाठी जमलो होतो. त्या दिवशीचा विषय 'भूकंप' हाच असणार याविषयी कोणालाच शंका नव्हती. प्रिन्सिपलनी थोडक्या शब्दांत माहिती दिली. आपण सर्वांनी त्या भूकंपग्रस्तांना शक्य तेवढी मदत करणं हे आपलं कर्तव्य असल्याचं त्यांनी सांगितलं. 'समाजसेवेसाठी एकोप्यानं काम', ह्या शाळेच्या ब्रीदवाक्याला ते साजेसंच होतं.

मी माझ्या आठवीच्या वर्गात गेले. मुलं जरा गंभीरच होती. त्यांनी पेपर्समधील कात्रणं आणली होती. भूकंपग्रस्तांसाठी शाळा काय करणार आहे, हे मी मुलांना सांगू लागले. शाळा निधी उभारणार होती. प्रत्येकाला दहा पावत्यांचं पुस्तक देण्यात आलं. प्रत्येक पावती पाच रुपयांची होती. त्यामुळे एकूण ५० रुपयांचं एकेक पावती पुस्तक प्रत्येकाला दिलं जाणार होतं. प्रत्येकानं किमान एक तरी पावती पुस्तक संपवायचंच होतं. जो जास्त निधी जमा करेल त्याला उत्तेजनपर बक्षीसही मिळणार होतं. ते बक्षीस होतं रोख पाचशे रुपये.

निधी संकलनाची कल्पना मुलांना फारशी उत्साहवर्धक वाटली नव्हती. निधी संकलन हा विषयच मुलं आणि पालक या दोघांचाही नावडता असतो. महिन्याभराच्या

ठरावीक रकमेत एकदम पडणारा मोठा खड्डा काही पालकांना असह्य होतो; तर काही पालकांना आपल्या मुलांना दारोदार तिकीट विक्रीसाठी पाठवणं रुचत नाही. शिवाय जमा होणारा निधी त्या पीडितापर्यंत प्रत्यक्षात पोहोचतो का, अशी शंकाही अनेकांच्या मनात असतेच.

मी पावती पुस्तकांचं वाटप सुरू केलं होतं. कोणाला कुठलं पावती पुस्तक दिलं याची नोंदणी वहीत नोंद केली. दररोज कोणी किती रक्कम आणली याची नोंद त्या वहीत ज्याच्या त्याच्या नावापुढे होणार होती. त्यामुळे मुलांकडून पैसे हरवण्याची, पैशाचा अपव्यय होण्याची वेळच आली नसती. प्रत्येकानं जेमतेम एकेकच पुस्तक घेतलं. त्यामुळे सुमननं जेव्हा पाच पुस्तकं मागितली, तेव्हा मला जरा नवलच वाटलं होतं. मी तिला हसतहसत पाच पुस्तकं दिली. पण त्याच वेळी त्यात तिला कितपत यश मिळेल, याविषयी मी साशंकच होते.

मुलं रोज थोडी थोडी रक्कम जमा करत होती. पण आठवड्याच्या अखेरीस सुमननं मला पाचही पुस्तकांचे अडीचशे रुपये आणून दिले होते. त्या वेळी मी चाटच पडले होते. तिनं ती पाच पुस्तकं खपवली तर होतीच; शिवाय तिला आणखी पाच पुस्तकं हवी होती.

'व्वा! छान!' मी तिला पुस्तकं देत म्हणाले खरी; पण तशी मी अस्वस्थच झाले होते. तिला एवढे पैसे कसे काय मिळाले होते? तिनं काय केलं असेल? तिच्या पालकांकडे तिनं हट्ट धरला असेल, त्यांना सतावलं असेल की, तिनं पैसे चोरले असतील? एका ना दोन... नाना शंका-कुशंकांनी माझ्या मनात थैमान घातलं होतं. मी हैराण झाले होते. बरं हे कोणाजवळही, अगदी जीवश्च-कंठश्च मैत्रिणीकडेही बोलण्याची सोय नव्हती. कारण तसं काही नसेल, तर ती गोष्ट अकारणच षट्कर्णी झाली असती. मग त्या बापडीचं नाव उगीचच बदनाम झालं असतं. मी मनातील शंका मनातच दडपू पाहात होते. सुमननं मला पुन्हा एकदा अडीचशे रुपये आणून दिले. तेव्हा तर या शंका दुप्पट वेगानं उसळल्या. सुदैवानं, मला माझ्या शंका निरसनाचा उपाय लक्षात आला होता. मी तिच्याशी खासगीत, एकांतात बोलायचं ठरवलं.

तशी सुमन ही शांत, कष्टाळू मुलगी होती. कुणाच्या अध्यात ना मध्यात – कुणाचंही मुद्दाम लक्ष वेधून घेणाऱ्यांपैकी ती नव्हती.

'सुमन,' मी सुरुवात केली. 'इतर कुणाहीपेक्षा तू फारच छान काम केलंस हं! काय बक्षीस मिळवायचा विचार दिसतोय. होय नं?'

तिनं माझ्याकडे स्थिर नजरेनं पाहिलं. त्यानंतर ती शांतपणे बोलू लागली, ''मिस, तसं काही नाहीये. गेल्या वर्षी मी समाजसेवा शिबिरात गेले होते. त्या वेळी

आम्ही झोपडपट्टीतील पूरग्रस्तांना भेट दिली होती. त्या भेटीनं माझ्यात खूपच मोठा बदल घडवला. तुम्हाला माहीत आहे का मिस, तोपर्यंत मी एक अतिशय स्वार्थी मुलगी होते. बारीकसारीक गोष्टींबद्दलही माझी कुरकूर सुरू असे. माझ्या आवडीचं जेवण नसेल, तर मी ताट भिरकावून देत असे. घरची-दारची माझ्यावर किती रागावत असत, पण त्यांच्या रागावण्याचा माझ्यावर काहीच परिणाम होत नसे.''

ती पुढे म्हणाली, 'त्या भेटीत मी ती झोपडपट्टीतील माणसं पाहिली. त्यांच्या झोपड्यांमध्ये पुराच्या पाण्याबरोबर सांडपाणीसुद्धा घुसलं होतं. सर्वत्र दुर्गंधी पसरलेली होती. तसूभरही कोरडी जागा नव्हती. बसायला तर मुळीच जागा नव्हती. त्यामुळे झोपायचा तर विचारच करायला नको होता. हे असं काही असतं याची मी कधी कल्पनाही केली नव्हती. त्या रात्री मला मुळीच झोप आली नव्हती. मी आपली रडतच बसले होते आणि तेव्हाच मी ठरवलं की, आपण शक्य होईल तेवढी गरिबांना मदत करायची. मी बदलले. माझा पॉकिटमनी मी गरिबांसाठी वापरू लागले. मी रोज कोणतं तरी सत्कृत्य करत असते. माझ्या आसपासच्या लोकांनाही आता हे ठाऊक झालेलं आहे. त्यामुळे ते सुद्धा मदतीसाठी तयार असतात. म्हणूनच ही दहा पुस्तकं खपविण्यात मला कोणतीच अडचण आली नाही. मिस, मला बक्षीस नको आहे. उलट ती सारी रक्कमसुद्धा तुम्ही त्या निधीतच जमा करा.'

तिचं सांगणं माझ्या मनाच्या तळाशी पोहोचलं. मी भारावले. नतमस्तक झाले आणि शरमलेसुद्धा! माझ्यासमोरची ही मुलगी माझ्यापेक्षा कितीतरी पटीनं श्रेष्ठ आणि शहाणी होती. शिवाय आदरणीयही होतीच. माझ्या कोत्या वृत्तीमुळे मी तिच्याबद्दल शंका घेतली होती. तिच्या प्रामाणिकपणाबद्दल, सच्चेपणाबद्दल मी अकारण संशय घेतला होता.

'सुमन, बाळ, वा! खरा आनंद कशात आहे, हे तुला समजलं म्हण की!' मी भारावलेल्या आवाजात म्हणाले. सुमन वळली आणि निघून गेली.

तिच्या पाठमोऱ्या आकृतीकडे मी पाहात होते. माझ्या लक्षात आलं की, उमदेपणा आणि वय यांचा काहीही संबंध नसतो. शिकविण्यासाठी शाळेत गेलेल्या मला त्या दिवशी एक धडा शिकायला मिळाला होता... निःस्वार्थीपणाचा!

■

लीला रामस्वामी
A Lesson for the Teacher

आपण काहींना शिकवतो, काही आपल्याला शिकवतात

विल्यम वर्डस्वर्थने लिहिलंय, 'मूल हे माणसाचा पिता असतो.' मला या ओळीचं कधीही नवल वाटत नाही. आपण माणसं शिकणं कधीच थांबवत नसतो. वेळप्रसंगी तर मूलही आपल्याला शिकवून जातं. बाळबोधच धडा असतो तो! पण तोही धडाच असतो.

एका आंतरराष्ट्रीय परीक्षेसाठी मी मुलांची तयारी करवून घेत होते. त्यांना मार्गदर्शन करत होते. या परीक्षेसाठी तोंडी परीक्षादेखील अत्यंत महत्त्वाची होती.

झालं होतं काय की, माझ्या वर्गात एक मुलगा होता. इतरांच्या दृष्टीनं तो दिसायला देखणा आणि एकदम शांत होता. ह्या गटाला मी गेले दोन महिने शिकवत होते आणि तो मुलगा अत्यंत शैलीदार लिहितो असं माझ्या लक्षात आलं होतं. त्याचं नाव होतं मायकेल. पण इतर हुशार मुलांप्रमाणेच हा सुद्धा 'हॅप्पी गो लकी' थाटाचा सुखी, आनंदी मुलगाच होता. दिलेलं काम, गृहपाठ तो कधीही पूर्ण करायचा नाही. शिवाय तो सतत गप्प गप्पच असायचा. वर्गातही कधी फारसं बोलायचा नाही. त्याला वर्गासमोर उभं राहून बोलायची भीती वाटायची, हे माझ्या लक्षात आलं होतं. त्यामुळे मी त्याला कधीच थेट प्रश्न विचारले नव्हते. मी ठरवलं होतं की, त्याला आधी वर्गात रुळू द्यावं, म्हणजे मग त्याचं अध्ययनही सोपं बनलं असतं.

परीक्षेच्या आधी काही दिवस आम्ही तोंडी परीक्षेचा सराव सुरू केला होता. परीक्षेच्या दबावामुळे मुलं तोंडी परीक्षा कशी पार पाडतील याची मला काळजीच वाटत होती. त्यामुळे मी सराव सत्रावर भर दिला होता. मुलांना एकेक विषय मी देत होते. त्यांनी तयारी करून यायचं आणि त्या विषयावर आपल्या अभ्यासाच्या अनुषंगानं वर्गासमोर येऊन बोलायचं, असा क्रम सुरू झाला. एके दिवशी वर्गातील बारा मुलांना मी विषय दिले. त्यांनी त्यांच्या वेळेत तयारी केली आणि ती वर्गासमोर येऊन बोलली. मायकेल सर्वांत शेवटी बोलणार होता. अर्थातच यात काही नवल नव्हतंच म्हणा! तो बोलेल अशी माझी अपेक्षाही नव्हती.

सरतेशेवटी मायकेलची पाळी आली. आम्हाला आश्चर्याचा धक्का देत तो आपल्या जाग्यावरून उठला. फळ्याशी गेला आणि त्याने खडू घेतला. ठसठशीत अक्षरात त्यानं त्याचा विषय लिहिला. 'नातेसंबंध.' त्यानं बोलायला सुरुवात केली. ''नातेसंबंध म्हणजे देणं-घेणं. मी माझी जागा घेतो. माझ्या जागेवर बसतो आणि तुम्ही मला शून्य गुण द्या. बस्स! हेच ते देणं-घेणं.'' एवढं बोलून मायकेल जाग्यावर जाऊन बसला.

अवाक्, झालेल्या वर्गातील शांतता ही त्या मिनिटानंतर झालेल्या टाळ्यांच्या कडकडाटाइतकीच बोलकी होती.

मायकेलनं तोंडी परीक्षेत फारशी चांगली कामगिरी केली नाही. पण मला आता त्याची काळजी वाटत नव्हती. कारण मला माहीत झालं होतं की, त्यानं मनात आणलं, तर तो उत्तमरित्या संवाद साधू शकत होता. जे संवादकौशल्य मिळविण्यासाठी आम्ही हयातभर कष्ट करतो, ते संवादकौशल्य त्याला जणू उपजतच मिळालेलं होतं.

■

अर्चना कृष्णन
Some We Teach, Some Teach Us

४

तुम्ही केवळ अविस्मरणीय आहात

'काही व्यक्ती आयुष्यात येतात नी लगेच जातात.
काहींमुळे आपलं मन उल्हसित होतं.
कानात काही शहाणपणा ऐकवत,
नवीन समज त्या देऊन जातात.
काहींच्यामुळे डोक्यावरचं आभाळ
अधिकच गहिरं, सुंदर होतं.
थोडा काळच त्या आपल्या
आयुष्यात येतात,
मन:पटलावर ठसे उमटवतात.
आणि मग आपण 'आपण' राहातच नाही

– अज्ञात

वारसा

'जे शिकायचं ते परिपूर्ण शिका आणि त्या शिक्षणाला साजेसं असंच परिपूर्ण काम करा.'

(तिरुक्कुरलमधील काही ओळींचं केलेलं भाषांतर)

मला माझा गाण्याचा पहिलावहिला वर्ग अगदी स्पष्ट आठवतो आहे. तेव्हा मी फक्त नऊ वर्षांची होते. आम्ही नुकतेच बंगळुरूला आलो होतो. मी शास्त्रीय संगीत शिकावं अशी आईची उत्कट इच्छा होती आणि त्याप्रमाणे माझं गायनाचं शिक्षण सुरू झालं होतं. ते गुरुजी घरी येऊन मला गाणं शिकवू लागले होते.

ते म्हातारे गृहस्थ आमच्या घराजवळच राहात होते. आमचं घर चढावर होतं. त्यामुळे ते घरी येत, तेव्हा त्यांना थोडीशी धापही लागलेली असे. मला नवल वाटे की, हे गृहस्थ येतात तरी कशाला? कारण मी एक भयंकर, नाठाळ मुलगी आणि विद्यार्थिनीही होते. मला एक तर तो तास मुळीच आवडत नव्हता. त्यामुळे मी त्यांच्याकडे तासभर फक्त 'खाऊ की गिळू', अशा नजरेनं पाहात असे. बाहेर मैत्रिणी खेळत असत. तो आवाजही माझ्यावर काही परिणाम करू शकत नसे. मी आपली घुम्मच असे. माझं गाणंही यथातथाच, सुमार होतं. पण गुरुजी मला कधीही रागावले नाहीत. ते माझ्याशी माझ्या शाळेबद्दल बोलून माझ्याशी मैत्री करू पाहात होते. पण मी आपली घुम्यासारखी 'हुं... हुं, अं... हं, अं... हं,' असं काहीतरी बोलून त्यांना जेवढ्यास तेवढाच प्रतिसाद देत असे. त्यामुळे नंतर ते संभाषणही थांबलं होतं.

आज जेव्हा मला हे आठवतं, तेव्हा मी शरमेनं चूर-चूर होऊन जाते. किती नाठाळ आणि अडेलतट्टू होते मी! त्यांना किती त्रास झाला असेल! माझ्या आईनं माझ्यावतीनं त्यांची माफी मागितली होती. त्या वेळी प्रथमच मी त्यांच्या तोंडून माझ्या दुर्मुखलेपणाचा, फुरंगटून बसण्याचा उल्लेख ऐकला होता.

'ती लहान आहे हो अजून. अशी किती काळ ती फुरंगटून बसणार आहे?' मी मोठी झाले की, हा बालिशपणा नक्कीच नाहीसा होईल, अशी खात्रीही त्यांनी आईला दिली होती. आजतागायत मी त्यांच्याइतकी सहनशील, धीरगंभीर व्यक्ती पाहिलेली नाही.

वर्षभरानं आम्ही चेन्नईत आलो. तिथं वेणुगोपालन सर मला गाणं शिकवू लागले. वेणुगोपालन सर माझ्या आधीच्या सरांच्या अगदी विरुद्ध टोकाचे होते. शिकवणीचा दुसराच दिवस होता. मी आपली सवयीनं गाण्याचं नोटेशन इंग्रजीत लिहिलं होतं. सरांनी ते पाहिलं आणि ते एकदम भडकलेच.

'तुला तुझ्या मातृभाषेत लिहिता येत नाही म्हणजे काय?' त्यांनी मला विचारलं आणि ते ताड्कन उठून उभे राहिले आणि तडक बाहेर पडले. जाता जाता म्हणाले, 'जोपर्यंत तुला तमिळमध्ये नोटेशन लिहिता येत नाही, तोपर्यंत मी तुला काहीही शिकवणार नाही.' त्यांनी जणू ती प्रतिज्ञाच केली होती. मी मग तमिळ भाषेत नोटेशन लिहिणं शिकले. नंतरच आमची गाण्याची शिकवणी सुरू झाली होती.

वेणुगोपालन सर शीघ्रकोपी होते. त्यांचा पापड कशानं मोडेल हे कळतच नसे. सुरुवाती सुरुवातीला तर त्यांच्या सायकलची घंटा ऐकली, तरीसुद्धा मला कापरं भरत असे. अर्थात मी तमिळ शिकल्यावर ते जरा मवाळ झाले होते. व्यवस्थित अर्थ समजल्यावर आज त्या वेळी त्यांनी शिकवलेली तमिळ गाणी अधिकच चांगली वाटतात; मनाला भावतात. मला वाचनाचीही आवड होती. तमिळ पुस्तकं, मासिकं यांचाही मी फडशा पाडू लागले. संगीताखेरीज आता दुसरं एक विलक्षण विश्व माझ्यासमोर उभं राहिलं होतं.

हळूहळू माझे आणि संगीताचे सूर जुळू लागले. गुरुजींबरोबर थोडेफार सौहार्द्राचे संबंध निर्माण होऊ लागले होते; तोच माझ्या वडिलांची बदली मुंबईला झाली. आम्ही मुंबईत आलो.

मुंबईत एकदा माझ्या चुलत भावाकडे मी गाणं म्हटलं. मुंबईतील नामवंत गायन शिक्षक तिथं त्या वेळी आले होते. त्यांनी माझं गाणं ऐकलं आणि मला गाणं शिकवायला सुरुवात केली. माझ्या या गुरुजींनी एकही तास कधी बुडवला नाही. अगदी परीक्षेच्या काळातही ते येत असत. मी जरा या विरोधात सूर लावला की ते म्हणत, ''तुला अभ्यासातून थोडा विरंगुळा हवाच की!'' ते असं बोलत आणि खांदे उडवत. पण गाण्याचा तास होतच असे. ते शेजारी बसत. थोडेसे माझ्या बाजूला झुकत आणि डोळे मिटून एकाग्रतेनं मी लावलेला प्रत्येक स्वर ऐकत. ते थोडेसे अबोल होते, पण मेहनत करवून घेणारे होते. त्यांच्या विद्यार्थ्यांनी परिपूर्णतेनं गावं यावर त्यांचा कटाक्ष असे. मला आठवतं, एक ओळ मला काही केल्या येत नव्हती. मला शेवटी रडू येऊ लागलं होतं. अखेरीस ती ओळ जमली आणि त्यांच्या चेहऱ्यावर मंद स्मित पसरलं. हळूहळू त्यांच्या आग्रहामुळे, कठोर मेहनतीमुळे मला गाण्यातली सौंदर्यस्थळं समजू लागली. मग मीही जिवापाड मेहनत करू लागले. उत्तम संगीत मुलांनी सादर केलं की, गुरुजींचा चेहरा जणू समाधानानं उजळत असे. ते समाधान पाहाण्यासाठी मी अधिकाधिक मेहनत करू लागले. गुरुजी वर्षातून

एकदा आम्हा सर्व शिष्यांचा कार्यक्रम ठेवत. त्यात मला एकटीलाच स्वतंत्र गाणं म्हणण्याची संधी मिळत असे. माझ्या गाण्यानंतर गुरुजींचा समाधानानं भरलेला चेहरा पाहिला की, मलाही धन्य-धन्य झाल्यासारखं वाटत असे.

आता मीही माझ्या विद्यार्थ्यांचं गाणं ऐकते. त्यांना प्रोत्साहन देते आणि त्या वेळी माझ्या मुखातून माझे गुरुजीच बोलत आहेत, असं मला वाटतं. संगीतातील आपल्या घराण्याबद्दल अभिमान बाळगणं, परिपूर्णतेसाठी अथक परिश्रम घेणं, गाण्याबद्दलच्या माझ्या जाणिवा समृद्ध करणं, गाणं कसं शिकवावं याविषयीचा दृष्टिकोन तयार करणं या साऱ्या गोष्टींना माझ्या गुरुजींनीच आकार दिला.

आज आता समजतंय की, त्यांचं शिकवणं केवळ गाण्यापुरतंच मर्यादित नव्हतं; तर ते जीवनाला स्पर्श करणारं होतं. वास्तवाचे धडे देणारं होतं. त्यांनी दिलेल्या संगीतिक वारशाच्या पायावरच; तर हा इमला बांधण्याचं माझं काम सुरू आहे.

■

चित्रा श्रीकृष्ण
Enduring Legacy

माझा पहिला विद्यार्थी

माझ्या पहिल्या विद्यार्थ्याची आठवण झाली की, मी मनानं माझ्या बालपणात जाते. तेव्हा मी दहा वर्षांची होते. मी आणि माझी धाकटी भावंडं धुडगूस घालत असू.

माझे वडील एका निवासी शाळेत शिक्षक होते. त्या शाळेच्या आवारातच आम्हाला राहायला जागा मिळाली होती. तेव्हा आमच्या घरी मेहफूज नावाचा एक हरकाम्या होता. तो घरातील कामात मदत करत असे. पण त्याहीपेक्षा तो अगदी आमच्यातलाच झाला होता. तो आमचा खेळगडीही होता. आम्ही क्रिकेट खेळू लागलो की, तो बॉल अडवत असे. बेस बॉलमध्येही तो सहभागी होत असे.

रोज संध्याकाळी खेळून झालं की, अभ्यासाला बसावं लागे. मेहफूजची जागा ठरलेली होती. तो माझ्याजवळ जमिनीवर मांडी घालून बसत असे. मी त्याची शिक्षिका होते ना!

मी त्याला पाटीवर इंग्रजी, हिंदी मुळाक्षरं काढून देत असे. त्यानंतर मी माझा गृहपाठ करत असे. मला कोणत्याही प्रकारे त्रास न देता तो ती मुळाक्षरं गिरवत बसे. नाही तर वाचत बसे.

त्या वेळी टी.व्ही. नव्हते. कॉम्प्युटर नव्हते. रात्रीची जेवणं झाली की, गोष्टी

सांगण्याचा कार्यक्रम होत असे. कधी गोष्टीची पुस्तकं वाचली जात असत. मेहफूजही त्याचं काम आटोपून गोष्टी ऐकायला येत असे. एक, दोन गोष्टी होत. तोपर्यंत त्याचे बाबा त्याला हाका मारत. ती मंडळी त्याच आवारात पलीकडे राहात होती. मेहफूज एक हुशार मुलगा होता. त्याला भरपूर शंका येत. त्याला शिकणं, वाचून दाखवलेलं ऐकणं फार आवडत असे.

मी पंधरा वर्षांची होते, तेव्हा मेहफूजला शाळेच्या खानावळीत काम मिळालं. रोजीरोटीचा प्रश्न तसा मिटला होता. पण आता त्याला खेळायला वेळ मिळत नव्हता. तसं त्याचं शिक्षण सुरूच होतं म्हणा! रोज रात्री तो जेवण झाल्यावर येत असे आणि आमची शाळा सुरू होत असे.

मेहफूजनं स्वत:शीच काही ध्येय ठरवलं होतं. त्याला श्रीमंत व्हायचं होतं. कोणीतरी मोठ्ठं बनायचं होतं. काहीतरी खूप वेगळं करायचं होतं. काही वर्षं खानावळीत भांडी घासल्यावर त्याला तिथंच स्वयंपाकी म्हणून काम मिळालं. मला वाटलं की, त्याच्या दृष्टीनं हेच मोठ्ठं होणं असेल. पण नाही. तसं नव्हतं. त्याला त्याचं ईप्सित अजून गाठता आलेलं नव्हतं.

तो काळ खरंच खूप चांगला होता. तेव्हा एखादं काम मिळविण्यासाठी, नोकरीसाठी पदवीची गरज नव्हती. त्या माणसाला त्याच्या एकूण कामावरून जोखलं जात असे. बरोबर शिफारस असली की झालं. यावेळेपर्यंत मेहफूज उत्तमरित्या हिंदी, इंग्रजी लिहू, वाचू लागला होता. तो या दोन्ही भाषा उत्तमरित्या बोलूही शकत होता. त्याची भाषा तशी साधीच होती. त्याचं खरं कौशल्य होतं, ते आकडेमोड करण्यात.

एके दिवशी मेहफूज घरी आला. शाळेत कोणी एक सद्‌गृहस्थ भेट देण्यासाठी आले होते. त्यांनी मेहफूजचं काम पाहिलं होतं आणि त्याला आखाती देशांमध्ये स्वयंपाकी म्हणून नोकरी देऊ केली होती. आता तो लगेचच रियाधला जाणारही होता. आम्ही त्याला शिकवलं म्हणून तो आभार मानायला आला होता. मी एक चांगली शिक्षिका होते, म्हणून विशेषत: माझे आभार मानायला तो आला होता. त्यानं माझे पुन:पुन्हा आभार मानले.

त्या काळी पत्रव्यवहार हेच एकमेकांशी संपर्क साधण्याचं साधन होतं. महिन्याच्या तुटपुंज्या मिळकतीत परदेशी पत्राचाही खर्च त्या वेळी परवडणारा नव्हता. हळूहळू मेहफूजबरोबरचे संबंध कमी होऊ लागले. पण तो घराशी इतका समरस झालेला होता की, त्याचं नाव दिवसाकाठी एकदा तरी कोणाच्या ना कोणाच्या ओठांवर येतच असे. त्याची उणीव सतत भासत असे.

दिवस लोटले. महिने आणि वर्षंही उलटली. दशकही संपले एक दिवस मी आईला भेटायला गेले होते. पाहाते तो काय! मेहफूज आईशी आणि बहिणीशी

बोलत बसलेला होता. पूर्वी आमच्या गप्पा ऐकत कडेला बसणारा मेहफूज त्या दिवशी घोळक्याच्या मध्यभागी होता. त्या दिवशी तो बोलत होता आणि सगळे जण ऐकत होते. तो परदेशातील त्याचे भले-बुरे अनुभव सांगत होता. त्यानं बरीच वर्ष स्वयंपाकी म्हणून काम केलं होतं. नंतर जवाहिऱ्याचं काम सुरू केलं होतं. तो उद्योग चांगलाच भरभराटीला आला होता. त्यानंतर त्यानं लग्न केलं होतं. मुलं बाळं झाली होती. कुटुंबवत्सल होऊन तो त्यानंतर भारतात परतला होता. जयपूरला स्थायिक झाला होता. त्यानं स्वतःचं घर बांधलं होतं.

तो त्याचे अनुभव सांगत होता. पण वारंवार तो आपले बालपणीचे दिवस आठवत होता. त्याला आम्ही किती शिकवलं, त्याच्यासाठी किती केलं हे तो सारखं सांगत होता. त्या शिक्षणामुळेच तो देशभर फिरला होता आणि परदेशात जाऊ शकला होता. आपलं जीवन घडवू शकला होता. हे तो पुनःपुन्हा सांगत होता. मी एक चांगली शिक्षिका असल्याबद्दल त्यानं माझे कैक वेळा आभार मानले. त्यानं स्वतः घडवलेला एक दागिनाही त्यानं मला देऊ केला. अर्थातच मी तो नाकारला.

अनेक वर्ष गेली होती. जग किती बदललं होतं. फोन, मोबाईल, टी.व्ही. कॉम्प्युटर या गोष्टींनी माणसं एकमेकांच्या संपर्कात येऊ लागली आहेत. का कोण जाणे! पण मला मनोमन असं वाटत असे की, मेहफूज एक ना एक दिवस आपल्याशी नक्कीच संपर्क साधेल.

एके दिवशी माझा मोबाईल वाजला. मेहफूजनं फोन केला होता. आनंदानं आणि आश्चर्यानं मी त्याला त्याची खुशाली विचारली. ठावठिकाणा विचारला.

त्यानं सांगितलं की, तो आजारी होता. त्याच्या यकृताला कसला तरी संसर्ग झाला होता. डॉक्टरांनी निदान करून त्याला औषधोपचार करावयास सांगितलं होतं. पण ते फारसं गंभीर नव्हतं, असं त्याचं म्हणणं होतं. तो म्हणत होता की, तो लवकरच बरा होणार होता. त्यानं मला फोन केला यामागे तसंच विशेष कारण होतं. माझ्या एका पुस्तकात मी त्याच्याबद्दल, त्याच्या कामाबद्दल काहीतरी लिहिलं होतं. ते त्याच्याही वाचनात आलं होतं. ते वाचून त्याला बालपणीची आठवण झाली होती. मी त्याला कसं शिकवलं होतं आणि त्या शिक्षणामुळेच आजचा तो कसा घडला होता, हे त्याला पुन्हा एकदा तीव्रतेनं जाणवलं होतं आणि त्याबद्दल माझे पुन्हा एकदा आभार मानण्यासाठीच त्यानं मला तो फोन केला होता. मी हसले. त्यानं माझे कितीतरी वेळा आभार मानल्याचं मी त्याला सांगितलं. त्याची कृतज्ञता मी लक्षात घ्यावी, असा त्यानं आग्रहच धरला होता. कारण मी जे काही शिकवलं होतं, तेच आणि तेवढंच त्याचं शिक्षण होतं. त्या तेवढ्या शिदोरीवरच त्यानं केवढी तरी वाटचाल केली होती. त्याच्या अस्खलित उर्दूत तो म्हणाला, "कोणास ठाऊक! खुदाची काय मर्जी आहे, शुक्रिया म्हणण्याची, आभार मानण्याची संधी

पुन्हा मिळेल, न मिळेल.''

मी पुन्हा हसले आणि मागची जशी माझ्या आईकडे अनपेक्षित भेट झाली, तशीच पुन्हाही भेट होईल. कदाचित तो एके दिवशी माझ्याकडेही येईल, असंही मी त्याला म्हटलं. ''खुदाची मर्जी असेल तर मी नक्की येईन,'' असं म्हणून त्यानं पुस्ती जोडली, ''खुदा तुझं रक्षण करो.''

फार पूर्वी केलेल्या कणभर कामाबद्दलची त्याची मणभर कृतज्ञता पाहून मला तसं भरूनच आलं होतं.

आठवडाभरानं मला माझ्या बहिणीचा फोन आला. तिनं मेहफूजच्या मृत्यूची बातमी सांगितली. मी डोळे मिटले. नुकतंच, आठवड्यापूर्वीचं आमचं संभाषण मला आठवलं. जणू त्याला कळलं होतं आणि म्हणूनच माझा निरोप घेण्यासाठीच त्यानं मला फोन केला होता.

मी आता फक्त त्याचेच शब्द उच्चारू शकत होते, ''खुदा हाफीज! खुदा तुझं रक्षण करो!'

■

मंजुळा राव
My First Student

शिक्षकाची प्रशस्ती

त्या आजोबांचं म्हणणं, ती लहान मुलगी शांतपणे ऐकत होती. बाहेरचा पाऊस, वारा, वादळ या कशाचाही त्यांच्यावर परिणाम होत नव्हता. ते एका वेगळ्याच विश्वात वावरत होते. तिथं ड्रॅगन्सबरोबरच्या लढाया होत्या. अडचणीत सापडलेल्या सुंदऱ्या होत्या. निष्पापपण सिद्ध करणारे पुरावे शोधायचे होते. त्या विश्वात ती दोघं गुंगून गेली होती. टेबलावर ठेवलेलं खाणं निवून चाललं होतं, त्याकडेही त्यांचं लक्ष नव्हतं. ती दोघं त्या मत्स्यमानवाबरोबर प्रवास करत होती. तो मत्स्यमानव त्याच्या मुलांना सांगत होता –

तिथं राहात असे एक प्रेमिका,
पण होती तेवढीच क्रूर,
तिनं सोडून दिलं त्या सागरसम्राटाला,
एकलेपणाच्या खाईत... दूर

त्या मत्स्यमानवाच्या एकलेपणाच्या वेदना आजोबांनी इतक्या रंगवून, परिणामकारकतेनं सांगितल्या की, त्या छोटीच्या गालांवरून अश्रूच ओघळू लागले.

उन्हाळी सुट्टीत ती छोटी आपल्या आजोळी जात असे. गेल्या-गेल्या आजोबा नातीची पहिली भेट असे ती लायब्ररीला. केवढी तरी मोठी लायब्ररी होती ती. त्या छोटीला ती लायब्ररी म्हणजे 'कुब्लाखान' या कवितेतील 'झनाडू' म्हणजे अजबखानाच वाटत असे. आजोबांच्या मदतीनं ती छोटी मुलगी एखादं पुस्तक निवडत असे. पुस्तकाचा सारांश वाचून पुस्तक कसं निवडावं, हे तिच्या आजोबांनी तिला शिकविलं होतं. तिनं पुस्तक वाचायला सुरुवात केली की, ते पुस्तक कसं लिहिलं आहे, त्या पुस्तकाची शैली कशी आहे, हे ते तिला समजावत. पुस्तकात निरनिराळी पात्रं असतात. त्या पुस्तकाचा कथाभाग वेगवेगळ्या पात्रांच्या दृष्टिकोनातून बघायलाही ते शिकवत. पुस्तक वाचून संपलं की, पुस्तकावर चर्चा होत असे. तिचे आजोबा शिक्षक असले तरी वकीलही होते. त्यामुळे पेरी मेसनचे न्यायालयीन खटले, त्याचं कामकाज, त्यातील युक्तिवाद ते सविस्तर स्पष्ट करत; अगदी जिवंतच करत.

शेक्सपिअर, वर्ड्स्वर्थ, कोलरीज, ग्रीक, रोमन आणि भारतीय पुराण कथा हे

सारं त्यांच्याबरोबरच्या वाचनात विलक्षण प्रत्ययकारी होत असे. विशेष म्हणजे ते काहीच सांगत नसत. तिलाच विचार करायला लावत. निष्कर्ष काढायला लावत. मग हा निष्कर्ष चूक की बरोबर, यावर त्यांची तासन्तास चर्चा चालत असे. प्रत्येक विधानासाठी पुरावा द्यावा लागत असे. अशा तऱ्हेनं त्या छोटीला पुस्तकाची गोडी लागली. मग ते पुस्तक अभिजात असो की सामान्य. ते 'पॅराडाईज लॉस्ट' असो की 'काल्व्हीन ॲन्ड हॉब्ज' असो.

त्या मुलीनं आपल्याप्रमाणेच शिक्षिका व्हावं, असंही त्या आजोबांना वाटत असे. शिक्षक मुलांना एखाद्या विषयाचा ध्यास लावू शकतो, तोच मुलांना नीतिमूल्यं शिकवू शकतो, असा त्यांचा दृढ विश्वास होता. ते नेहमी म्हणत, ''मी किती मुलांना पास केलं असं मला देव मुळीच विचारणार नाहीत. पण एखादा मुलगा जर वावगं वागत असेल तर मी काय करत होतो, असा प्रश्न मात्र मला देव नक्कीच विचारेल.'' आणि हाच मंत्र त्यांनी जपला होता. ते तत्त्वनिष्ठ होते. तत्त्वनिष्ठेतून आलेलं धैर्यही त्यांच्याकडे होतं. बोर्डाच्या परीक्षेत एका मंत्र्याच्या मुलाला त्यांनी कॉपी करताना पकडलं होतं. त्यांनी त्याला 'परीक्षेला बसण्यास अपात्र' ठरवलं होतं. आजोबा म्हणजे त्या छोटीचं दैवतच होतं. पण ती पदवीची परीक्षा उत्तीर्ण होण्यापूर्वीच ते वारले. तिला खूप दु:ख झालं. ती शिक्षिका झाल्याचा सर्वाधिक आनंद ज्या व्यक्तीला झाला असता, त्या व्यक्तीच्या निधनामुळे तिनं शिक्षिका होण्याचा नादच सोडून दिला.

काही वर्षं उलटली. त्या मुलीचं लग्न झालं. तिला मुलं-बाळं झाली. तिची मुलंही शाळेत जाऊ लागली. मुलांना त्या शिक्षकांबरोबर जमवून घेता-घेता नाकीनऊ येऊ लागले. कारण त्या शिक्षकांना त्यांच्या कामात रसच नव्हता. इतर कुठलाच व्यवसाय करता येत नाही, म्हणून नाइलाजानं ते शिक्षक झाले होते. हे पाहिलं आणि त्या 'छोट्या' मुलीनं ठरवलं की, आपणच शिक्षिका व्हायचं.

ती आता वर्गात शिकवते, तेव्हा मुलांना त्या इंग्रजी भाषेचं सौंदर्य ती प्रतीत करून देते. शब्दांतून साकार झालेली कल्पनासृष्टीची किमया दाखवते. शब्दांचं सामर्थ्य सांगते. एखादा विद्यार्थी तिला म्हणतो, ''मला तुमचे शाळेतले इंग्रजीचे तास खूप आवडत, म्हणूनच मी आज इंग्रजी साहित्याचा अभ्यास करतोय.'' हे ऐकलं की, तिला वाटतं, आजोबा हे सगळं वरून पाहात असतील आणि त्यांचं स्वप्न साकार झाल्यानं त्यांना आनंद होत असेल.

■

लैला अमरेंद्रन
Ode to a Teacher

आदर्श मदतनीस

प्रत्येक शिक्षकदिनी माझ्या मुलीला तिच्या आजी आणि माजी विद्यार्थ्यांकडून येणारी भारंभार शुभेच्छापत्रं आणि अगणित फोन कॉल्स यांचं मला भारी नवल वाटतं. खरं तर वर्षभरच तिचे विद्यार्थी तिच्याशी ई-मेल, एसएमएस इत्यादींच्या माध्यमातून संपर्क साधत असतात. जमेल तेव्हा तिला भेटतही असतात. याचं कारण म्हणजे तिची त्यांच्याबद्दलची कळकळ, जिव्हाळा असेल. त्यांना तिच्याकडून वेळोवेळी दिला जाणारा मदतीचा हात असेल किंवा त्यांचे आनंद, दुःख यात ती सहभागी होत असेल.

हे हृद्य असं गुरु-शिष्याचं नातं पाहताना मला माझ्या शाळकरी दिवसांची आठवण होते. त्या काळात आमच्या शाळेत द्वितीय भाषा म्हणून तमिळ शिकवली जात असे. तमिळ भाषा हे जणू माझं वर्मच होतं. कितीही प्रयत्न करा, मी त्या विषयात कधीही उत्तीर्ण झालेच नाही. शेवटी मी त्या भाषा विषयाकडे दुर्लक्षच केलं. प्रत्येक वेळी मला ताकीद देऊन वरच्या वर्गात पाठवलं जात असे. सरतेशेवटी शाळेच्या शेवटच्या वर्षी प्रिन्सिपलनी मला ऑफिसमध्ये बोलावलं आणि जर चांगले गुण मिळाले नाहीत, तर अंतिम परीक्षेला बसता येणार नाही, अशी खरमरीत तंबीही दिली. आता मात्र माझं धाबं दणाणलं. पालकही हादरले. मला खाजगी शिकवणी लावण्यात आली आणि चक्क चमत्कारच झाला.

माझे हे शिक्षक विषयाला वाहून घेतलेले, समंजस आणि कमालीचे सहनशील होते. माझ्यातील उणीवांबद्दल ते कधीही काहीही बोलले नाहीत. टीका तर त्यांनी मुळीच केली नाही. उलट तो धडा, तो विषय, तो तास कसा रंजक होईल याकडेच ते लक्ष देत. धडा शिकविताना ते विनोद सांगत. किस्से सांगत. मला त्या विषयात कशी गोडी वाटेल यासाठी ते विशेष प्रयत्न करत. मला भयावह वाटणाऱ्या त्या विषयात चांगले गुण मिळावेत म्हणून ते मला सतत उत्तेजन देत. प्रोत्साहित करत. त्यांच्या प्रयत्नांचं चीज व्हावं असं नंतर-नंतर मलाही वाटू लागलं. मीही खूप मेहनत करू लागले आणि आमच्या प्रयत्नांना यश आलं. मी एसएसएलसी ही परीक्षा उत्तम गुणांनी उत्तीर्ण झाले.

गोपालन सर केवळ उत्तम शिक्षकच नव्हते; तर माणूस म्हणूनही ते तितकेच चांगले होते. एकदा महिनाभर मी आजारी होते. माझे सगळे तास बुडाले. महिनाअखेरीस माझ्या बाबांनी गोपालन सरांकडे माझी शिकवणीची फी पाठवून दिली. पण सरांनी ती फी परत पाठवली. तासही झाले नव्हते. शिवाय आजारपणात आधीच केवढा तरी खर्च झाला होता. त्यामुळे ती फी स्वीकारणं सरांना प्रशस्त वाटलं नव्हतं. अर्थात माझ्या बाबांनी त्यांना शिकवणीचे पैसे घ्यायलाच लावले होते, ही गोष्ट वेगळी!

आज या गोष्टीला ६७ वर्षं झाली. माझी तमिळबरोबरची हार-जीत आजही सुरूच आहे. पण मी माझ्या त्या वेळी पाठबळ देणाऱ्या, त्या नवलपरीच्या शिक्षकांना मुळीच विसरलेले नाही. एक कृतज्ञ विद्यार्थिनी आणि एक थोर शिक्षक यांच्यातील बंध हे असेच अमिट, अतूट असतात.

■

ऑलिव्हिया थॉमस
Model Mentor

भग्नावशेषातील स्मरण

रोममधील तो उबदार, स्वच्छ सूर्यप्रकाश असलेला दिवस होता. मी पदव्युत्तर अभ्यासासाठी रोमला आलो होतो. 'रोमन फोरम' ला प्रथमच भेट देत होतो. या भेटीबद्दल मला उत्सुकता होती. रोममधील भाषा आणि संस्कृतीचा मी पूर्वी अभ्यास केला होता. माझं मन भूतकाळात गेलं होतं.

मला लॅटीन भाषेची आणि सीझरच्या कारकिर्दीची ओळख ज्यांनी करून दिली होती, त्या गुरुजींची मला आठवण झाली होती. ते कधीही आपला भारत देश सोडून परदेशी गेले नव्हते. पण त्यांचं वाचन इतकं सखोल होतं की, त्यामुळे त्यांचा प्रत्येक गोष्टीचा सूक्ष्म अभ्यास होता आणि कथनाची शैली आगळीवेगळी होती. त्यामुळे प्रत्येक काळ आपल्या वर्णनातून, कथनातून ते जिवंत उभा करत.

त्या वेळी ते आपल्याबरोबर हवे होते, असा विचार माझ्या मनात आला होता. त्यांनी तिथला तो प्राचीन संस्कृतीचा परिसर पाहावा, तिथल्या हवेत भरभरून श्वास घ्यावा असं मला खूप वाटत होतं. त्या वेळी मी जिथं उभा होतो, तिथून थोडंसं पुढेच त्या जागेवर त्या अहंमन्य सीझरचं पतन झालं होतं. सीझर म्हणता क्षणीच मला सीझरची गॉल विरुद्धची लढाई आठवली. त्या युद्धाचं वर्णन असलेलं, जाड पुठ्ठ्याचं हिरवं 'द बेले गॅलिको', हे पुस्तकही आठवलं.

मी त्या अरुंद रस्त्याचं टोक गाठलं होतं. पलीकडेच ते प्रशस्त, अवाढव्य असं 'सिनेट हाऊस' उभं होतं. त्याची दुरुस्ती सुरू होती. त्यामुळे प्रेक्षकांना तिथं जाण्यास मनाई होती. पण त्या इमारतीबाहेर मी उभा होतो आणि मला सिसेरो आठवला. रोमन प्रजासत्ताकाविरोधात कॅटलाईननं केलेल्या कटाचा बीमोड करण्यासाठी त्यानं केलेली घणाघाती भाषणं, त्या काळातील नैतिकतेचं अवमूल्यन झालेलं पाहून त्यानं केलेला तो 'काय तो काळ – काय त्या प्रथा', हा विलाप... हे सारं सारं माझ्या डोळ्यांसमोर उभं राहिलं.

....आणि त्याच वेळी एक जुना ग्रंथराजही आठवला. त्याची पानं जीर्ण आणि फिकट झाली होती. त्या पुस्तकातील, अभिजात लॅटिनमधील त्या भाषणांचे उतारे आणि त्या लॅटिन उताऱ्यांचं अर्वाचीन इंग्रजीत भाषांतर करण्याचा तो खटाटोपही

मला आठवला. मी त्या भव्य इमारतींच्या, मंदिराच्या भग्नावशेषांमधून फिरत होतो. उखडलेल्या, झिजलेल्या रस्त्यावरून चालत होतो. तेव्हाच मी ठरवलं की, हे सारं गुरुजींना तपशीलवार कळवायचं. आपण काय पाहिलं, आपल्याला काय वाटलं ते सगळं त्यांना लिहून कळवायचं. माझ्या या रोम भेटीचा त्यांना खूपच आनंद झाला असता, असं मला मनोमन वाटत होतं. मोठ्या खुशीनं ते आपल्या ५७ वर्षांच्या पत्नीकडून हे पत्र वाचून घेतील याची मला कल्पना होती. पण दुर्दैवानं, ते घडायचं नव्हतं. माझं पत्र पोहोचण्यापूर्वीच दोन दिवस आधीच ते मृत्युमुखी पडले होते.

पेशानं ते शिक्षक नव्हते. पण हाडाचे शिक्षक असलेले ते एक इंजिनिअर होते. त्यांना सूचना देणं, शिकवणं, सुधारणा करवून घेणं फार आवडत असे. त्या काळात कॉम्प्युटर, इन्टरनेट हे काही नव्हतं. त्यामुळे मुलांचा शब्दकोश, संदर्भ कोश, ज्ञानकोश आणि अखेरचा शब्द वगैरे सर्व काही तेच होते. सगळ्या वादांची, चर्चांची अखेर 'आपण बाबांनाच विचारू', या भरतवाक्यानं होत असे. पण विचारल्या गोष्टींचं ते सहजासहजी उत्तर देत नसत. 'त्याचा अर्थ काय?' 'त्याचा उच्चार काय?' असे प्रश्न विचारले की, त्यांचं ठरलेलं उत्तर असे, ''मग शब्दकोश कशाला आहेत? ते बघा की जरा!''

उन्हाळ्यात, मागच्या अंगणात आंब्याची झाडं फळांनी लगडलेली असत. माडांच्या झावळ्या असत. तिथं अंथरुणं टाकली जात. झोप येईपर्यंतच्या गप्पागोष्टी म्हणजे आमचं अनौपचारिक शिक्षणच असे. डोक्यावरच्या आभाळात चांदण्या चमकत. ग्रह, नक्षत्रं यांची ओळख मला तिथंच झाली होती. ते आपल्या सॅलिगो या गोव्यातील मूळ गावाच्या गोष्टी सांगत. गोव्यातील संस्कृतीची ओळख अशा रात्रीच्या सत्रांतच आम्हाला झाली होती. हिवाळ्यातील रात्री इतिहासाची किंवा संत चरित्रांची पुस्तकं वाचली जात.

पण त्यांनी स्वत:च्या आचरणातूनच आम्हाला खरं तर पुष्कळ धडे दिले होते. हैदराबाद संस्थानात ते एका वरिष्ठ हुद्यावर काम करत होते. पण कारकिर्दीच्या शेवटच्या टप्प्यावर असताना त्यांच्यावर एक आळ घेतला गेला. कुठल्या तरी षड्यंत्राचे ते शिकार ठरले. आभाळच कोसळलं होतं. तोपर्यंतची सारी पुंजी संपून गेलेली होती. त्यांचा कुटुंबकबिला मोठा होता आणि त्यातच हा दुर्दैवी आघात झाला होता. तो सारा प्रकारच अन्यायकारक होता. पण त्यांची समाधानी वृत्ती तसूभरही ढळली नव्हती. त्यांनी चिडून जाऊन देवाला शिव्या शाप दिले नाहीत. रागारागानं मुठी आपटल्या नाहीत की, ते त्या अन्यायाविरुद्ध भांडलेही नाहीत. 'देवानं दिलं, देवानं नेलं. त्याची मर्जी!' असं म्हणून त्यांनी ते ओठ मिटून सगळं काही सोसलं. नंतर त्यांची दृष्टी गेली. त्याही वेळी याच मनोवृत्तीतून त्यांनी स्वत:ला सावरलं. त्यांच्यासारख्या वाचनवेड्या माणसावर हा केवढा तरी मोठा आघात होता. पण

त्यांनी याविषयीही कधीच तक्रार केली नव्हती. त्यांच्या पत्नी खऱ्याखुऱ्या अर्धांगिनी, सहधर्मचारिणी होत्या. लग्नाच्या वेळी घेतलेल्या शपथेप्रमाणे त्याच त्यांचे डोळे बनल्या. त्यांच्या लेखी अशी पत्नी म्हणजे ईश्वराची दयाच होती.

त्यांची दृष्टी गेली, पण म्हणून जगाबद्दलचं कुतूहल नाहीसं झालं नव्हतं. जीवनाच्या सर्वांगाबद्दलची त्यांची जिज्ञासा कायमच राहिली होती. तशीच तीव्र होती. ते आपल्या पत्नीकडून वर्तमानपत्रं, मासिकं वाचून घेत. त्यांना पुस्तकं वाचायला सांगत. या वाचनानं त्यांचंही शिक्षण होतं, असं त्या म्हणत. एकदा असेच ते कान देऊन रेडिओवरच्या बातम्या ऐकत होते. त्यांच्या नातीनं ते पाहिलं आणि त्यांना विचारलं, ''पापा, तुम्ही एवढा रेडिओ काय ऐकताय?'' त्यांनी तिला अगदी साध्या शब्दांत उत्तर दिलं, ''अगं, ज्या वेळी माझा या जगातला रस संपेल, त्या वेळी माझं जगणं थांबेल.''

एखाद्याचा मृत्यू झाला की, स्वाभाविकच त्याच्याविषयीच्या आठवणी मनात दाटून येतात. त्याच्या आठवणींना उजाळा मिळतो. त्यांची कडक शिस्त आणि प्रत्येक काम परिपूर्णतेनं करण्याचा त्यांचा ध्यास याचा अनुभव प्रत्येकालाच होता. पण त्याचबरोबर इतरांना माहीत नसलेले, स्वानुभवातून त्यांनी जाणून घेतलेले काही पैलूही होतेच. खूप वर्षांपूर्वी १९४५ मध्ये त्यांचा एक मुलगा धर्मोपदेशक बनण्यासाठी त्या कॉलेजमध्ये निघाला होता. त्यांच्या मृत्यूनंतर त्या मुलाला ती निरोपाची वेळ आठवली. रेल्वे स्टेशनवर तो उभा होता. बाबांनी त्याच्या खांद्यावर आपल्या भक्कम, मायाळू हातानं थोपटलं आणि ते म्हणाले, ''मुला, काही कमी जास्त झालं तरी काळजी करू नकोस. मी आहे हं!''

धाकट्याची आठवण वेगळीच होती. लहान असताना तो बाबांबरोबर चर्चमध्ये निघाला होता. थकला होता. 'बाबा, तुम्ही आपली गाडी का विकली?' त्यानं विचारलं होतं. बाबांनी उत्तर दिलं होतं, 'तुझ्या आईचं काही बरं वाईट झालं असतं तर त्या गाडीचा काय उपयोग होता?' तसं पाहता ते अगदी तर्कशून्यच उत्तर होतं. त्याची आई नुकतीच जिवावरच्या दुखण्यातून उठली होती. तिचं अपेंडिक्स फुटलं होतं आणि ती त्यातून मरता-मरता वाचली होती. पण त्या उत्तरानं अगदी नकळत आयुष्यात महत्त्वाचं काय आहे, कोणत्या गोष्टीला किती महत्त्व द्यायचं याचं उत्तर त्याच्या मनात रुजलं होतं. त्याच्या वडिलांचं त्याच्या आईवरचं गाढ प्रेम त्याला प्रतीत झालं होतं. तसं ते छोट्या-छोट्या गोष्टींतूनही प्रतीत होत असे. त्याला आठवलं होतं की, त्याचे आई वडील दोघंही रात्रीच्या वेळी अगदी नि:शब्दपणे बागेत बसलेले असत. ते त्याला आपल्याजवळ बसवत. अशा वेळी त्याला त्या प्रेमळ बंधनात खूप सुरक्षित, उबदार वाटत असे.

ते पेशानं शिक्षक नसले तरी आयुष्यभर शिक्षकच राहिले होते. जातानाही त्यांनी

आपल्या पत्नीला व मुलांना शिकवलंच होतं. सारे कुटुंबीय त्यांच्याभोवती जमले होते. त्यामुळे ते प्रत्येकाशी बोलले. सर्वांना आशीर्वाद दिला. त्यांच्या अंत्येष्टीच्या वेळी कोणत्या प्रार्थना म्हणाव्यात असं त्यांच्या मुलीनं विचारलं होतं. त्यावर त्यांनी पंतोजी स्वभावाला अनुसरून उत्तर दिलं होतं, "कोणती प्रार्थना म्हणाल, ते महत्त्वाचं नाही. जे काय म्हणाल, ते अचूक म्हणा, परिपूर्ण म्हणा म्हणजे झालं." सुमारे चाळीस वर्षं ते चर्चमध्ये समूह गायन करत होते. आपल्या मुलांनाही त्यांनी गाणं शिकवलं होतं. त्यांच्या पत्नी त्यांना चर्चमध्ये ऑर्गनवर साथ करत असत. त्यामुळे त्यांचं हे उत्तर म्हणजे त्यांच्या परिपूर्णतेच्या ध्यासाचं मूर्त रूपच होतं, असं म्हटलं पाहिजे.

अंत्यसमयीच्या त्यांच्या वर्तनानं सारेच भारावून गेले होते. मृत्यू कसा स्वीकारावा, याचा तो वस्तुपाठच होता. विझू घातलेल्या दिव्यांबद्दल त्यांना आता राग येणार नव्हता. त्यांनी आयुष्य पुरेपूर उपभोगलं होतं. जन्माची आणि मृत्यूचीही एक ठरलेली वेळ असते, यावर त्यांचा विश्वास होता. मृत्यू हा शत्रू नाही, तर तो मित्र आहे. त्याचं स्वागत केलं पाहिजे अशी त्यांची धारणा होती. म्हणूनच दुसऱ्या दिवशी एक वेगळी पहाट उजाडेल, या विश्वासानं त्या रात्री ते शांतपणे गेले होते.

मी त्यांच्या मृत्यूसमयी त्यांच्याजवळ नव्हतो, याचं मला तिथं, दूर देशी, रोममध्ये अतीव दुःख होत होतं. मी त्यांचा अत्यंत लाडका विद्यार्थी होतो. लाडकं शेंडेफळही होतो. त्यांच्या रूपानं मला जणू दैवी वरदानच मिळालं होतं, अशी मी माझी समजूत घालतो आणि अर्थातच ते खरंही आहे. जगण्याचे धडेही त्यांनीच दिले होते आणि मृत्यू कसा स्वीकारावा हेही त्यांनीच शिकवलं होतं. ते माझे गुरू, माझे आदर्श आणि माझे वडीलही होते!

■

क्लेमेंट कॅम्पोस

Remembrance among the Ruins

संगीताचे आभार

मी मायक्रोफोनसमोर उभी होते. प्रेक्षागृहात संगीत क्षेत्रातील मान्यवर मंडळी बसली होती आणि माझी तर जणू दातखीळच बसली होती. 'सीदन्ति मम गात्राणि', अशी माझी अवस्था झाली होती. तेवढ्यात सिस्टर नोएलिनचा गुलाबी चेहरा माझ्या डोळ्यांसमोर तरळला. मला केवढा तरी धीर आला आणि मी गाण्याला सुरुवात केली. 'इफ आय कुड सिंग युवर ब्लूज...', मी गाणं म्हणत होते खरी; पण मनानं मात्र मी एकतीस वर्षांपूर्वीच्या काळात गेले होते.

सिस्टर नोएलिन या गुलाबी, गोऱ्या, आयरिश नन होत्या. त्यांचं शरीर चांगलं धष्टपुष्ट होतं. त्या आनंदी स्वभावाच्या होत्या. मी शिकत असलेल्या शाळेतील प्राथमिक विभागाच्या त्या प्रिन्सिपल होत्या. सिस्टर आर या माझ्या संगीताच्या बाई सिस्टर नोएलिन यांच्या अगदी विरुद्ध स्वभावाच्या होत्या. त्या अत्यंत कडक, स्कॉटिश नन होत्या. मला संगीत आवडत असे. पण गाण्यातली ती कठोर शिस्त मला बिलकूल भावत नव्हती. पण या शिस्तीमुळेच सिस्टर आरच्या हाताखाली मी चांगलं गाणं शिकेन, असं आईला वाटत होतं. आईनं माझं नाव बॅले नृत्याच्या वर्गातही घातलं होतं. माझी आई सडसडीत, डौलदार बांध्याची होती. बॅले आणि पियानो वादन या दोन्ही गोष्टींत ती पारंगत होती. मी विचार करत असे की, जर सडसडीत, डौलदार व्यक्ती पियानो वादन आणि बॅले नृत्य करतात; तर जाडजूड, अजागळ व्यक्तींनी काहीतरी वेगळं शिकलं पाहिजे. (म्हणजे असं आपलं मला वाटे.)

एकदा शाळेच्या असेंब्लीत मी माझ्या मैत्रिणीला म्हटलं की, शाळेच्या भिंतीवर ज्या माणसाचं चित्र टांगलेलं होतं, त्या माणसाइतका देखणा आणि दयाळू माणूस मी काही अद्याप पाहिलेला नाही. सिस्टर नोएलिननं ते ऐकलं. त्यांनी मला ऑफिसमध्ये बोलावून घेतलं. त्या चित्रातला माणूस म्हणजे खुद्द येशू ख्रिस्तच होता. बाईंनी मला बायबलच्या गोष्टींचं पुस्तक दिलं. त्यातील एक गोष्ट मोठ्यानं वाचून दाखवायला सांगितली. मी बाईंच्या परीक्षेत पास झाले असावी. कारण नंतर त्या मला मी नीतिशास्त्राच्या तासाला बसले असले, तरी वर्गशिक्षिकेला सांगून बोलावून

घेत आणि धर्म शिक्षणाच्या तासाला वर्गात गोष्टी वाचून घेत.

मधल्या काळात सिस्टर आरच्या देखरेखीखाली माझं पियानो वादनाचं शिक्षण जोरात सुरू होतं. ट्रिनिटी संगीत शाळेचं परीक्षा केंद्र शाळेच्या भव्य प्रवेशद्वारापाशीच होतं. तिथल्या खोल्या थंडगार, दगडी छपराच्या होत्या. भिंती पिवळट, मातकट रंगाच्या होत्या. तिथं मी आठवड्यातून तीन वेळा जात असे. स्टूलवर बसून तासभर पियानो वाजवत असे. मला अगदी नकोसं होई. माझी जाडजूड बोटं कापत. स्वरलिपीचा गोंधळ उडत असे आणि सिस्टर आरची काळीभोर छानदार छडी बाहेर येत असे. (मला जर त्या छानदार छडीसारख्या बाई शिकवायला असत्या, तर मीही चुटकीसरशी पियानो शिकले असते.) सिस्टर आरचं 'ल्ब्यू बेल्स ऑफ स्कॉटलंड', हे अत्यंत प्रिय गाणं होतं आणि ते वाजवताना माझा नेहमीच गोंधळ होत असे. तसं झालं की त्यांची छडी सपकन माझ्या बोटांवर बसत असे. पियानोच्या पांढऱ्या पट्ट्या म्हणजे मला सिस्टर आरचे दात वाटत. काळ्या पट्ट्या या त्यांच्या दातातील फटी वाटत. तो पियानो असे दात विचकत आहे आणि सिस्टर आर ह्या एक राक्षसीण आहेत, असं काहीसं मला वाटत असे. माझ्या मनात सिस्टर आरची एवढी दहशत बसलेली होती.

एकदा मी 'कम बॅक एलिझा', हे गाणं गुणगुणत होते. उन्हाळ्याच्या सुट्टीत माझ्या आजोबांनी मला ते गाणं शिकवलं होतं. माझं ते गुणगुणणं सिस्टर नोएलिननी ऐकलं. त्यांनी मला त्याच्या ऑफिसमध्ये बोलावलं आणि ते गाणं म्हणायला सांगितलं. ते ऐकून मी बावचळलेच. पण मग धीर करून, जीव तोडून, खाली मान घालून मी ते गाणं म्हटलं. 'एलिझापासून मी दूर जाता, मम नेत्र भरती पाण्याने...' दुसऱ्या कडव्याची सुरुवात करताना मी सहज वर पाहिलं, तर बाईंच्या डोळ्यांतून आसवं ओघळत होती. सदोदित हसतमुख असणाऱ्या बाईंना रडताना बघून मी घाबरलेच.

गाणं संपलं. बाई उठल्या. कपाटाजवळ गेल्या. मला वाटलं की, आता या पण सिस्टर आरप्रमाणेच छडी हातात घेणार. त्यांच्या आवडत्या गाण्याची आपण बेसूर गाऊन बहुधा वाट लावली असावी. त्यामुळे त्यांना रडू फुटलं असावं आणि आता त्या कपाटातून छडीच काढतील असं मला क्षणभर वाटून गेलं. पण छडीऐवजी मला चक्क चार रंगीबेरंगी लॉलीपॉप मिळाले. शिवाय बाईंनी छानसे आभारही मानले होते. त्या गाण्यानं त्यांच्या आयर्लंडमधील बालपणीच्या मधुर स्मृती चाळवल्या गेल्या होत्या. संधी मिळेल तेव्हा त्या आणि त्यांची भावंडं ते गीत गात असत आणि त्या वेळी भारतात इतक्या लांब त्यांना त्यांच्या भावंडांची, त्या गाण्याची आठवण येऊन चुकल्यासारखं वाटत होतं.

मिसेस हिक्स या आमच्या संगीत शिक्षिका एक ऑपेरा बसवत होत्या.

त्यासाठी मुलींची निवड चाचणी सुरू होती. मी सुद्धा त्यात भाग घेतला. त्या ऑपेरात जिप्सींची गोष्ट सांगितली गेली होती आणि मी त्यातल्या म्हाताऱ्या जिप्सी बाईच्या भूमिकेसाठी चाचणी दिली होती. मिशेलचाही आवाज चांगला होता. तिनंही चाचणी दिली होती. तिचा चेहरा प्रौढ दिसे; तर माझ्या चेहऱ्यावर चरबीची पुटं चढून तो छान, बाळसेदार दिसत होता.

चाचणी चांगली झाली होती. त्यानंतर निकालही लागला. मिशेलच्या रूपामुळे तिचीच निवड झाली होती. मी उद्‌ध्वस्त झाले होते. थोड्या वेळापूर्वी मला वाटत होतं की, मला माझं ईप्सित साध्य होतं आहे. मला गायला मिळेल. मी जशा सिस्टर नोएलिनच्या भावना हेलावून सोडल्या होत्या, त्याप्रमाणेच सर्वच लोकांच्या भावनांना मी हात घालू शकेन. मी त्या चाचणीसाठी जीव, प्राण, सर्वस्व ओतून गायले होते. पण झालं होतं हे भलतंच! अगदी वाईट झालं होतं. मला भर वर्गात रडू फुटलं. राऊंडवर आलेल्या सिस्टर नोएलिनननी ते पाहिलं आणि मला ऑफिसमध्ये बोलावून घेतलं.

त्यांनी माझी ही दुःखपूर्ण कहाणी ऐकली. मला रडणं थांबवायला सांगून वर्गात पाठवून दिलं. पण माझे अश्रू काही केल्या आवरतच नव्हते. मला न्यायला माझे घरचे येणार होते. पण तरीही माझं रडणं थांबण्याचं नावच नव्हतं. त्यामुळे अवघडल्यासारखं वाटून मी बागेतल्या सेंट जोसेफच्या पुतळ्यामागे लपून बसले. एवढ्यात विनिता ही माझी मैत्रीण मला शोधत, धावत-धावत तिथं आली. ती म्हणाली की, मिसेस हिक्सना तुझ्याशी काहीतरी बोलायचं आहे. अश्रूमाखल्या चेहऱ्यानं मी तिथंच थांबले. दुरून मिसेस हिक्स त्यांच्या गाडीकडे जाताना मला दिसल्या.

मी पळतच गेले. मान खाली घालून त्यांच्यासमोर उभी राहिले. माझी नजर प्रथम त्यांच्या बुटांकडे, नंतर त्यांच्या ड्रेसकडे आणि मग त्यांच्या चमकदार, सोनेरी केसांकडे गेली. त्यानंतर सरतेशेवटी माझी नजर त्यांच्या निळ्या डोळ्यांकडे आणि चमकदार दात दिसत असलेल्या हास्याकडे गेली. त्यांनी सांगितलं की, गाण्याचा भाग हा मी आणि मिशेल असा दोघींना वाटून दिला गेला होता. नाटकात दोन जिप्सी म्हाताऱ्या होत्या. सिस्टर नोएलिन त्यांच्याशी बोलल्या होत्या. त्यामुळे त्यांनी मला ताबडतोब रडणं थांबवायला सांगितलं. मी माझं काम जीव ओतून केलं, हे सांगायलाच नको. गंमत म्हणजे गाणं म्हणताना एक ओळ मी, तर दुसरी मिशेलनं, अशा आम्ही गायलो होतो.

काही दिवसांनंतर मिसेस हिक्स 'सिंड्रेला' बसवत होत्या. मी त्यातलं आरंभीचं गाणं म्हणजे नांदी म्हणणार होते. 'सिंड्रेला,' 'यू आर अॅज लव्हली अॅज युवर नेम, यू आर अ सनसेट इन अ फ्रेम,' मी काही सडसडीत सिंड्रेला नव्हते. माझ्या

लहुपणाची मला जाणीव होती. पण सिस्टर नोएलिननी माझ्या धर्माच्या मातेनं माझ्यासाठी भोपळ्याचं बग्गीत रूपांतर करवलं. माझ्यात बदल घडवला.

महत्त्वाचं म्हणजे त्यांनी मला माझ्यावर विश्वास ठेवायला शिकवलं. संधी मिळेल तेव्हा जीव ओतून गायला सांगितलं. माणसानं आपल्या अंतरात्म्याचा आवाज ऐकावा आणि बाह्य रूपापलीकडे जाऊन पाहावं, असंही त्यांनीच मला शिकवलं. सिस्टर नोएलिन माझ्या जीवनात आल्या तेव्हापासून मी पियानो, बॅले, भरतनाट्यम सगळं सोडलं. पण फक्त गायन सोडलं नाही. बाथरूममध्ये, बसमध्ये, कॉलेजमध्ये जात असताना, काम करताना मी गात असते. मला कोणत्याही संगीत साथीची गरजच भासत नाही, कारण साथसंगत माझ्यातच असते आणि गाणंही माझ्यातच असतं. अर्थातच त्यासाठी मी परमेश्वराची आणि सिस्टर नोएलिन यांची शतशः ऋणी आहे.

■

माधुरी जगदीश
Thank You for the Music

शिक्षक – भूतकाळाचं स्मरण

शाळेच्या सुवर्ण महोत्सवी वर्षानिमित्त माजी विद्यार्थ्यांच्या संघाच्या स्नेहभोजनाचा कार्यक्रम होता. अशा प्रकारच्या कार्यक्रमांची तुम्हालाही आठवण झाली असेलच. सूट, बूट आणि शाळेचा टाय. आमच्या टेबलावर आम्ही जुने वर्गमित्र आणि आमच्याहून सुमारे दहा वर्षांनी लहान असलेले नुकतीच शाळा सोडलेले शाळा मित्र असा संमिश्र गट होता.

संभाषण जुजबी होतं. औपचारिक स्वरूपाचंच होतं. पण ड्रिंक्स आली. बर्फ फुटला आणि संभाषणं रंगू लागली. आठवणींना नुसता पूर आला होता. प्रत्येक जण आपापल्या खोड्या, मस्ती, त्या वेळच्या मैत्रिणी यांच्या गोष्टी चढवून, फुगवून सांगत होता. कित्येक वेळा त्यात कल्पनेचे रंगही भरत होता. 'एक हात धलपी, नऊ हात लाकूड', असाच एकूण प्रकार होता. नंतर सुरू झाले शिक्षकांचे किस्से. ते काल्पनिक नव्हते; पण पुन:पुन्हा सांगितल्यानं चांगलेच मसालेदार झाले होते.

उदाहरणार्थ, मला मिस्टर बी ची आठवण झाली होती. भर वर्गात मी गप्पा मारत असल्याचं पाहून त्यांनी मला वर्गाबाहेर जाण्यास फर्मावलं होतं. पन्नास मुलांसमोर उभं राहताना मी चेहऱ्यावर हसू आणलं होतं. (त्या वयात माझा चेहरा ताण आला की, थोडासा वाकडातिकडा होत असे.) सरांनी ते हसू पाहिलं. डस्टर माझ्या दिशेन फेकत ते ओरडले, "कोलको, थोबाड आवर," ते नेमकं काय बोलतायत, काय होतंय ते कळायच्या आतच मी प्रतिक्षिप्त क्रियेप्रमाणे मान वाकवली. डस्टर माझ्याजवळून काही इंचावरून उडत जाऊन थेट खिडकीबाहेरच पडलं. सरांनी मलाही वर्गाबाहेर हाकलून दिलं होतं.

कुणाला तरी आमच्या हिंदीच्या शिक्षकांची मिस्टर शास्त्रींची आठवण झाली होती. त्यांना अस्खलितपणे इंग्रजी बोलता येत नसे. त्यांच्या इंग्रजी बोलण्यामुळे हिंदीच्या तासाला नुसता गोंधळ उडत असे. त्यांना त्रास देणाऱ्या तिघा मुलांना उद्देशून ते एकदा म्हणाले होते, "बोथ ऑफ यू थ्री गेट आऊट" असं काही झालं म्हणजे वर्गाची हसूनहसून मुरकुंडी वळत असे. "तुम्ही जाता की प्रिन्सिपलना बोलावू?" असं त्यांना रागारागानं म्हणायचं होतं. पण त्याऐवजी त्यांनी प्रिन्सिपलनाच

‘गेट आऊट’ केलं. वर्गात हास्यकल्लोळ उसळला. (त्यांच्या या मोडक्यातोडक्या इंग्रजीमुळे आम्हाला आमच्या इंग्रजीबद्दल कोण धन्यता वाटत असे! आपल्याला स्थानिक भाषा, राष्ट्रभाषा येत नाही याबद्दल कोण अभिमानही वाटत असे.)

आमचे कित्येक शिक्षक प्रामाणिक, कार्यक्षम होते. काही तर विशेष मान्यता मिळविलेलेही होते. पण विक्षिप्त, चमत्कारिक, कठोर, कडक अशा शिक्षकांबद्दलच दंतकथा निर्माण होत. अशांपैकी मिस्टर शास्त्री एक होते. प्रिन्सिपलना घालवून देताना त्यांना आजवर कोणीही पाहिलेलं नव्हतं. पण प्रत्येक नवीन तुकडीत आपण तेव्हा हजर होतो, असं म्हणत ते कहाणी सांगत असत.

अर्थात या भाषिक घोटाळ्यात काही फारसा बदल झाला होता, असं मुळीच नव्हतं. आमची मैत्रीण निम्मी सांगत होती. आवारात काही मुलं ऐन दुपारी उन्हात उभी होती. त्या मुलांना झाडाखाली उभं राहण्याबद्दल सांगताना सरांनी ‘यू स्टँड अंडर द ट्री’ म्हणण्याऐवजी ‘अंडरस्टँडिंग ट्री’ म्हटलं होतं. अशा गडबडी ते नेहमीच करत असत. तर ‘पासड् बाय’ म्हणण्याऐवजी ‘द प्रिन्सिपल पास्ड अवे’ असं सांगून ते मोकळे झाले होते म्हणे!

काही वेळा विद्यार्थ्यांच्या नजरेतून शिक्षकांकडे पाहाणं फारसं सुखावह नसतं. कित्येक प्रामाणिक शिक्षकही त्यांच्या अप्रस्तुत, झापडबंद पद्धतीमुळे विद्यार्थ्यांना आवडत नसत. विशेषत: कला शाखेत हे खूपदा होत असे. त्यांचा ठरीव दृष्टिकोन होता. ‘सोशॉलॉजी म्हणजे काय?’ ‘सोशॉलॉजी कला आहे की शास्त्र?’ ‘सोशॉलॉजी म्हणजे मानवी आंतरक्रियांचं जाळं आहे,’ वगैरे, वगैरे.

शिक्षक त्यांच्या जुन्या, वापरून जुन्या पुराण्या झालेल्या पुस्तकांमधून आम्हाला नोट्स लिहून देत. त्या नोट्सचा संदर्भ विचारला की ठरावीक उत्तर येत असे, ‘विद्यापीठाच्या अभ्यासक्रमात असं आहे.’ मुलींच्या कॉलेजमधील (हाय! त्या काळात मुला-मुलींची शाळा कॉलेजं वेगवेगळी असत.) एक किस्सा नेहमी सांगितला जात असे. सोशॉलॉजी म्हणजे काय याचं उत्तर देताना त्या प्राध्यापिकेनं सांगितलं होतं, “सोशॉलॉजी म्हणजे माणसांचा अभ्यास. माणसं. मुलींनो, ऐका. माणसं म्हणजे पुरुष.” हा किस्सा कोणत्याही पार्टीत हमखास हशा पिकविणारा होता.

आमच्या नावडत्या शिक्षकांना आम्ही सळो की पळो करून सोडत असू. भरपूर संख्येच्या त्या मोठ्या वर्गात, त्या पायऱ्यांवरून टक्ऽ टक्ऽ आवाज करत जाणाऱ्या गोट्या, शिक्षकांची पाठ वळताच सोडले गेलेले कागदी बाण... काय नि किती तऱ्हा!

मिस्टर आरनी आम्हाला तंबी दिली होती, ‘वर्गात त्रास देता काय? बघतोच तुमच्याकडं!’ त्यावर आम्ही उद्धटपणे खिदळलो होतो. आमच्यापैकी कित्येकांना हे रुचत नसे. पण मित्रांच्या विरोधात जाऊन क्षमायाचना करण्याची कोणाचीच टाप नव्हती.

हळूहळू पार्टी आणि बिअर रंगू लागली. भूतकाळातील आठवणींत भिजू लागली. 'फादर एच फार कडक होते, पण त्यांनीच मला घडवलं.' (बिच्चारे फादर! त्यांनाच याच्या व्यक्तिमत्त्वासाठी जबाबदार का धरायचं?)

मग वेगवेगळे शिक्षक आठवू लागले. इतिहास, भूगोलाची आवड निर्माण करणारे मिस्टर एम, हॉकीच्या मैदानावर चेंडू लाथाडतानाही रसायनशास्त्र ऐकविणारे तरुण मिस्टर सी, केस रंगवणाऱ्या मिसेस सी, भडक मेक अप करणाऱ्या मिसेस डी... एक ना अनेक. आम्हाला स्वच्छ, व्याकरणशुद्ध इंग्रजी शिकवण्यापलीकडेही त्यांनी आम्हाला बऱ्याच गोष्टी शिकवल्या होत्या. त्यासाठी आपला वेळ दिला होता. जास्तीतजास्त वेळ आम्हाला दिला होता. आमच्या बेडौल हालचालीत लय आणून स्पॅनिश जिप्सी नृत्य शिकवलं होतं. भाड्याचा पोशाख आणून आम्हाला नाटकात चमकवलं होतं. एकांकिका बसवल्या होत्या. आमच्या बेसूर, भसाड्या आवाजाला वळण लावलं होतं आणि एका सुरात, एका लयीत शालेय गीत गाऊन घेतलं होतं. त्यासाठी अपार मेहनत घेतली होती. किती आणि काय काय शिकवलं होतं त्यांनी!

सरतेशेवटी ती संध्याकाळ म्हणजे आम्हाला घडविणाऱ्या, आमच्यावर आपली छाप पाडणाऱ्या सर्वगुणी शिक्षकांचं एक जय गीत, स्तुती स्तोत्रच होऊन गेली होती. ∎

पीटर कोलॅको
Teachers: A Remembrance of Things Past

दिवा विझताना मोठा होतो

काही महिन्यांपूर्वी त्यांचा फोन आला होता. गेल्या कित्येक दिवसांपासून त्यांच्याशी कसलाच संपर्क नसल्यानं त्या फोनचं मला जरा नवलच वाटलं होतं.

'मी काय सांगते ते ऐक. माझी दृष्टी अधू होऊ लागली आहे. डॉक्टर म्हणाले की, काही काळातच मला दिसेनासं होईल. म्हणून तसं काही होण्याआधी तू मला येऊन भेटशील का?'

वयाच्या एकोणिसाव्या वर्षापासून त्या शिक्षकी पेशात होत्या. आज ऐंशीच्या घरात येऊनही त्यांचं शिकवणं सुरूच होतं. एका नामवंत शाळेच्या त्या प्रिन्सिपल होत्या आणि अजूनही 'आठवड्यातून एकदा तरी या ना मॅडम, तुम्ही आलात की शाळेत कसं चैतन्य येतं. मुलांना, शिक्षकांना हुरूप येतो,' अशी विनवणी होतच असे. शिकणं आणि शिकवणं ही त्यांची आवड होती. पांढऱ्या केसांच्या, प्रसन्न चेहऱ्याच्या, गुबगुबीत बाईंना हल्ली हालचाल करताना त्रास होत होता. कित्येक विकारांनी त्या ग्रासल्या होत्या. पण त्या नियमित औषधं घेत होत्या. त्यामुळे त्या तशा हिंडत्या-फिरत्या होत्या. त्यांचे ८९ वर्षांचे यजमानही आजारीच असत. मुलं मार्गी लागली होती. नातवंडं मोठी झाली होती. पणतवंडं होऊ घातली होती. आजच्या जीवनशैलीबद्दल त्या थोड्या कुरकुरत, पण म्हणून जीवनाची गती मंदावण्याची त्यांची मुळीच इच्छा नव्हती.

त्यांना वाचनाचा प्रचंड छंद होता. माझ्या बालपणी त्या मला पुस्तकं देत. कुठल्याही प्रसंगाला भेट म्हणून त्या माझ्या हातात पुस्तकं ठेवत. आठव्या, नवव्या वर्षी त्यांनी माझी ओळख रायडर हॅगार्ड, एडगर राईस बरो यांच्याशी करून दिली होती. 'पीटर पॅन' 'सर विब्ले माऊस', अशीही पुस्तकं मी सातवीत असताना त्यांनी मला दिली होती.

मी त्यांना भेटायला गेले. त्या म्हणाल्या, "चल, आपण पुस्तकांच्या दुकानात जाऊ या. खूप छान पुस्तकं आली आहेत. तिथला माणूस मला ओळखतो. बसायला खुर्चीही देईल तो. आणि समजा, नाही घेतलं पुस्तक तरी हरकत नाही. तो काही कटकट करणार नाही." आम्ही रिक्षा केली. दुकानात गेलो. दुकानदारानं आम्ही

कोणी अति महत्त्वाच्या व्यक्ती असल्यागत आमचं स्वागत केलं. (बाई खरंच तशा व्ही.आय.पी. 'व्हेरी इल पर्सन' होत्या.) आम्हाला कोणताही त्रास होऊ नये, याची खबरदारीही तो घेत होता.

त्या मला म्हणाल्या, ''तुला सांगू का, अगं, डॉक्टरनं जेव्हा मला माझ्या अधू दृष्टीबद्दल सांगितलं, तेव्हा त्या दवाखान्यातून मी घरी न जाता, तडक इथंच आले होते. पाहिलं की केवढी पुस्तकं वाचायची राहिली आहेत. म्हणून आंधळं होण्यापूर्वी शक्य तेवढं भरपूर वाचायचं असं मी ठरवलंय.'' हे ऐकून मी थक्कच झाले होते.

पुष्कळ पुस्तकं घेऊन त्या घरी गेल्या. आंधळेपणाबद्दल स्वत:ची कीव करण्यात वेळ न दवडता, त्यांनी मोठ्या असोशीनं वाचायला सुरुवात केली होती.

शेवटी सांगायला आनंद होतो आहे की, अजूनही त्यांची दृष्टी शाबूत असून त्यांची प्रकृती ठणठणीत आहे आणि त्यांचं वाचनही सुरूच आहे.

■

मॉरीन प्रकाश
Race against the Dying of the Light

आत्म्याचा लिलाव

'मी देवबिव काही मानत नाही. देवावर माझा विश्वास नाही,' मी बाईंना सांगून टाकलं होतं. बाई आपल्या ऑफिसमध्ये बसल्या होत्या. माझ्या वक्तव्यावर त्या मंद हसल्या. त्या फारशा हसत नसत. एक तर त्या नन होत्या. शिवाय एका मोठ्या शाळेच्या प्रिन्सिपलही होत्या. नंतर त्याहूनही मोठ्या ज्योती निवास या कॉलेजच्या त्या प्रिन्सिपल झाल्या होत्या. मुलं, शिक्षक, शिक्षिका त्यांना वचकून असत. पण शाळा सुटल्यावर संध्याकाळी त्यांच्या खोलीतल्या त्या खूपच वेगळ्या असत. अनाथालयातील कोणाही मुलाला त्या सहजी भेटू शकत. माझ्यासारख्या गोंधळलेल्या, संभ्रमित अवस्थेतल्या किशोरवयीन मुलांशीही त्या सहजपणे संवाद साधत.

'मी देवबिव मानत नाही,' मी म्हणालो. त्या हसून माझ्याकडे पाहात राहिल्या. त्या काहीच बोलल्या नाहीत. 'का?' असा प्रतिप्रश्नही त्यांनी केला नाही. त्यामुळे मी आपला बोलतच सुटलो होतो. 'कोणीही सुबुद्ध माणूस देवावर विश्वास ठेवेलच कसा? तुम्ही नन्स, ते धर्मगुरू त्या परम पित्याबद्दल, देवाबद्दल इतकं

सांगत असता. पण या जगात किती दु:खं, अन्याय भरला आहे. देव म्हणजे एक सॅडीस्ट, क्रूरतेत आनंद मानणारा असला पाहिजे.'

त्या गप्पच होत्या. मी अकलेचे तारे तोडतच होतो.

'मग तुमचं काय म्हणणं आहे?' मी जरा नाखुशीनंच विचारलं. (वादाची वयसुलभ खुमखुमी होती ना!)

'तुझी काय अपेक्षा आहे?' त्या नरमाईनं म्हणाल्या.

'मला पटवून द्या, तुम्ही नन आहात. तुमचं कामच आहे ते,' मी ठासून म्हणालो आणि विचारलं, 'तुम्ही देव मानता?'

त्यांनी हसून मान डोलावली. ''हो. देवावर माझा विश्वास आहे. अर्थात मलाही कधी-कधी त्याच्या अस्तित्वाविषयी शंका येते. पण म्हणून मी तुझ्या विश्वासाबद्दल वाद घालणार नाही. मी ते करणार नाही. कारण असा वाद घालून कोणताच विश्वास, श्रद्धा निर्माण करता येत नाही. श्रद्धा ही ईश्वरी देणगी आहे.''

'जो अस्तित्वातच नाही, त्याच्या देणगीबद्दल बोलणं हे हास्यास्पद नाही का?' मी तिरीमिरीने बोललो.

कारण मला वाटलं होतं की, त्या मला खिजवत होत्या. पण तसं काहीच नव्हतं. तो विषय तिथंच संपला. मलाही का कोण जाणे, पण सुटल्यासारखं वाटलं. पण तेव्हाच मला वाटलं की, मी ज्या रस्त्यावरून जात होतो, तो नरकाच्या वाटेनं जाणारा होता, हे जरी त्यांना कळलं असतं तरी त्यांना मुळीच धक्का बसला नसता. पण सुदैवानं, माझ्याबाबतीत असं काही घडलं नव्हतं. पुढे माझ्या लक्षात आलं की, देवावर विश्वास ठेवणं हे जेवढं कठीण आहे, त्याहूनही देव नाही, असं मानणं जास्त कठीण आहे. म्हणजेच देवावर विश्वास न ठेवणं ही देवावर विश्वास ठेवण्यापेक्षाही अवघड गोष्ट होती. त्यामुळे मग मी त्याविषयी विचार करणं सोडूनच दिलं आणि देवावर विश्वास ठेवू लागलो.

परंतु ईश्वराविषयीच्या मतांविषयी मदर व्हॅान मारी या त्या दिवशी जशा संयमशीलतेनं वागल्या, तशा नेहमीच वागत नव्हत्या. एके दिवशी एक पालक त्यांच्याकडे आले होते. आपल्या मुलीच्या भवितव्याच्या काळजीनं ते चिंतित झाले होते. त्या मुलीचा अभ्यासही चांगला नव्हता. त्यामुळे ती वरच्या वर्गात गेली नव्हती.

'तिला अजून एक संधी द्या,' त्यांनी विनवणी केली. 'तिच्या अभ्यासात मी जातीनं लक्ष घालेन.'

या विनवणीचा बाईंवर काहीही परिणाम झाला नाही. ते पाहून ते पालक वेगळीच खेळी खेळू लागले.

ते म्हणाले, 'तुम्ही जर मला आता मदत केली, तर मी तुमच्या इमारत

विकासनिधीला मोठी रक्कम देणगी म्हणून देईन.'

या वाक्यावर बाईंच्या डोळ्यांत निर्माण झालेली ती चमक पाहून त्या पालकानं भानावर यावयास हवं होतं. पण....!

'किती द्याल?' बाईंनी विचारलं.

या तथाकथित 'माणुसकी' वरचा त्याचा विश्वास जणू काही दृढ झाला होता. योग्य ती किंमत दिली की, नियम मागे पुढे केले जातात तर! तो मोठ्या ऐटीत म्हणाला, 'मदर, काय तुम्ही म्हणाल, तेवढी रक्कम देईन मी!'

'एक लाख!' बाई म्हणाल्या. १९६१ साली ही रक्कम अवाढव्यच होती. त्यालाही धक्काच बसला. धंदा म्हणजे धंदा. पण... ही निव्वळ हावच होती की!

'एक लाख!' तो यंत्रवत म्हणाला. 'पण मदर...' तो काहीही न बोलता उठला. त्याच्या संतप्त नजरेतून त्याचं बोलणं व्यक्त झालं होतं.

'मिस्टर क्ष, तुम्ही मला माझा आत्मा विकायला सांगत आहात. मग मी वाजवी, योग्य किंमत सांगायला नको?'

तो जात असताना बाईंच्या डोळ्यांत मिश्कील हसू चमकत होतं.

■

पीटर कोलॅको
A Soul for Sale!

क्षमायाचना करणारे प्रिन्सिपल

ते कडक स्वभावाचे, शीघ्रकोपी, तत्त्वनिष्ठ होते. त्यांनी कधीही तडजोड केली नव्हती. ते अत्यंत साधेपणानं राहात. ते गेले तेव्हा त्यांचं फार वय झालं होतं, असं नाही. ते गेले तेही शेकडो लोकांच्या समोर भर मैदानात! त्यांच्या मृत्यूची बातमी गावात पसरली. त्यांना आदरांजली वाहाण्यासाठी गावातील शैक्षणिक संस्था त्या दिवशी बंद ठेवण्यात आल्या. तुम्ही जर त्या काळातील शाळा, कॉलेजमधील कोणाही विद्यार्थी वा शिक्षकाला विचारलं असतंत की, तुम्हाला आदरणीय व्यक्ती कोण वाटतं, तर त्या यादीत सरांचं नाव नक्कीच अग्रभागी असतं.

मी माझ्या कॉलेजच्या प्रिन्सिपलांविषयी, म्हणजे फादर जोसेफ मर्फी यांच्याविषयी बोलतो आहे. सर ब्रिटिश होते. भारताला त्यांनी आपली कर्मभूमी मानली होती. भारतावर प्रेम केलं होतं. विद्यार्थी, शिक्षक, कर्मचारी वर्ग या साऱ्यांना शिक्षक कसा असतो, हे त्यांनी आपल्या वर्तनातून दाखवून दिलं होतं. असंही म्हणता येईल की, त्यांनी आपल्या आचरणातून माणूसपणाचे धडे दिले होते.

सर विलक्षण प्रामाणिक होते. ते फसवू शकतील असं आम्हाला कधीही वाटलं नव्हतं. एखादी गोष्ट माहीत नसली तर ते माहिती असल्याचा आव ही आणत नसत. ते लॅटिनही शिकवत. लॅटिन भाषांतराच्या तासाला जर त्यांनी विधानार्थी क्रियापद वापरलं आणि एखाद्या नवशिक्या, कच्च्या विद्यार्थ्यानं जरी मध्येच अडवून त्या क्रियापदाला हरकत घेतली तरी ते त्याचं म्हणणं ऐकून घेत. "मी काय सांगतो ते ऐक आणि तसंच कर,'' असं ते कधीही म्हणाले नाहीत. "बघतो आणि सांगतो हं पुढच्या तासाला,'' असं ते उत्तर देत. आम्हाला हे माहीत होतं की, ते कधीही खोटं सांगणार नाहीत. मला आठवतं, कित्येक वेळा त्यांच्या तासाची सुरुवात ते त्या मुलाशी बोलून मगच करत. ते म्हणत, "मी पाहिलं ते. तू जे म्हणत होतास ते बरोबर आहे, बरं का!''

सरांच्या या पारदर्शी स्वभावामुळे आम्ही मुलं त्यांच्यावर डोळे झाकून विश्वास ठेवत असू.

पण लोकांवर छाप पडे, ती सरांच्या वेगळ्याच गुणाची.

फादर मर्फी कडक शिस्तीचे भोक्ते होते. जिना चढताना बोलू नये, असा त्यांचा दंडक होता. आम्ही बोलत-बोलत जिना चढलो की, सर आम्हाला पुन्हा खाली जायला सांगत आणि पुन्हा न बोलता जिना चढून वर यायला लावत. कित्येकदा सर चिडत. कोणावर तरी ओरडतही. पण त्यानंतरचं त्यांचं वर्तन हे विलक्षण हृदयस्पर्शी असे. ते एका संस्थेचे चालक, इंग्रज, कॅथलिक धर्मगुरू, भारताच्या नागरी भागातील एका शैक्षणिक संस्थेचे प्राचार्य होते. लोक त्यांच्याकडे परम आदरानं पाहात असत. तरीदेखील जेव्हा ते असे एखाद्यावर रागावत, ओरडत, तेव्हा त्या व्यक्तीला ते नंतर पुन्हा भेटत आणि म्हणत, ''मी मघाशी तुझ्यावर रागावलो. पण मला माफ कर.'' त्याची ते मनापासून माफी मागत. मग तो शिक्षक असो, विद्यार्थी असो, कर्मचारी असो किंवा कोणीही असो!

ते जसे कडक शिस्तीचे होते, तितकेच ते प्रेमळ आणि साऱ्यांची काळजी घेणारेही होते.

मला एक प्रसंग आठवतो.

त्या दिवशी मुसळधार पाऊस कोसळत होता. एक विद्यार्थी कॉलेजच्या मुख्य प्रवेशद्वारापाशी आला. तो चिंब भिजला होता. सरांनी त्याला तिथंच आडोशाला थांबवलं. त्या परिसरात राहाणाऱ्या इतर विद्यार्थ्यांना गाठलं. ते म्हणाले, ''तो चिंब भिजलाय. त्याला बदलण्यासाठी कुणीतरी कपडे आणता का?'' तो विद्यार्थी कोरडे कपडे घालूनच वर्गात जाईल याबद्दल त्यांनी स्वत:ची खात्री करून घेतली. त्याची तशी सोय केली आणि मगच ते तिथून गेले.

सर धीरगंभीर होते. पण त्याचबरोबर त्यांच्याकडे विनोदबुद्धीही होती. त्यांनी आम्हाला कित्येक विनोद सांगितले होते. त्यांना चिडवायला आणि चिडवून घ्यायलाही खूप आवडत असे. कर्तव्यकठोर असणारे सर तसे हलक्याफुलक्या विनोदालाही दाद देत असतं. कोट्या करण्यात तर त्यांचा हातखंडा होता.

आलेल्या पत्रांना सर स्वत: तत्परतेनं उत्तरं धाडत. कॉलेज संपल्यावरही मी सरांच्या संपर्कात होतोच. माझ्या अडचणी, समस्या मी त्यांना लिहून पाठवत असे. त्यावर सरांनी लिहिलेली उत्तरं आंतरदेशीय पत्रं, पाकिटं, पोस्टकार्ड यांच्या माध्यमातून तातडीनं माझ्यापर्यंत पोहोचत. मला अजूनही ती पत्रं आठवतात.

सरांच्या चेहऱ्यावरचं प्रसन्न हसू, प्रत्येकासाठी उत्तेजनपर प्रेमळ शब्द हे सारं आठवतं. सर मुलांमध्ये सहजासहजी मिसळत. प्रत्येकाचं पहिलं नाव लक्षात ठेवण्याचा प्रयत्न करत. परदेशी असल्यानं कित्येक भारतीय नावं उच्चारताना त्यांच्या जिभेला चांगलाच व्यायाम होत असे. ते प्रत्येकाला बोलावत. त्याचं नाव उच्चारायला सांगत. नावाचं स्पेलिंग करत. 'शि - व - सु - ब्र - म - णि - य - म' 'इ - रू - द - या - ना -थ - न' 'क्रि - श - न - कु - मा - र' वगैरे.

त्यांच्या प्रामाणिकपणामुळे ते आपल्या मर्यादाही आम्हाला मोकळेपणानं सांगत. त्यामुळे सर आम्हाला आपल्यापैकीच एक वाटत आणि आम्हा बावरलेल्या, पण उतावीळ लहान मुलांना आपल्या भयगंडाशी सामना करण्याचं धैर्य येई. आत्मविश्वास वाटत असे. एके दिवशी एका जाहीर भाषणात ते म्हणाले, "मुलांनो, आज तुमच्यासमोर बोलण्यासाठी मी आलोय; पण मला थोडं घाबरल्यासारखं वाटतंय." हे ऐकून आम्हाला आश्चर्यच वाटलं. एका खूप मोठ्या, नावाजलेल्या वक्त्यालाही घाबरल्यासारखं वाटू शकतं, मग आपण तर काय लहानच आहोत. आपण घाबरलो तर नवल ते काय! असाही प्रेरणा देणारा, दीर्घकाळ स्फूर्तिदायक ठरणारा तो धडा होता.

वर्गात असो की वर्गाबाहेर, मोठं भाषण असो किंवा छोटं, औपचारिक असो किंवा अनौपचारिक; सर नेहमी पूर्ण तयारीनिशीच येत असत. आज चाळीस वर्षांनंतरही सरांची भाषणं आम्हाला आठवतात. एक उदाहरण सांगतो. मला त्यांचं तीन मिनिटांचं छोटं भाषण अजूनही आठवतंय. त्या भाषणात त्यांनी यशापयशाची चर्चा केली होती. "यशाचं रहस्य कुणालाही समजलेलं नाही," फादर मर्फी सांगत होते, "पण मी तुम्हाला अपयशाचं रहस्य नक्की सांगू शकेन. प्रत्येकाला खूश ठेवण्याची धडपड अपयशाला कारणीभूत होते."

एका परीनं त्यांनी आपल्या उराशी जपलेली तत्त्वंच त्यातून व्यक्त केली होती. ते प्रत्येकाशी सौहार्दाने वागत. मग तो प्राध्यापक असो वा मजूर, विद्यार्थी असो वा नावाजलेले प्रिन्सिपल. पण तत्त्वांशी मात्र त्यांनी कधीच तडजोड केली नाही. कोणालाही झुकतं माप दिलं नाही की सद्सद्विवेक बुद्धिशी प्रतारणा करून कोणाला खूशही केलं नाही. त्यांची ही अंतर्बाह्य तत्त्वनिष्ठाच आमचं बलस्थान आणि प्रेरणास्थान ठरली होती. हळूहळू आम्ही सरांच्या सान्निध्यात आलो. सरांची आध्यात्मिक बैठक आमच्या लक्षात येऊ लागली. त्यांना कुठलाही आराम, सन्मान नको होता. तो त्यांनी मिळविलाही नाही. केलेल्या कामाची, लोकांकडून त्यांना पावतीही नको होती. शाळेभोवतालच्या परिसरात राहाणाऱ्या गरीब परिस्थितीतील अडाणी, निरक्षर लोकांच्या मुलांना त्यांनी नेहमीच प्राधान्य दिलं होतं. त्यांना आधी शाळेत प्रवेश देऊ केला होता. त्यांच्या गरजा अत्यंत कमी होत्या. राहणी अतिशय साधी होती. आपला गरीब विद्यार्थी जसा राहातो, तसं राहाण्याचा ते प्रयत्न करत. आपल्या इथला उन्हाळा आपल्यालाही असह्य होतो. पण या थंड हवेच्या प्रदेशातून आलेल्या मिशनऱ्यांच्या ऑफिसमध्ये साधा पंखाही नव्हता.

त्यांना सत्ता संपत्तीचा मोह कधीच नव्हता. ही निर्मोही वृत्ती केवळ गरजांपुरतीच मर्यादित नव्हती. त्यांच्या वर्तनातूनही ती प्रतीत होत असे. त्यांच्या प्राचार्यपदाची मुदत संपली. त्यांनी कोणताही समारंभ करू दिला नाही. कारण त्यांनी जे काम केलं

होतं, ते सगळं त्यांच्या दृष्टीनं परमेश्वराची सेवाच होती. वैयक्तिक मानमरातबासाठी ते काम नव्हतं, अशी त्यांची धारणा होती. ते चेन्नईला जाणार होते. रेल्वेचं दुसऱ्या वर्गाचं तिकीट त्यांनी काढलं होतं आणि ते स्टेशनवर गेलेसुद्धा! पण आपले सर चालले, ही बातमी वाऱ्यासारखी पसरली होती. त्यामुळे मुलं, शिक्षक, इतर कर्मचारी वर्ग सारे स्टेशनवर धावले. ज्यांनी हा अनौपचारिक निरोप समारंभ पाहिला, त्या साऱ्यांचे डोळे पाण्यानं डबडबले होते. रेल्वे स्टेशनवर प्राध्यापक, विद्यार्थी, शिक्षक, माजी विद्यार्थी, ऑफिसमधील कर्मचारी, सेवक केवढा मोठा जनसमुदाय जमला होता. भावनातिशयानं प्रत्येकाला बोलणं अशक्य झालं होतं.

त्यांनी सरांना हार घातला. सरांच्या हाताचे मुके घेण्यासाठी गुडघे टेकले, सरांचे आशीर्वाद घेतले. ते सारे उघडपणे रडत होते. सरांनी या साऱ्यांवर भरभरून प्रेम केलं होतं. या लोकांच्या उभ्या शालेय किंवा अध्यापकीय जीवनात त्यांना इतक्या मायेनं क्वचितच कोणी वागवलं असेल.

सरांचा मृत्यू मोठा नाट्यपूर्ण होता. ते रेक्टर आणि प्रवक्ता म्हणून पुन्हा कॉलेजमध्ये परत आले होते. मुलांमध्ये मिसळले होते. कॉलेजचा कर्मचारी वर्ग आणि विद्यार्थी यांच्यात क्रिकेटचा सामना सुरू होता. फादर मर्फीनी आपली बॅटिंग संपवली आणि क्षेत्र रक्षणासाठी ते मैदानावर उतरले. क्षणापूर्वी ते उभे होते आणि दुसऱ्याच क्षणाला ते खाली कोसळले. कोणी काहीही करण्यापूर्वी ते मृत्यू पावले. डॉक्टरांनी त्यांच्या मृत्यूचं कारण हृदयविकाराचा तीव्र झटका असं केलं होतं.

त्यांच्या अंत्यसंस्कारांच्या तयारीसाठी संबंधित व्यक्ती त्यांच्या घरात गेल्या. त्या माणसांना साधा, चांगल्या मोज्याचा जोड मृतदेहाबरोबर पुरण्यासाठी हवा होता, पण तो जोडदेखील त्यांना मिळाला नाही. ते इतक्या साधेपणानं राहात होते, यावर लोकांना विश्वास ठेवणं जड जात होतं, पण तेच वास्तव होतं. आपल्या गरीब, वंचित विद्यार्थ्यांसाठी तेही त्यांच्याचसारखं साधं आयुष्य कंठत होते.

फादर जोसेफ मर्फीसारखे शिक्षकच शैक्षणिक ब्रीदवाक्यं सार्थ करतात. एक चांगला शिक्षक आपल्या संपूर्ण आयुष्यातून, शैक्षणिक होमकुंडातील सर्वस्वाच्या आहुतीतूनच व्यक्तीला शिकवतो. आपण वर्गात जे विषय शिकतो त्यापेक्षा अधिक मौल्यवान, अधिक गहिरे असे जीवनाविषयक अनेक धडे आपल्याला आपल्या शिक्षकांनी दिलेले असतात आणि ते खूप काळ आपल्या स्मरणात राहतात.

इतक्या वर्षांच्या अध्यापकीय कारकिर्दीनंतर एक गोष्ट माझ्या लक्षात आली आहे, माझी अशी श्रद्धा आहे, की चांगला शिक्षक हा अमरच असतो.

■

ज्यो मन्नथ
A Principal Who Said Sorry

स्वतःच्या वर्गात

एनिड ब्लायटनच्या 'मॅलरी टॉवर्स' किंवा 'सेंट क्लेअर' या पुस्तकातल्या शिक्षिकेसारख्याच त्या होत्या, किंबहुना; पुस्तकातून उतरूनच त्या आमच्या शाळेत आल्या होत्या. त्या थोड्याशा विक्षिप्तही होत्या. मोठ्या मुलींबरोबर वागताना त्या एकदम 'कडकलक्ष्मी'चा अवतार धारण करत आणि त्या वेळीच त्या कमालीच्या सर्जनशीलही असत.

कुरळ्या, रुपेरी केसांच्या बाई मूळच्या अँग्लो इंडियन होत्या. त्यांच्या नाकावर चष्मा चमकत असे. त्यांचे बूट, हातातील पर्स त्यांच्या ड्रेसला शोभणारे असे. ब्लाऊजच्या कॉलरवर साजेसा ब्रूचही त्या लावत. स्त्रीत्वाचा खानदानी डौल असलेल्या बाई 'आदर्श शिक्षिका' या शब्दांचा आदर्श नमुना होत्या.

मी पाचव्या इयत्तेत शिकत होते. माझ्या दृष्टीनं मिस जीन फ्रिचली मॅडम म्हणजे फक्त त्या नावापुरतं आणि शिकविण्यापुरतंच मर्यादित असलेलं व्यक्तिमत्त्व नव्हतं. त्याहूनही त्या माझ्यासाठी खूप श्रेष्ठ, भव्य व्यक्तिमत्त्वाच्या होत्या. त्यांच्या काही आवडत्या विद्यार्थिनींनपैकी मी एक असल्यानं त्या माझ्यातील क्षमता हेरून त्यांना वाव देत असत.

त्या पियानो उत्तम वाजवत. आमच्या शाळेची धार्मिक गीतं, प्रार्थना गीतं त्याच बसवत. त्यामुळे सत्तरच्या दशकातील बंगळुरूमध्ये आमची गीतं सगळ्यात उत्तम तऱ्हेनं सादर होत असत. त्यांचं घर संगीतविषयक साहित्यानं आढ्यापर्यंत खच्चून भरलेलं होतं. काही साहित्य त्यांना त्यांच्या कोलकात्याच्या बहिणीनं पाठविलेलं होतं. ती स्वतःदेखील एक उत्तम पियानोवादक आणि शिक्षिका होती. काही सामान अमेरिकेतील मिशनमधून आलेलं होतं. आमची शाळा मेथॉडिस्ट मिशनची होती. त्या मिशनमधून आमच्या शाळेला भरपूर शैक्षणिक साहित्य, व्यावसायिक मदत मिळत असे. त्यामुळे गाण्याच्या बाबतीत आमची खूपच आगाऊ तयारी होत असे. इस्टर असो वा नाताळ; स्तोत्रं, धार्मिक गीतं सादर करण्यात आमची शाळा अग्रेसर होती. शालेय कार्यक्रमांत ही गीतं सादर होत, त्याचप्रमाणे 'रिचमंड टाऊन' या भागातील छोट्याशा मेथॉडिस्ट चर्चमध्ये देखील ही गीतं गायली जात.

मिस फ्रिचलींनी फक्त गाणी आणि स्वरलिपीच शिकवली नव्हती; तर प्रत्येक गाणं शिकणं म्हणजे आयुष्याचा एकेक धडा निवांतपणे शिकणं असे. बाई त्यांच्या मंजूळ, स्वच्छ आवाजात त्या गाण्याचे शब्द सांगत. आम्ही ते वहीत लिहून घेत असू. आमच्याकडून त्या प्रत्येक शब्द म्हणवून घेत. त्या शब्दाचे आघात, उच्चार स्पष्टपणे समजावून सांगत. त्या शब्दाचं सौंदर्य उलगडून दाखवत आणि तोच शब्द तिथं कसा चपखल बसला आहे, त्या शब्दाखेरीज दुसरा कोणता पर्यायी शब्द त्या काव्यात तिथं कसा अयोग्य वाटला असता, हेही त्या भावकवितेचं रसग्रहण करत असताना त्या स्पष्ट करत.

नंतर त्या पियानोजवळ बसत. पियानोवरून आपली बोटं अगदी सहजपणे फिरवत. गाणं वाजवत. त्या वेळी त्या दिवशीच्या पोशाखाला खुलून दिसणारी अंगठी त्यांच्या बोटांत चमकत असे. तो पियानो व्यासपीठाच्या खाली हौद्यात असे. तेथील अंधूक उजेडात ती अंगठी झळाळत असे. गाणं संपलं की, त्या आमच्याकडे वळत. त्यांचा चेहरा त्या सांगीतिक आनंदानं फुललेला असे. त्या आमची मतं विचारत. गाण्यातील भाव, अर्थ नीट प्रकट झाला आहे किंवा नाही, स्वर चढे होते की अजून मृदू असायला हवे होते, अशा कित्येक गोष्टींची त्या आमच्याशी चर्चा करत. आम्हीही नवशिक्या, अननुभवी असूनही आमची मतं धिटाईनं, तर कधी थोड्याफार चाचरत मांडत असू. अशा वेळी आम्ही दिलेला तो प्रतिसाद पाहून बाई समाधानानं पियानोवर बोटं फिरवून मंद हसत. कारण त्यांच्यामते, ते संगीत आमच्या मनी, हृदयी उमटलेलं असे.

मग आम्ही गाणं सुरू करत असू. शब्दा-शब्दानं, ओळी-ओळीनं पुढं जात असू. मग एक वेळ अशी येत असे की, ते गाणं जणू आमच्या अंतरंगातच आहे, आणि आम्ही आता ते मुखर करत आहोत इतकं सहजपणे ते गीत गायिलं जात असे.

गाणं अर्थपूर्ण कसं करावं, आपल्या गायनातून गाण्याच्या ओळींतील अर्थ कसा अभिव्यक्त करावा याचं बाईंना अचूक भान होतं. गाणं प्रथम मनीमानसी रुजलं पाहिजे. मग त्यातील शब्द अर्थासकट हृदयात पोहोचले पाहिजेत. मग ते गाणं गळ्यातून सुरेलपणे उमललं पाहिजे; त्या गीताचं सौंदर्य शतगुणित होऊन ऐकणाऱ्याच्या मनात झिरपलं पाहिजे, अशी त्यांची गाणं शिकविण्याची हातोटी होती. आमची तयारी त्या अशाच पद्धतीनं करवून घेत असत.

शाळेच्या नाट्य विभागाच्याही त्या प्रमुख होत्या. शाळेत वर्षभर संगीताचे विविध कार्यक्रम चालत. ते कार्यक्रम त्या एक हाती यशस्वीरित्या सादर करत.

मला नाटकाची खूपच आवड होती. डोळ्यांत नाटकाची स्वप्नं तरळत असत. बाईंची मी आवडती विद्यार्थिनी असल्यानं त्या बसवत असलेल्या नाटकात मला भाग

घेता येत असे. (माझ्या गणित आणि विज्ञान विषयाच्या बाईंना मात्र या गोष्टीचा त्रास वाटत असे.) ती नाटकं आमच्याच शाळेच्या आवारातील मॉंटेगोमेरी हॉलमध्ये सादर होत. एकदा शाळेच्या पारितोषिक वितरण समारंभाच्या दिवशी दहावीच्या वर्गाचं नाटक बसविण्यात आलेलं होतं. नाटकाचं नाव होतं 'मॅडम डोरेज हॅट शॉप.' त्या नाटकात बाईंनी मला डार्लेटनच्या डचेसचं काम दिलं होतं. मी तेव्हा तेरा वर्षांची होते आणि सातव्या इयत्तेत शिकणारी लहान मुलगी होते. दहावीच्या मुलींबरोबर काम करण्याच्या कल्पनेनं मी थोडी घाबरलेही होते. त्यामुळे मी नकार दिला होता.

पण मिस फ्रिचलींनी मला बोलावून घेतलं. धीर दिला. थोडीशी आठी घालत त्या म्हणाल्या, "मला वाटतंय की, ही भूमिका तुला सहज झेपेल. म्हणूनच तर मी तुला त्यासाठी निवडलं ना?" त्यांच्या या बोलण्यानं माझी भीती दूर झाली. तालमी रंगू लागल्या. मग मीही हळूहळू मोकळेपणानं वावरू लागले. दहावीच्या मुलीही माझ्याशी बरोबरीच्या नात्यानं वागू लागल्या. माझ्या कामाची तारीफ करू लागल्या.

प्रयोगाच्या दिवशी नसरीन आजारी पडली. तिची या नाटकात महत्त्वाची भूमिका होती. ग्रीनरूममध्ये घबराट पसरली. पण थोडाच वेळ! मिस फ्रिचली आत आल्या. आमच्यादेखत त्यांनी स्वत: नसरीनच्या पात्राचा मेकअप केला. कपडे चढवले. अगदी दातदेखील काळे केले आणि स्टेजवर जाण्यासाठी त्या सज्ज झाल्या. बाई आपल्याबरोबर स्टेजवर वावरणार, त्या विंगमधून फक्त पाहाणार नाहीत, या कल्पनेनंच आम्ही रोमांचित झालो होतो. त्यांनीच ते नाटक बसवलेलं असल्यानं त्यांना नाटकातील शब्दन्‌शब्द माहीत होता आणि तो तोंडपाठही होता.

मी स्टेजवर गेले. करड्या रंगाचा गाऊन, डोळ्यांवर येईल अशा बेतानं तिरपी ठेवलेली ती मोठी काळी हॅट अशा ऐटदार पोशाखात मी ती रुबाबदार डचेस नखशिखांत उभी केली. त्या करड्या गाऊनखाली तेरा वर्षांच्या मुलीचं हृदय आनंदानं धडधडत होतं. त्या वर्षातील माझ्या दृष्टीनं तो एक अविस्मरणीय क्षण होता. मी स्वत:वर विश्वास ठेवायला शिकले, कारण विंगेतून पाहाणाऱ्या चमकदार डोळ्यांनीही माझ्यावर विश्वास टाकला होता.

शाळा संपली. मीही बाईंसारखीच संगीत शिक्षिका झाले. पण मी बाईंशी संपर्क ठेवून होते. काही वर्षांपूर्वी माझ्या एका गायकवृंदानं एका भल्या थोरल्या, गच्च भरलेल्या सभागृहात समूहगीत सादर केलं होतं. बाईंनी ते पाहिलंही होतं. त्याबद्दलचं त्यांनी मला धाडलेलं पत्र माझ्या लेखी एक स्मृतीचिन्हच आहे. त्यांनी पत्रात आनंद व्यक्त केला होता. स्तुतीही केली होती. संपूर्ण कार्यक्रमावर साधकबाधक चर्चाही केली होती. त्यांच्या मृत्यूपूर्वी एक दोन वर्षं आधी त्यांनी मला त्यांची संगीतविषयक पुस्तकं दिली होती. प्रत्येक पुस्तकावर शुभेच्छा आणि 'संगीत शिकणं व शिकवणं

सुरू ठेव', असा आशीर्वादही लिहिलेला होता.

चमकत्या स्वर्गाच्या इकडच्या बाजूला मी माझ्या परीनं संगीत सुरूच ठेवलंय आणि मला ठाऊक आहे की, त्या चमकत्या किनाऱ्याच्या पैलतीरावर त्या अजूनही तेच करत असतील.

■

वेंडी एम. डिक्सन
In a Class of Her Own

'चक दे – ओल्ड चॅप'

सध्या त्यांचं वय आहे ९१ वर्षं. पण या वयातही त्यांच्याविषयीचा लोकांच्या मनातील आदर कायम आहे. लोक आजही त्यांना पूर्वीइतक्याच सन्मानानं वागवतात. त्यांना एक आगळंवेगळं व्यक्तिमत्त्व म्हणून ओळखतात. मी व्ही. व्ही. नायडू यांच्याविषयी बोलत आहे. १९६० च्या दरम्यान, ते म्हैसूर संस्थानच्या महिला हॉकी संघाचे प्रशिक्षक होते. या दशकात आम्ही राष्ट्रीय स्तरावरील स्पर्धेसह ज्या ज्या स्पर्धांत भाग घेतला, ती प्रत्येक स्पर्धा आम्हीच जिंकली होती. एलव्हिरा ब्रिटो (ती सुद्धा काही कमी प्रसिद्ध नव्हती.) हिच्या उमद्या नेतृत्वाखाली आम्ही १९६० ते १९६७ या काळात सलग विजेते पद पटकावत होतो.

मिस्टर नायडू त्या वेळी आंतरराष्ट्रीय पुरुष हॉकीचे प्रशिक्षक आणि पंचही होते. त्या वेळी ते आमचे मार्गदर्शकही होते. आमच्या प्रत्येकीमधील कौशल्य ते अचूक हेरत आणि संघासाठी, संघाच्या विजयासाठी ते कौशल्य पणाला लावत. ते शिस्तप्रिय आणि तत्त्वनिष्ठ होते. वक्तशीरपणा आणि चांगले वर्तन या दोन गोष्टींवर त्यांचा कमालीचा भर होता. टापटीप, वागण्या-बोलण्यातील सफाई, सौजन्य, मैदानात आणि मैदानाबाहेरही आदबशीर वर्तन या गोष्टींना ते महत्त्व देत. स्वत:ही तसेच वागत. लख्ख पांढरा पोशाख घालून मिस्टर नायडू आम्हाला शिकवत. त्यांचे मित्र त्यांना 'वेंकी' म्हणत. ते नुसते ओरडून सूचना देत नसत; तर सूचनेबरहुकूम हालचाली कशा कराव्यात हेही प्रात्यक्षिकाद्वारे शिकवत. खेळाच्या चाली, हालचालींचीही प्रात्यक्षिकं ते दाखवत. प्रसंगी गोड बोलून; तर आम्ही चालढकल करत आहोत असं दिसलं तर रागावून, ओरडून ते योग्य गोष्टी आमच्याकडून करवून घेतच. सरावाच्या वेळी ते आमच्या बरोबरीनं पळत, व्यायाम करत. तुमच्या मूर्खपणामुळे किंवा स्वार्थीपणामुळे तुम्ही सामना हरू शकता हे ते वारंवार सांगत. यासाठी संघभावना, सांघिक जबाबदारी या गोष्टींवर ते आवर्जून भर देत. खेळातील प्रत्येक हालचालीतील संघभावना हीच विजयाचा फटका मारत असते, असं ते वारंवार आमच्या मनावर बिंबवत राहात. चुकांचं समर्थन करू नये. त्यापेक्षा चुकाच टाळाव्यात, असा त्यांचा आग्रह असे. ते म्हणत, "एक गोष्ट लक्षात घ्या की, पंचाचा निर्णय अखेरचा

असतो. त्यावर वाद घालायचा नाही.''

आम्ही जेव्हा स्पर्धा जिंकत असू, तेव्हा नायडू सर कधीही विजयी सलामी स्वीकारण्यासाठी पुढे येत नसत. आपल्या संघानं हे करायलाच हवं, अशीच जणू त्यांची भावना असावी. विजयोत्सव अगदी साध्या पद्धतीनं साजरा होत असे. आमच्या अध्यक्षांनी त्यांच्याच घरी दिलेली पार्टी किंवा ब्रिगेड रोडला ब्रीझ हॉटेलमध्ये जाऊन मसाला डोसा आणि कॉफी घेतली जात असे. संपली पार्टी! मिळालेला चषक बिअरने भरला जात असे आणि सर्व खेळाडू त्यातून एकेक घोट घेत. विजयोत्सव हा एवढाच असे. नायडू सरांचं कौतुक पित्याच्या मायेनं भरलेलं असे. आमच्यासाठी काय बरं, काय चांगलं आहे, याविषयी ते मार्गदर्शन करत. आमच्या टिममध्ये तर काही शाळकरी मुलीही होत्या. त्यांची ते वडिलांच्या ममतेनं काळजी घेत. स्पर्धा संपल्यावर आमचा परतीचा प्रवास सुरू होत असे. रिझर्व्हेशन मिळालेलं नसे. उत्तरेतली मी म्हणणारी थंडी अंगाला झोंबत असे. त्या लांबच्या प्रवासात आम्हाला निदान थोडी तरी झोप मिळावी, यासाठी सर प्रयत्नांची पराकाष्ठा करून शक्य तेवढे बर्थ्स मिळवत. कधी कधी आम्ही अपरात्री स्टेशनवर शेकोटीभोवती घोळका करत असू. अवेळी येणाऱ्या गाडीची वाट पाहात उबेसाठी घेतल्या जाणाऱ्या सिगरेटच्या झुरक्यांकडे आणि धुराकडे ते नाखुशीनं बघत आणि स्टेशनवरील त्या प्रवाशांपासून झटक्यात मान वळवत. मला वाटतं की हे सारं तात्पुरतं समाधान ते मिळवतात आणि यातून उपयुक्त असं काहीच निष्पन्न होत नाही, असंच त्यांना आम्हाला दाखवून द्यायचं होतं.

घरी परतल्यावर मी सकाळ-संध्याकाळ प्रॅक्टिससाठी सायकलवरून जात असे. मधल्या वेळेत कॉलेज असे.

मिस्टर नायडू, कॅप्टन एलव्हिरा ब्रिटो, म्हैसूर स्टेट विमेन्स हॉकी असोसिएशनचे जाणते पदाधिकारी या साऱ्यांनी आम्हाला हॉकी फक्त हॉकीवरच्या प्रेमासाठी खेळायला शिकवलं. आम्ही जरी आमच्या राज्याचं प्रतिनिधित्व करत होतो, तरीही आम्हाला कपड्यांचा एकच जोड आणि एकच हॉकी स्टिक मिळत असे. दररोज लागोपाठ सामने असले की आमचे हाल विचारूच नका! कपड्यांची पार दैना होत असे. घामानं कपडे नुसते माखून जात. स्टिक तुटली तर राखीव खेळाडूकडून उसनी घ्यावी लागत असे. पण कोणीही कधीच चोरी केली नाही. खेळाच्या शिस्तीचं पालन करत आम्ही खेळाची मौज लुटली. त्या वेळी झगमगाट नव्हता, रोमांचक थाटमाट नव्हता. पैसे नव्हते की मानमरातबही नव्हता. पण त्या दिवसांनी मला जे शिकवलं, सरांकडून मी जे काही ग्रहण केलं त्या साऱ्याचा मला आयुष्यभर उपयोग झाला.

नेतृत्व करा, पण त्याचबरोबर त्या संघाचे सदस्य आहात हे विसरू नका.

स्पर्धा करा, पण कोणाबरोबरही गळेकापू स्पर्धा करू नका.

कामात, कामाबाहेर खिलाडूपणे, उमदेपणानं वागा.

आयुष्य हाही एक खेळच आहे. ते खिलाडूपणे स्वीकारा आणि प्राणपणानंच हा खेळही खेळा.

∎

– जॅकलिन कोलॅको
Chak De, Old Chap!

हरवलं-गवसलं

वर्गात नवीन मुलगी आली होती. तिच्याकडे पाहून मला कार्टूनमधल्या 'लिट्ल लोटा'ची आठवण झाली होती. ती थोडीशी गावंढळ, कुर्रेबाज आणि कर्कश्शपणे हसणारी होती. मी त्या शाळेची जुनी विद्यार्थिनी होते. पण तिचं रूप पाहून मीच दबकले होते. तिचं नाव रिमा होतं. ज्या पद्धतीनं रिमा वागत होती, तसं वागण्याची माझी अजूनही प्राज्ञा नव्हती. तिचे वडील नुकतेच वारले होते. तिच्या आईला बंगळुरूच्या कुठल्याशा कंपनीत नोकरी मिळाली होती. म्हणून ही मंडळी अलीकडंच बंगळुरूला आली होती. तिला दोन लहान भावंडं होती. अर्थात ही सगळी माहिती मला तिच्याकडून नव्हे; तर इतर वर्गमैत्रिणीकडून समजली होती. मी थोडीशी भिडस्त, लाजाळू होते आणि रिमाला लाज म्हणजे काय तेच माहिती नव्हतं. ती वर्गात इतरांच्या खोड्या काढत असे. अगदी बाईंच्यासुद्धा! मला ती कोडगी मुलगी वाटत होती आणि अजिबातच आवडत नव्हती.

पण एके दिवशी मात्र काहीतरी अघटितच घडलं होतं.

आमच्या एका वर्गमैत्रिणीचं किमती पुस्तक हरवलं. वर्गप्रमुख मुलीनं सर्वांच्या बॅगेची झडती सुरू केली. तशी प्रथाच होती. रिमाच्या बॅगेत तिनं शोधाशोध करायला सुरुवात केली. तिच्या बॅगेत ते पुस्तक सापडलं. वर्गप्रमुख मुलींनं ते पुस्तक बाईंना दिलं. मिसेस अन्वर आमच्या वर्गशिक्षिका होत्या. आम्ही स्तंभित झालो. रिमा आक्रोश करू लागली.

'नाही बाई, मी नाही. देवाशप्पथ! आईशप्पथ! मी चोर नाही. मी खोडकर आहे, पण चोर नाही.' तिची आसवं पाहून मीही गहिवरले. पिंजऱ्यात सापडलेल्या जनावरासारखी ती तडफडत होती. मिसेस अन्वर काहीच बोलल्या नाहीत. त्या दोघींमध्ये झालेला नि:शब्द संवाद आम्हाला समजला नव्हता. पण आठवडाभरानं जिचं पुस्तक होतं, तिला बाईंनी रिमाची क्षमा मागायला लावली. रिमा तिची खोडी काढत असे, सतत तिला चिडवत असे. त्यामुळे तिनंच आपलं पुस्तक रिमाच्या बॅगेत ठेवून दिलं होतं. रिमाला शिक्षा व्हावी, तिचं उट्टं काढावं, असाच यामागे तिचा हेतू होता.

मिसेस अन्वर यांनी खऱ्या गुन्हेगाराचा शोध घेतला होता. अन्यायाचं निवारण केलं होतं. मला त्या एकदम 'हिरॉईन' वाटू लागल्या होत्या आणि रिमाबद्दल कुतूहलही वाटू लागलं होतं. काही वेळा जगताना आपण आपलेच काही पैलू कुलूपबंद करून ठेवतो. ती किल्ली फेकून देतो. मग काही वेळा कोणाला तरी ती किल्ली सापडते आणि अकस्मात आपल्या मनाची कवाडं, हृदयाच्या खिडक्या सताड उघडल्या जातात.

मी आठवीत गेले, तेव्हा मी जराशी उदास, थोडी गंभीर आणि काहीशी निरुत्साही वृत्तीची होते. माझी विनोदबुद्धी, उत्साह कुठल्या तरी कुलुपात बंद झाला होता. आणि त्याची किल्ली हरवली होती. रिमाला ती किल्ली सापडली होती आणि माझी उत्साही, खोडकर वृत्ती त्याबरोबर एकदम उफाळून आली होती. मीही तिच्याबरोबर खट्याळपणा करू लागले.

जसजशी मी तिच्याजवळ जाऊ लागले, तसतशी मला तिच्याबद्दल अधिकाधिक माहिती मिळू लागली. तिचं आयुष्य खूपच खडतर होतं. तिचे वडील दारुडे होते. दारूच्या नशेत गाडी चालवत असताना त्यांना अपघात झाला होता आणि त्यातच त्यांचा मृत्यू झाला होता. आई कामावर जात असे. त्यामुळे घरचं सारं काम रिमाला करावं लागत असे. तिच्या धाकट्या भावंडांकडे लक्ष देणं, स्वयंपाक, धुणी, भांडी, झाडझूड या साऱ्या गोष्टी तिला कराव्या लागत. तिच्या आईनं उत्पन्नाला हातभार लागावा म्हणून छोटंसं दुकान सुरू केलं होतं. शाळा सुटल्यावर आणि सुट्ट्यांच्या दिवशी रिमा त्या दुकानातही जात असे.

शालेय शिक्षण संपल्यानंतरही आम्ही भेटत असू. पण ज्युनिअर कॉलेजमध्ये असताना तिच्या आईनं तिला दुबईला कामासाठी पाठवलं. दुबईहून ती घरी पैसे पाठवू लागली. तिच्या आईला महाराष्ट्रातील एका शाळेत काम मिळालं. त्या शाळेत तिच्या भावंडांचं शिक्षण मोफत होणार होतं. वयाच्या अठराव्या वर्षीच रिमा घरातील कर्ती, प्रमुख मिळवती स्त्री बनली होती.

वीस वर्षं आमचा एकमेकींशी काहीच संपर्क नव्हता. पण तंत्रज्ञानाचे आभार मानले पाहिजेत. तिला माझा नंबर मिळाला. आम्ही फोनवर काय नि किती बोललो! ती दुबईहून आल्यावर आम्ही भेटलो, तर असं वाटलं की कालच तर आपण भेटलो होतो की! आमच्या शाळकरी गप्पा, त्या उनाडक्या, त्या खोड्या हे सगळं तिचा मुलगा आनंद मोठ्या कौतुकानं ऐकत होता. आजही रिमा तिच्या घराची प्रमुख खांबच आहे. तिचा नवरा आणि मुलगा यांची काळजी घेत आहे.

आयुष्य हे चेंडूच्या खेळासारखं असतं. त्यात दोन प्रकारचे चेंडू असतात. एक मऊ; तर दुसरा टणक, रबरी. लोकांना छान दिसणारे, दूरवर उडणारे मऊ चेंडू आवडतात. रबरी चेंडू उसळून पुन्हा आपल्याकडेच येतात. प्रामाणिकपणे, अपेक्षेनं

पुन्हा येत असतात. टणक आणि मजबूत. रिमाच्या उदाहरणानं मला रबरी बॉल होण्यातलं मूल्य समजलं आहे.

■

माधुरी जगदीश
Lost and Found

तिच्यासारखी तीच

मागं वळून पाहताना बऱ्याच गोष्टी या कमी त्रासदायक वाटतात; तर काही मजेशीर वाटतात. पण काही गोष्टी मात्र दु:खदायक असतात. त्या जखमा भरता भरत नाहीत. त्यांच्या आठवणीनं प्रचंड त्रासच होतो. मी सातवीत होते, तो काळ काहीसा असाच दु:खद होता. प्रचंड त्रासदायक होता. कारण नेहमीचंच होतं. अभ्यासाचं! पालकांच्या अपेक्षांचं मोठं ओझं होतं. माझ्या पालकांना वाटत असे, की मी खूप अभ्यास करावा. परीक्षेत चमकावं. शिवाय शाळेतील अन्य उपक्रमांतही भाग घ्यावा; पण मी या उपक्रमांतही चमकत नव्हते. खेळातही चमकत नव्हते. परीक्षेच्या अभ्यासातही यथातथाच होते. वर्गात शिक्षक खूपच उत्साहानं शिकवत; पण ते सारं शिकवणं माझ्या डोक्यावरून जात असे. माझ्याभोवती मी जणू एक अदृश्य कोश विणून घेतला होता. त्यामुळे त्यांचं सारं शिकवणं त्या कोशावरून ओघळून खाली पडून जात होतं. माझ्यापर्यंत पोहोचतच नव्हतं. गोष्टी विकोपाला चालल्या होत्या. नापास होण्याचं भय वाटू लागलं होतं. आईबाबांना काय वाटेल याचा विचार करण्याचीसुद्धा मला इच्छा नव्हती. प्रत्येक चाचणीत माझी घसरगुंडी सुरूच होती. प्रत्येक विषयात जेव्हा मला एक आकडीच गुण मिळू लागले, तेव्हा तर पेपर घरी न्यायचीही मला लाज वाटू लागली.

मी नैराश्याच्या गर्तेत गटांगळ्या खात होते. आयुष्यात काही निर्णायक क्षणही येतात. ते आपल्या जीवनाला कलाटणी देतात. ती अशीच एक विलक्षण वेळ होती. त्या एका क्षणी मी ठरवलं की, मी शरण जाणार नाही. हताशही होणार नाही. ही समस्या माझी मीच सोडवणार. आईबाबांची मदत तर लागणारच होती; पण त्यांच्यासमोर जाऊन आपल्या अपयशाबद्दल बोलायला मला तोंड नव्हतं. शेवटी मी चिठ्ठी लिहिली. माझे विचार, भावना त्यात मी मोकळेपणानं मांडल्या होत्या. माझा डबा घेऊन, रोज आमची कामवाली येत असे. तिच्याबरोबर मी ती चिठ्ठी आईकडे पाठवून दिली.

अवघ्या पाचच मिनिटांच्या अंतरावर आमचं घर होतं. पण त्या दिवशी शाळा सुटल्यावर ते अंतर संपता संपत नाही, असं मला वाटत होतं. आपल्यासमोर काय

वाढून ठेवलं असेल याची मला कल्पनाच करता येत नव्हती. अब्बू आणि अम्मी माझी वाटच पाहात होते. त्यांच्या समजूतदारपणामुळे मी सुटकेचा नि:श्वास सोडला. अब्बूंची निराशा झाली होती. पण ते म्हणाले की, नवी शिकवणी लावू या. त्यातून काहीतरी चांगलं निष्पन्न होऊ शकेल.

मी हिरमुसले. हे ऐकून कष्टी झाले होते. पुन्हा नव्यानं शिकवणी! आधीही आम्ही शिकवण्या लावल्याच होत्या की! पण त्यापैकी एकीचाही उपयोग झालेला नव्हता. उलट माझा गोंधळ अधिकच वाढला होता. पण शिकवणीचं ठरलं होतं. एक नवी शिक्षिका येणार होती. घरी रोज येऊन मला शिकवणार होती. वेळ संध्याकाळची होती.

एक दिवस मी शाळेतून घरी आले, तेव्हा माझ्या खोलीत एक जण माझी वाट पाहात बसलेली होती. माझा मळलेला गणवेश आणि एकूणच अवतार याविषयी मला लाजच वाटली. थोड्याशा भयानं, साशंकतेनंच मोठा श्वास घेत मी आत शिरले.

माझ्या टेबलाशी एक तरुण, देखणी स्त्री बसलेली होती. मला पाहून ती इतकी प्रसन्न हसली की, नकळत मीही हसले. तिचा पेहराव पाहून मी जरा चपापलेच होते. कापलेले केस, जीन्स, काजळभरले डोळे, काळा-सावळा रंग. ती एक कॉलेज तरुणीच वाटत होती. नंतर गप्पांमध्ये समजलं की, तिचं लग्न झालं होतं आणि तिला एक दोन वर्षांचा मुलगाही होता.

तिचं नाव इंदू होतं. इंदूंनी माझ्यात कसा बदल घडवला, कोणत्या पद्धतीनं बदल केला हे सांगता येणं मुश्कील आहे. ती संयमी होती. काही समजलं नाही, तर त्याबद्दल लगेच प्रश्न विचारायला तिनं मला मुभाही दिली होती. वर्गात मी कधीही शंका विचारली नव्हती. समजलं नाही, असंही सांगितलं नव्हतं. मला वाटत असे की, आपल्याला मुली हसतील. शिक्षक रागावतील आणि इथं तर इंदू टीचरनं मला बोलायला प्रवृत्त केलं होतं. माझ्यासाठी हे सारं वेगळंच होतं.

इंदू टीचरबरोबर मी चौकसपणे अभ्यास करू लागले. माझ्या असंही लक्षात आलं होतं की, एखादी गोष्ट समजली की ती लक्षात ठेवणं सोपं असतं. आमचं नातं केवळ गुरु-शिष्याचं नव्हतं. टीचर माझ्याबरोबर बरोबरीनं वाचत असे. आम्ही विज्ञानापासून साहित्यापर्यंत बऱ्याच गोष्टी वाचल्या. एकत्र मिळून अभ्यास केला. अगदी मला शिक्षा वाटणारी कन्नड भाषाही मी वाचली.

काही वेळा मला वाटतं की, ती माझ्याशी जे वागत होती, ते अगदीच वेगळं वागणं होतं. तिच्या लेखी मी फक्त एक विद्यार्थिनी नव्हते. पैसा देणारी एक शिकवणीही नव्हते. मी हाडामांसाची माणूस होते. जणू तिची मी मैत्रीणच होते. (ती जेमतेम तिशीची होती.) ती मला त्या प्रकारे मानानंच वागवत असे.

ते दोन तास आम्ही अभ्यास तर करतच असू; पण त्याचबरोबर कितीतरी विषयांवर गप्पाही मारत असू. सिनेमे, मुलं, मेकअप कोणताच विषय आम्हाला वर्ज्य नव्हता. तेरा वर्षांच्या मुलीला ज्या-ज्या विषयावर बोलावंसं वाटतं, ते सारे विषय आमच्या गप्पांत असत. मला कुणीही मैत्रिणी नव्हत्या आणि शाळेतली माझी कामगिरी पाहता माझ्याशी कुणी मैत्रीही करू इच्छित नव्हतं.

तिनं मला बरोबरीनं, मानानं वागवलं आणि मला आत्मसन्मानाची जाणीव करून दिली. स्वत:वर विश्वास ठेवायला शिकवलं. मी जर नेटानं प्रयत्न केला, तर मला सगळं जमू शकेल. मला करता येणार नाही असं काहीच नाही, ही गोष्ट तिनं माझ्या मनावर बिंबवली. सातवीची परीक्षा झाली. तिच्या मदतीनं मीही दाखवून दिलं होतं की प्रयत्न केला, कष्ट केले तर मीही चांगले गुण मिळवू शकते. तळाशी नंबर असलेल्या माझा आता बारावा नंबर आला होता. त्यानंतर मात्र मी कधीच मागे वळून पाहिलं नाही.

दोन वर्षं गेली. एक दिवस तिनं सांगितलं की, त्यानंतर त्यापुढे तिला यायला जमणार नव्हतं. एक तर विषयही गुंतागुंतीचे होते आणि प्रवासही जिकिरीचा होऊ लागला होता. माझं अवसानच गळालं. ही नववीची परीक्षा मी तिच्या मदतीशिवाय कशी देणार होते? कशी पास होणार होते? पण ती गेल्यानंतर माझा मलाच अभ्यास करण्याशिवाय गत्यंतर नव्हतं. नववीत मला चांगले गुण पडले. मी माझी आयसीएससी बोर्डाची परीक्षा दिली. त्या वेळी पेपर लिहिताना मला आत्मविश्वास होता. माझा मीच अभ्यास केला होता आणि उत्तम गुणांनी मी परीक्षेत उत्तीर्ण झाले.

मी इंदू टीचरला शोधण्याचा खूप प्रयत्न केला, पण तिच्याकडे फोन नव्हता आणि ती कुठं राहात होती ते मला माहितीही नव्हतं.

एके दिवशी आम्ही आमच्या नातेवाइकांकडे चाललो होतो. अचानक एका लाल विटांच्या घराच्या बाल्कनीतून मी तिला खाली डोकावून पाहाताना पाहिलं. आम्ही अगदी कडकडून भेटलो. माझ्या सेकंड पी.यु.सी.च्या परीक्षेबद्दल बोललो. तिला सतावणाऱ्या माझ्या धाकट्या भावाबद्दल जुनैदबद्दलही आम्ही बोललो. ती त्यालासुद्धा शिकवत होती. आम्ही जेमतेम पंधरा मिनिटंच बोललो असू, पण मला कोण आनंद झाला होता! खुशीनं आणि समाधानानं माझं मन भरून गेलं होतं.

साधारण वीस, बावीस दिवसांनंतरची गोष्ट. मी पेपर उघडला. पाहाते तो काय! तिचा फोटो आणि तिच्या निधनाची बातमी पेपरमध्ये छापून आली होती. माझा विश्वासच बसेना. मी अम्मीला घेऊन हट्टानं तिच्या आई-वडिलांच्या घरी गेले. ते शोकसागरात पुरते बुडून गेले होते आणि मला काय बोलावं तेच सुचत नव्हतं. मुकाट्यानं आम्ही घरी परतलो. मला जाणवलं होतं की, आता ती कधीही हसताना दिसणार नव्हती. तिचे ते काजळभरले डोळे आता कधीही आनंदानं चमकताना मी

पाहू शकणार नव्हते. तिचा मृदू, आर्जवी, शांत स्वभाव आता कायमचा हरवलेला होता.

मी कधीही कुणाशीही बरोबरी करण्याचा प्रयत्न केला नव्हता. पण जेव्हा केव्हा मी माझ्या धाकट्या बहिणीला किंवा मुलाला शिकवते, त्या-त्या वेळी मला इंदू टीचरची आठवण येते. तिनं जसं प्रेमानं, धीरानं, माणुसकीनं मला शिकवलं होतं, ते मला हमखास आठवतंच. माझ्याजवळ त्यापैकी एकही गुण नाही. उलट मला पटकन राग येतो. पण मला नेहमी इंदू टीचरची, तिच्या प्रसन्न हास्याची आठवण मात्र येतेच.

ती तशीच होती. तिच्यासारखीच होती... मला म्हणायचं आहे की, तिच्यासारखी तीच होती. तिची सर कोणालाही येणं शक्य नाही.

∎

अन्दालिब वाजिद
One of a Kind

बेन बल्बेनच्या सान्निध्यात

मी कित्येक वर्ष बंगळुरूमध्ये काढली. कॉलेजचं शिक्षण संपल्यानंतर मला तीन वर्षं आयर्लंडमध्ये राहाता येईल, असं माझ्या ध्यानीमनीसुद्धा नव्हतं. माझ्या लेखी आयर्लंड म्हणजे पाचूसारख्या हिरव्या पाण्यानं वेढलेला, क्लेशदायक भूतकाळ असलेला दूरवरचा प्रदेश होय. पण कॉलेजच्या डिग्रीच्या वर्षात मी इंग्रजी साहित्याचा अभ्यास सुरू केला आणि माझं मत बदललं. तिथंच मला प्रेरणा देणाऱ्या शिक्षिका भेटल्या.

असं म्हणतात की, काही काही माणसं तुम्हाला तुमच्या हयातभर सोबत करतात. मग ती प्रत्यक्षात तुमच्याजवळ असोत वा नसोत. तुमच्या जीवनातलं त्यांचं अस्तित्व हे तुमच्या लिहिण्याबोलण्यातून व्यक्त होत असतं. तुमच्या मन:पटलावर त्यांनी कोरलेल्या प्रतिमांतून व्यक्त होत असतं. ह्या माझ्या हुशार आणि प्रतिभावंत शिक्षिका अशा माणसांपैकीच एक होत्या.

त्यांनी डब्ल्यू.बी. यिट्स या कवीचा आणि त्याच्या काव्याचा मनोवेधक परिचय करून दिला. त्याच्याबद्दल त्या भरभरून बोलल्या आणि त्याचा परिणाम असा झाला की, मलाही लेखकांना स्फूर्ती देणारं आयर्लंड बघावंसं वाटू लागलं. त्या कवीचं ते प्रेरणास्थान, त्याची कर्मभूमी 'याची देही याची डोळा' पाहावी, अशी माझ्या मनात उत्कट इच्छा निर्माण झाली.

त्यांचा प्रत्येक तास म्हणजे मेजवानीच असे. जगात पुष्कळ प्रतिभावान शिक्षक आहेत. त्यांच्यापैकी काहींनी मला शिकवलंदेखील; पण ह्या म्हणजे माझ्या मर्मालाच जाऊन भिडल्या होत्या.

माझं शिक्षण संपलं. त्यानंतर मी आयर्लंडला गेले. यिट्सची भूमी म्हणून ओळखल्या जाणाऱ्या स्लिगो या परगण्याला भेट देण्याचं मी ठरवलं होतं. या परगण्यातच यिट्सच्या उत्तमोत्तम साहित्यकृती जन्माला आल्या होत्या. आयर्लंडमध्ये येऊन त्या जागेला भेट न देण्याचा करंटेपणा मी करणारच नव्हते. मी तिथं गेले. त्या हिरवाईनं मी जणू संमोहितच झाले होते. ह्या भूमीनंच त्या कवीला स्फूर्ती दिली होती. ते काव्य बाईंच्या आवाजातून निनादत माझ्यापर्यंत आलं होतं. कॉलेजमध्ये

बाकावर बसून मी ते ग्रहण केलं होतं. त्या भूमीशी भारतात राहून नातं जोडलं होतं. ती सारीच कल्पना मोठी भन्नाट आणि सुखकर होती.

बाईंच्या शिकवण्यामुळे माझा भ्रमनिरास झाल्याची, त्या शिक्षणामुळे माझी आकलनशक्ती वाढल्याची कित्येक उदाहरणं सांगता येतील. पण बेन बल्बनची गोष्टच न्यारी होती.

ही उत्तुंग आणि गूढरम्य पर्वतराजी पाहून माझ्या मनात आलं की, इथंच या पर्वतराजाला निरखत चिरकाल बसून राहावं आणि पार्श्वभूमीवर वर्गात शिकलेली बाईंच्या आवाजातील व्याख्यानं हळुवारपणानं माझ्या मनात गुंजत राहावीत. बाईंच्या आवाजातील तळमळ, काव्याशय समजावून देण्याचा ध्यास माझ्या मनात त्या वेळीही गुंजत राहिला होता. यिट्सच्या समाधिस्थळाला मी भेट दिली. त्याच्या काव्यशक्तीचा एखादा अणू-रेणू तरी माझ्या प्रत्ययास यावा, अशी मी तिथं प्रार्थना केली आणि त्याच वेळी यिट्सच्या प्रतिभाशक्तीचा, काव्यप्रज्ञेचा त्या उत्तुंग भरारीचा तितक्याच उत्कटपणे प्रत्यय देणाऱ्या, ते मनापासून जीव ओतून शिकविणाऱ्या बाई मला मिळाल्या, याबद्दल स्वत:ला मी भाग्यवानही समजले. त्या मृत कवीचं अमर काव्य बाईंनी जिवंतपणे सादर केलं होतं. प्रभावीपणानं शिकवलं होतं. त्या कवीशी माझं नातं जोडून दिलं होतं. त्यामुळे माझाही दृष्टिकोन तसाच बनला होता.

जागांशी, माणसांशी मोठ्या गूढपणे नाती जोडली जातात. यिट्सला जगाचं नियंत्रण करणाऱ्या त्या गूढ शक्तीचं मोठंच आकर्षण वाटत होतं. त्या गूढ शक्तीचा त्याच्या काव्यावर मोठा प्रभावही होता. स्लिगोला दिलेल्या भेटीत मला त्या शक्तीचा प्रभाव आणि त्यामुळं प्रभावित झालेला तो थोर कवी यांची उत्कृष्ट ओळख करून देणाऱ्या बाईंना मी अंत:करणापासून धन्यवाद दिले.

■

अनुराधा श्रीनिवासन
Under Ben Bulben

श्रद्धांजली

जॅकरँडा फुलण्याच्या मोसमात त्यांचं निधन झालं होतं. दर वर्षी त्या निरभ्र आकाशाच्या पार्श्वभूमीवर निळसर जांभळ्या फुलांचे घोस मिरवणारी ती झाडं पाहिली की, मला त्यांची हटकून आठवण येते आणि मनाच्या कोपऱ्यातील विसरलेली ती जुनी आठवण पुन्हा ठसठसू लागते.

त्या माझ्या शिक्षिका होत्या. खूप लाडक्या होत्या. सुदैवानं, मला खूप चांगल्या शिक्षिका लाभल्या होत्या. काहींचं कौशल्य, काहींचा सखोल अभ्यास, शिकविण्याची हातोटी, काहींचा प्रेमळ स्वभाव, कोणाची टापटीप. एक ना अनेक कारणांनी त्या शिक्षिका मला आवडत असत. पण यांची गोष्टच निराळी होती. त्यांची हुशारी, ज्ञानाचा आणि मनाचा मोठेपणा यामुळे त्या मला खूपच वेगळ्या वाटत होत्या.

त्या आम्हाला इंग्रजी भाषा आणि साहित्य शिकवत. त्यांचे व्याकरणाचे आणि निबंधाचे तास नेहमीच रंगतदार होत. त्यांच्या तासाला शेक्सपिअरची पात्रं जणू साऱ्या शक्तीनिशी जिवंत होत. आमच्या मनाचा कब्जा घेण्यासाठी आपापसात ही पात्रं लढत. ब्रूटस आणि मार्क अँटनी ही दोन्ही पात्रं मला इतकी आवडली होती की, कोण जास्त आवडतं यासाठी माझीच मधल्यामध्ये कुचंबणा होत होती. मॅकबेथ आणि लेडी मॅकबेथ इतक्या ओळखीची झाली होती की, त्या दोघांचे संवाद मी आणि माझी मैत्रीण घडाघडा म्हणत असू. स्टेजवर जाऊन आम्ही ते सादर करत असू. नदीकिनारी गाणं गुणगुणणाऱ्या लॅन्सलॉटचं गाणं आम्हाला ऐकू येत असे; तर कॅमलॉटच्या मनोऱ्यावरच्या सुवर्ण प्रकाशात झळकणारं ते शिरस्त्राण, हतभागी लेडी शॅलोटचा मृत्यू, मरणासन्न राजा आर्थरचा तो होडीतला न परतीचा प्रवास हे सारं आम्हाला दिसत असे. बाईंच्या तासानंच ज्ञानाच्या कधीही न भागणाऱ्या भुकेची जाणीव करून दिली होती. साहित्याच्या नवलपरी शोधण्याची इच्छा जणू माझ्या मानगुटीवर बसली होती.

....आणि फार-फार पूर्वीच्या त्यांच्या एका तासानंच मला माझ्या जीवनाचं ध्येय मिळवून दिलं होतं. आमचा नववीचा वर्ग. भर दुपारची वेळ. बाई आम्हाला कीट्सची 'ओऽ टू नाईटिंगेल' ही सुप्रसिद्ध, नितांत रमणीय कविता शिकवत होत्या.

सारा वर्ग तल्लीन झाला होता. बाईंनी तो तरुण, दु:खी कवी आणि त्याच्या कवितेत व्यक्त झालेल्या भावना, अत्यंत संवेदनशीलतेनं मांडल्या. मी त्या नाईटिंगेलच्या पाठोपाठ त्या रानात शिरले. कवीचं दु:ख पाहून मलाही अत्यंत वाईट वाटत होतं. कवी विचार करत होता की, तारुण्य वृद्धत्वाकडे सरकत आहे. भूतासारखं तरल, बारीक होत आहे. कणाकणानं मरतं आहे आणि त्याच वेळी भोवतालच्या जगात चैतन्य, सौंदर्य लसलसतं आहे. त्या लपलेल्या पक्ष्याच्या गीतानं ते सौंदर्य चोहीकडे विखुरलं आहे, पसरत आहे. दु:खातिशयानं माझ्या गालावरून अश्रू ओघळू लागले. बाई माझ्यासमोरच उभ्या होत्या. त्या प्रत्येक शब्दातलं मर्म, भावनांचा सूक्ष्म फरक, हळुवारपणे सांगत होत्या. प्रत्येक अविस्मरणीय प्रतिमा जिवंत करत होत्या. त्या इतक्या तन्मय झाल्या होत्या की, भावनावेगानं त्यांचा आवाज किंचित कापत होता. कविता संपत आली होती. त्यातील दु:ख आणि आनंद यांनी माझा उर फुटेल की काय असं मला वाटत होतं. त्या पक्ष्याच्या गीताच्या अखेरीबरोबरच कविताही संपली. मी वर पाहिलं. त्याच क्षणी बाईंनीही माझ्याकडे पाहिलं आणि 'ये हृदयीचे ते हृदयी', अशी गत झाली. माझे अश्रू, माझ्या भावना बाईंना समजल्या हे मलाही समजलं होतं आणि त्याच क्षणी मला आयुष्यात काय करायचं होतं, ते समजलं होतं. अगदी लख्खपणे! साहित्य वाचायचं, साहित्य शिकवायचं आणि बाईंच्या तोलामोलाचं नसलं तरी त्याच्या अर्ध्यानं का होईना, पण तेवढं तरी आपल्याला तळमळीनं शिकवणं जमवायचं, असं मी ठरवलं. देवाकडे त्यासाठी प्रार्थनाही केली.

अशा तऱ्हेनं मी त्यांची खास विद्यार्थिनी बनले आणि त्या माझी मैत्रीण बनल्या. कवितेच्या तासाला मनात उठणाऱ्या भावनांचा, भावकल्लोळांचा त्यांच्या सहवासात जणू निचरा होत असे. त्या माझ्याबरोबर मोठ्या आनंदानं काही काळ घालवत. कधी त्या मला कवितेच्या ओळी समजावून देत. कधी माझ्या मनातील नाना शंका-कुशंकांना उत्तरं देत. कधी कधी जरा बिचकतच मी त्यांना माझ्या कविताही वाचायला देत असे. त्या माझ्या अननुभवी, कोवळ्या, कवितेतील चांगले गुण शोधतील, त्याविषयी बोलतील असा मला विश्वास वाटत असे. पुढे मी इंग्रजीची प्राध्यापिका झाले आणि तेव्हा माझ्या लक्षात आलं की, बाई काही केवळ माझ्या कविता वाचत नव्हत्या. त्या काळात व्यक्त होणाऱ्या माझ्या तरुण मनाच्या भावनांपलीकडे जाऊन त्या त्यातून माझा अंतरात्मा वाचत होत्या. त्यावर प्रेम करत होत्या. जसं त्यांनी दिलेलं प्रत्येक पुस्तक मी वाचत होते, त्यावर प्रेम करत होते... तसंच तेही होतं.

त्यांची स्वत:ची मोठी लायब्ररी होती. त्या मला वरचेवर, आपण होऊन त्यांची पुस्तकं वाचावयास देत. सुरुवातीसुरुवातीला मला त्यांच्याकडे पुस्तक मागण्याचा धीर होत नसे. शिकवता शिकवता त्या एखाद्या लेखकाचं नाव उच्चारत. त्या

उल्लेखानं माझे डोळे चकाकत. हा लेखक आपण वाचलाच पाहिजे, अशी तीव्र इच्छा जणू माझ्या डोळ्यांत उमटे. बाई ते नेमकं टिपत. मग कधी त्या मला तास संपल्यावर स्टाफ रुममध्ये बोलावत. कधी दुसराच एखादा तास चालू असताना वर्गाचं दार वाजवत आणि मला नंतर भेटायला सांगत. प्रत्येक वेळी ब्राऊन पेपरचं कव्हर घातलेलं पुस्तक त्या माझ्या हातात देत. 'हं, हे घे. वाच,' असं सांगून त्या पुढे पुस्ती जोडत, ''नीट जपून वापर. माझं आवडतं पुस्तक आहे ते!'' मी ते उत्सुकतेनं, कृतज्ञतेनं किंचित कापऱ्या हातांनी घेत असे. सुट्टीची वाट पाहात राहात असे. कधी एकदा सुट्टी होतेय आणि मी लायब्ररीत जाऊन ते पुस्तक वाचते असं मला होऊन जात असे.

अशा प्रकारे थॉमस हार्डी आणि स्टिफन झ्वाईग मी सारख्याच अधाशीपणानं वाचले. देखण्या टेसचा करुण अंत, भोळसर मारी अंतोनिएतची गिलोटिनखाली केली गेलेली निर्घृण हत्या यांनी माझ्या कोवळ्या मनावर खोल परिणाम होत असे. मला ती पुस्तकं पुन्हा वाचायची गरज पडली नाही. ती पुस्तकं वाचून तीस एक वर्षांच्यावर काळ उलटून गेला आहे. पण अद्याप ती पुस्तकं मी विसरलेली नाही.

एक दिवस मी कॉलेजमध्ये डिग्रीच्या वर्गाला शिकवत होते. शिकवता शिकवता मी बाईंचा उल्लेख केला. तास संपल्यावर मला काही मुली भेटायला आल्या. त्या सांगत होत्या की, त्यासुद्धा माझ्याच शाळेच्या म्हणजे बाल्डवीन शाळेच्या विद्यार्थिनी होत्या. त्यांनाही माझ्याच बाईंनी शिकवले होते आणि त्या मुलीही त्यांच्या शिकवण्यानं माझ्याचसारख्या भारावून गेल्या होत्या. मी हे ऐकलं आणि माझा आनंद गगनात मावेनासा झाला. नंतर आम्ही 'त्यांच्या' मुली किती तरी वेळा भेटत असू. बाईंबद्दल भरभरून बोलत असू. आमच्या लाडक्या बाईंच्या किती किती आठवणी एकमेकींना सांगत असू.

मी डॉक्टरेट करण्याचं ठरवलं. प्रथम ते बाईंना सांगितलं आणि मला डॉक्टरेटसाठी आवश्यक ती पुस्तकं त्यांनीच प्रथम मला दिली. त्यांनी अमेरिकेतील आपल्या मुलाला पुस्तकांची नावं कळवली. त्यानं ती पुस्तकं अमेरिकेतून त्यांच्याकडे धाडली आणि बाई ती पुस्तकं घेऊन माझ्या घरी आल्या. बाई घरी आल्याचं बघून मला आश्चर्याचा धक्काच बसला आणि त्यांच्या हातातील पुस्तकं बघून तर मी दुप्पट आश्चर्यचकित झाले.

माझा छापून आलेला प्रबंध पाहायला त्या या जगात नव्हत्या. पण माझ्या स्कॉलरशिपच्या, डॉक्टरेटच्या त्या दमछाक करणाऱ्या काळात त्या मला वारंवार फोन करत. प्रबंधाच्या कामाबद्दल चर्चा करत. माझ्या कामात रस घेऊन त्याबद्दल आत्मीयतेनं सल्ला देत. पण ऋणनिर्देशाच्या त्या लांबलचक यादीत त्यांचा उल्लेख करताना मला भूतकाळाचा वापर करावा लागला होता. 'ज्यांनी मला साहित्याच्या

या नवलपरीच्या अफाट जगात विहार करायला शिकवलं होतं, त्या माझ्या दिवंगत... ', असा तो उल्लेख होता.

त्या हयात असत्या तर पदवीदान समारंभाला म्हैसूर विद्यापीठाच्या त्या लांबच लांब दोहो बाजूस निरभ्र आकाशाखाली बहरलेल्या जॅकरँडाच्या रस्त्यावरून माझ्याबरोबर नक्कीच आल्या असत्या. फुलांनी सजवलेल्या क्रॉफर्ड हॉलच्या गॅलरीत एखाद्या पाखरासारख्या त्या बसल्या असत्या. माझ्याकडे पाहून त्यांनी मंद, प्रेमळ स्मित केलं असतं. मान डोलावली असती. मग कित्येक वर्षांपूर्वी त्या जसं माझ्या हातात पुस्तक ठेवत असत, तसं मी त्यांच्या हातात पुस्तक ठेवलं असतं. फक्त 'नीट जपून वापर हं!' अशी त्यांचीच जुनी पुस्ती जोडली नसती. कारण मला माहीत होतं की, त्यांनी ते नक्कीच प्रेमानं आणि अत्यंत अभिमानानं जपलं असतं.

■

वेंडी एम. डिक्सन
Tribute

५

थोडं हसा, पुष्कळ प्रेम करा

'मी अगदी नालायक असलो तरीदेखील माझ्यावर
प्रेम करा, कारण त्याच वेळी मला तुमच्या प्रेमाची
गरज अधिक भासेल.'

– एक स्वीडिश म्हण.

स्वाध्याय

स्वाध्याय अगदी सोपा होता. रोगांची यादी तयार करायची. त्या रोगाची कारणं, लक्षणं, त्यावरचे उपचार, प्रतिबंधक उपाय ह्या सगळ्याचा एक तक्ता तयार करावयाचा होता. दहा दिवसांत तो तक्ता शाळेत सादर करायचा होता.

स्वाध्याय देण्याचा अखेरचा दिवस उजाडला. माझी काहीच तयारी नव्हती. संदर्भ ग्रंथ चाळायला वेळच नव्हता. मी पळवाट काढली. शॉर्टकट शोधला. ऐकिवात असलेल्या काही निरुपद्रवी आजारांची मी यादी केली. अनुमानानं त्यांची लक्षणं आणि कारणं लिहिली. त्यावरचे उपाय मनानंच शोधले. लघु दृष्टी हा सुद्धा मी आजार म्हणून नोंदवला. प्रतिबंधक उपाय म्हणून हात व डोळे साबणानं स्वच्छ धुवावेत, असंही मी नम्रपणे सुचवलं. एवढा मोठ्ठा ढीग तपासायचा, कोण एवढं बारकाईनं बघणार आहे, असा विचार माझ्या मनात होता. आपला स्वाध्याय त्या काकदृष्टीतून सहीसलामत सुटेल असं आपलं मला वाटलं होतं.

दहा दिवसांनंतर जीवशास्त्राच्या बाई स्वाध्याय घेऊन वर्गात हजर झाल्या. काम चांगलं केल्याबद्दल त्यांनी आमची पाठ थोपटली आणि त्यांनी वाटपाला सुरुवात केली. बहुतेकांना पैकीच्या पैकी गुण पडले होते. काही थोड्याच जणांना स्वाध्याय उशिरा दिल्यामुळे किंवा नेमून दिल्याप्रमाणे काम न केल्यामुळे एक किंवा दोन गुण कमी मिळाले होते. मला माझा स्वाध्याय मिळाला नव्हता. शेवटी एकच एक पेपर बाईंच्या हातात उरला होता. बाईंनी दुसऱ्याच कुणाचं नाव घेतलं. मला हुश्श झालं. म्हटलं, चला, आपला पेपर बहुधा हरवला असावा.

थोड्या वेळानं बाईंनी त्यांच्या बॅगेतून आणखी एक पेपर काढला. पेपर चाळता चाळता त्या म्हणाल्या, 'हा एक नमुनेदार पेपर आहे हं!' त्या पानं उलटत राहिल्या. माझ्या घशाला कोरड पडली. बोटं वाकडी होऊ लागली. बाईंनी माझं नाव घेतलं. वाईटाची अपेक्षा करतच मी उभा राहिलो.

'स्वाध्याय कसा नसावा, याचा हा उत्तम नमुना आहे,' त्यांनी शेरा मारला.

मायोपिया – लघु दृष्टीबद्दल त्यांनी विचारलं. चुकीची कबुली देण्याऐवजी मी आपला तोंडाला येईल ते बोलत सुटलो. साऱ्या वर्गाला काय लिहिलंय ते सांगितलं.

ही माहिती कुठं मिळाली, असं जेव्हा बाईंनी विचारलं तेव्हा 'डॉक्टरांनी सांगितलं,' असंही मी म्हणालो.

त्यांनी मला थांबवलं आणि बसायला सांगितलं. आमचा तास सुरू झाला. तास संपला. वर्गातून बाहेर पडताना त्यांनी मला शाळा सुटल्यानंतर त्यांना भेटायला सांगितलं. त्या वेळी त्या माझ्या स्वाध्यायाबद्दल चर्चा करणार होत्या. नंतर माझ्या लक्षात आलं की, बाईंनी मला स्वाध्याय परत दिलाच नव्हता. म्हणजे आजचा बोलण्याचा विषय हा आपला स्वाध्यायच असणार याची मला खात्री झाली.

शाळा सुटली. मी बाईंच्या खोलीत गेलो. बाई मोठ्यानं हसल्या. मी हे असे जावईशोध का लावले? याचं कारण त्यांनी मला विचारलं. मी आपलं खरं सांगून टाकलं. वेळ नव्हता आणि बाई एवढ्या बारकाईनं प्रत्येक स्वाध्याय तपासतील असं मुळीच वाटलं नव्हतं, असं त्यांना मी सांगितलं. त्या मला म्हणाल्या, "पेपर्स नीटच तपासले जातात." माझा पेपर तपासताना त्यांच्याकडे भरपूर वेळ होता. पेपरमधल्या गमतीजमतींनी बाईंच्या घरच्या मंडळींचंही मनोरंजन झालं होतं. हे ऐकून मी दचकलोच. त्यांनी मला पुढचा स्वाध्याय चांगला लिहायला सांगून घरी जायला सांगितलं. पण माझा स्वाध्याय काही परत दिला नाही. माझी मागणी त्यांनी फेटाळली आणि "भविष्यात याचा चांगला उपयोग होईल," असंही सांगितलं.

घरी परतताना माझ्या मनात विचार आला की, बाईंनी किती सहजपणे आणि सहृदयतेनं मला सोडून दिलं होतं. पण त्याच वेळी खरं तर बाईंनी मला किती तरी खरे धडेही दिले होते. कोणालाही दुसऱ्यासमोर रागावू नये. कोणत्याही गोष्टीकडे सकारात्मक दृष्टीनं पाहावं. (माझ्या कल्पनाशक्तीचं त्यांनी कौतुकच केलं होतं.) आणि जो धडा मिळाला तो धडा म्हणजे, ती शिकवण उपयोगात आणावी.

तीन वर्षांनंतरची गोष्ट. माझ्या शेजारी राहाणारा एक मुलगा माझ्याकडे सहज गप्पा मारायला आला होता. (तो माझ्यापेक्षा लहान होता. माझ्याच शाळेत शिकत होता.) बोलता बोलता त्यानं विचारलं की, लघु दृष्टी हा विकार आहे का आणि तो मोठ्यानं हसला. मी चमकलोच. चौकशी केली, तेव्हा कळलं की बाई माझ्या स्वाध्यायाचा खरोखरच संदर्भ म्हणून उपयोग करत होत्या तर! भले मग तो स्वाध्याय कसा नसावा या संदर्भात का असेना!

■

प्रसन्न पार्थसारथी
The Assignment

योगी अस्वल

सव्वीस मुलांच्या वर्गातील एक म्हणजे आमचा योगी अस्वल! त्याच्याकडे पाहिल्यावर कार्टूनमधल्या योगी अस्वलाचीच मला आठवण होत असे. त्यामुळे मी त्याचं टोपण नाव ठेवलं होतं, योगी अस्वल! तो शाळेच्या साऱ्या आवारात डुलत-झुलत फिरत असे. वर्गात लक्ष द्यायला हवं, हे त्याच्या गावीही नव्हतं. हिवाळ्यात जसं अस्वल झोपा काढतं, तसा तो वर्गात बसून झोपाच काढायचा. डबा उघडण्याच्या नुसत्या आवाजानंच तो तत्काळ उठत असे. त्या डब्याचा मालक नशीबवान असला तर त्याला आपल्या डब्यातला एखादा तरी घास मग खाता येत असे. नाहीतर सगळा डबा योगी अस्वलाच्या पोटातच जात असे आणि डब्याचा मालक बिच्चारा उपाशीपोटीच राहात असे. आपल्या डब्यात काय आहे, हे त्या डब्याच्या मालकाला कळायच्या आतच कित्येकदा योगीनं तो डबा अर्ध्याहून अधिक फस्त केलेला असे आणि त्या डब्याच्या मालकाच्या पाठीवर थाप मारून तो मोठ्यानं त्याला 'थँक यू' असं म्हणूनही टाकत असे.

पण योगी वर्गात असला की वर्गात नेहमी चैतन्य असे. अगदी आनंदी वृत्तीचा होता तो. कायम हसतमुख. कितीही रागवा ते हसू कधीच मावळत नसे. फारच जिव्हारी लागेल असं कोणी बोललं की तो म्हणे, "मॅम, साध्या सोप्या शब्दांत माझ्या चुका सांगा की! मला तुमचं ते हाय फंडा इंग्रजी समजत नाही." आणि छानसं गोड हसे... की आम्हालाही हसू येत असे.

योगी त्याच्या वागण्यानं संतालाही राग आणू शकत होता. त्याला व्याकरण अजिबात आवडत नसे. कर्तरी वाक्याचं कर्मणी वाक्यात किंवा साध्या वाक्याचं संयुक्त वाक्यात रूपांतर का करायचं हा त्याचा नेहमीचा प्रश्न असे. कारण त्याच्यामते, त्याच्या दैनंदिन जीवनात तो हे असलं काही कधीच करणार नव्हता. व्याकरणाच्या अभ्यासाबद्दल तो नेहमीच कुरकुरत असे. "ह्या कवितेच्या अभ्यासाचा, मला माझ्या बाबांच्या व्यवसायात कसा आणि कितीसा उपयोग होणार आहे?" असा त्याचा नेहमीचा प्रश्न असे. त्यावर मी आपली "बोर्डाच्या परीक्षेत पास होण्यासाठी तुला या सगळ्याची माहिती हवीच," असं उत्तर देत असे.

शाळेची प्रार्थना योगीला अतिशय आवडत असे. त्यातल्या त्यात 'शाळा हे घरापासून दूर असलेलं आपलं घरच आहे,' हा भाग त्याला खूपच आवडत असे. त्याला शिक्षक हे पालकांसारखे; तर शाळासोबती भावंडांसारखे वाटत असत. तो स्वत:च एका मोठ्या, आनंदी एकत्र कुटुंबात राहात होता ना!

तर त्याचं असं झालं. ती सोमवारची सकाळ होती. पाऊस सुरू होता. योगी त्याच्या नेहमीच्या जागेवर, शेवटच्या बाकावर बसला होता. मुलांना त्या दिवशी स्वाध्याय करून आणायला सांगितला होता. मुलांच्या त्या स्वाध्याय वह्यांचा ढीग माझ्या टेबलावर पडलेला होता. तो व्याकरणाचा तास होता. मुलं अभ्यासाकडे कशीबशी लक्ष देत होती. चुळबुळत होती. त्यांचं सारं लक्ष बाहेर पडणाऱ्या पावसाकडं लागलेलं होतं. त्यांना मनातून, पावसात खेळावंसं वाटत होतं. याला अपवाद फक्त योगीच होता. तो खाली वाकून वहीत काहीतरी करत होता. त्यानं व्याकरणाकडे इतकं लक्ष दिलेलं पाहून मला बरं वाटलं होतं.

पण हळूहळू माझ्या लक्षात येऊ लागलं की, यात काहीतरी गडबड होती. कारण योगीनं एकदाही मान वर केलेली नव्हती. फळ्याकडे साधं पाहिलंही नव्हतं. त्याचं सगळं लक्ष त्याच्या मांडीवरच्या पुस्तकातच होतं. मी त्याच्याजवळ गेले. थंड स्वरात त्याला म्हटलं, "तू काय करतो आहेस?"

गोबरंगुबरं गोडसं हसून तो म्हणाला, 'मॅम, गृहपाठ करतोय.'

'गृहपाठ? तुला गृहपाठ म्हणजे काय ते तरी माहिती आहे का?' मी उपहासानं विचारलं.

'अंऽऽ?' योगी गोंधळला.

मी गंभीरपणे सांगू लागले, "गृहपाठ म्हणजे घरी करायचं काम. घरी करायचा अभ्यास. म्हणूनच त्याला 'गृहपाठ' म्हणतात, समजलं? ही तर शाळा आहे आणि योगी शाळेत गृहपाठ करत नाहीत."

तो निरागसपणे म्हणाला, 'पण मॅम, आपण तर रोज म्हणतो की, शाळा हे घरापासून दूर असलेलं घरच आहे म्हणून. त्यामुळेच मी इथं आता गृहपाठ करतोय.'

आम्हा सर्वांना हसू आलं. व्याकरणाचा तासही संपला. माझ्या लक्षात आलं की, भलेही त्याला वाक्य परिवर्तन करता येत नसेल किंवा कविता समजत नसेल. पण त्याच्याकडे कुठल्याही पुस्तकातून न मिळणारं शहाणपण नक्कीच होतं आणि खरोखरच तो मोठा माणूस होण्यासाठी तेच गरजेचंही होतं.

■

लैला अमरेंद्रन
Yogi Bear

बाई हसा की!

मला माझ्या भारतातील शाळेतील पहिला दिवस पक्का आठवतो. मी काय कपडे घातले होते, तेही आठवतं. माझी पिवळी चमकदार बॅग आठवते आणि शाळेतली नवी मुलगी असल्यामुळे वाटलेली भीतीही आठवते. त्यानंतरच्या क्षणानं मात्र माझ्यावर जो परिणाम केला तो आजपर्यंत. मी शिक्षिका झाले तरी तो कायम आहे. माझ्या नव्या बाई माझ्याजवळ आल्या. माझ्याभोवती त्यांनी हात टाकला. म्हणाल्या, ''बाळ, ह्या बंगलोर इंटरनॅशनल स्कूलमध्ये तुझं स्वागत आहे हं!'' त्या प्रेमळ, आश्वासक स्वरानं मला धीर आला. वाटलं की, आता सगळं सुरळीत होईल.

प्राथमिक शाळेच्या मुख्याध्यापिका म्हणून (माझ्या शिक्षकांना हे असं काही होईल असं मुळीच वाटलं नसेल, हे मी पैजेवर सांगते.) माझी नव्या विद्यार्थ्यांशी गाठ पडतच असते. त्या प्रत्येक मुलात मला त्या वेळची 'मी' दिसत असते. बावरलेली, नव्या शाळेबद्दल घाबरलेली, परक्या देशातील वातावरणामुळे बावचळलेली आणि मग मी त्या मुलांचं स्वागत करते. मला वाटतं की, त्यामुळे त्यांच्या मनातील भीती थोडी तरी कमी होत असेल. त्यांनाही मग सगळं काही सुरळीत होईल, असं वाटत असेल.

शिक्षिका होता होता मी पण खूप शिकले. अनिश्चिततेपासून निश्चिततेपर्यंतची ही वाटचाल झाली ती केवळ एकाच ध्यासानं. शिक्षक होण्याच्या माझ्या इच्छेनं. बाहेरचं जग तुमच्याशी कसंही वागो, मुलांच्या जगात (मग ती कितीही खट्याळ किंवा खोडकर असोत.) आनंदच असतो. बौद्धिक, सामाजिक, भावनिक, शारीरिक आणि आध्यात्मिक सुद्धा!

एक शिक्षिका म्हणून माझ्या वाट्याला आलेले अनुभवाचे क्षण अत्यंत मौल्यवान आहेत. एखाद्या दिवशी अनवधानानं एखादं मूल तुम्हाला 'आई' म्हणतं. नंतर त्याला अवघडल्यासारखं वाटतं. पण तुमचा तो सन्मानच असतो.

लहान मुलांच्या निरागस, पारदर्शी, प्रामाणिक बोलण्यामुळेही काही अफलातून विनोद घडत असतात. एक चार वर्षांची मुलगी पक्षी, मधमाशा याच्याबद्दल काय काय सांगत होती. (कदाचित तिच्या घरी चिमुकला पाहुणा येण्याची तयारी असेल

ती!) आमची एक चौथीची शिक्षिका त्या वेळी गर्भवती होती. ती छोटी तिच्याजवळ गेली. म्हणाली, "मिस, तुमच्या पोटात बाळ आहे का?" मिस सेननी हसून होकार दिला. त्यानंतर तिनं जो प्रश्न विचारला तो अनपेक्षितच होता. ती म्हणाली, "माझ्या बाबांनी ते ठेवलंय का तिथं?"

चेहऱ्याची इस्त्री मोडू न देण्याची कला मी गेल्या दहा वर्षांत हस्तगत केली आहे. अर्थात कित्येकदा अशाही वेळा आल्या आहेत की, हसू आवरेनासं झाल्यानं मी मुलांना ऑफिसबाहेर पाठवून दिलं आहे.

एकदा तिसरीतील दोन मुलं ऑफिसमध्ये आली होती. त्यांनी अपशब्द वापरले असं मला सांगण्यात आलं होतं. मी आपली चौकशी करत होते. काय वाईट बोलली होती बरं ती? एकानं प्रामाणिकपणे कबुली दिली होती. पश्चात्तापाच्या स्वरात तो म्हणाला, "बूबीज"

मी विचार केला आणि कडक स्वरात म्हणाले, "हं बूबीज." (खरं तर असं काही करणं चुकीचं ठरत होतं. पण मी ती चूक केलीच होती.) पण तो शब्द उच्चारताना तो कडकपणा जणू वितळलाच होता. (तुम्ही पण प्रयत्न करून पाहा. तो शब्द उच्चारल्यावर हसू येत नाही, असं होतच नाही.) माझी सहकारी माझ्याकडे बघत होती. आता हसू थांबवणं कठीण होतं, हे माझ्या लक्षात आल्यानं मी तातडीनं 'विचार करते,' असं सांगून मुलांना ऑफिसबाहेर पाठवलं आणि आम्ही मनसोक्त हसलो.

जगातील प्रत्येक शिक्षकाला जर एखादी देणगी मिळाली असेल, तर ती देणगी म्हणजे त्यांना त्यांच्या विद्यार्थीदशेचंही कायम स्मरण असावं. या व्यवसायात ही सह-अनुभूती फार मोलाची ठरते आणि त्याला विनोदबुद्धीची जोड मिळाली की यश हमखास मिळतंच, असं समजा.

■

मोनिता सेन
Smile, Teacher!

पुन्हा उशीर केलास?

शिकवणं हे एक आव्हानच असतं. तसंच त्यातून आपल्यालाही काही मिळत असतं. त्याच वेळी हेही कबूल करायला हवं की ते काम नकोसं, दमणूक करणारंही असतं. अर्थात काही वेळा काही मजेशीर घटनाही घडतात. त्यापैकीच एक गोष्ट आठवली की मला आजही हसू फुटतं.

शाळेत विद्यार्थ्यांनी उशीरा येणं ही बाब आमच्या संस्थेत कमालीची बेशिस्तीची समजली जात असे. उशिरा आलेल्या मुलांची चांगली कानउघाडणी करून त्यांना वर्गात पाठवलं जात असे. हे शिस्तपालनाचं काम आळीपाळीनं एकेका शिक्षकाकडे असे.

त्या दिवशी त्या कामाची वेळ माझ्यावर आली होती. उशीरा आलेल्या मुलांना मी रागावून बोलले. वेळेचं महत्त्व सांगितलं. मी हे सांगत असताना मला वाटलं की, पाठीमागून कोणीतरी माझा पदर ओढत आहे. मी मागे पाहिलं. गोबऱ्या गालाचं, चिमणीचा दात पडलेलं, झिपऱ्या केसांचं चष्मिस्ट चिमुरडं माझ्याकडे टक लावून मोठ्या अपेक्षेनं पाहात होतं. मी चेहऱ्यावर आणि आवाजात पुरेसा कडकपणा आणून विचारलं, ''पुन्हा उशीर केलास ना?''

आता क्षमायाचना होईल, अशी माझी अपेक्षा होती. पण ती एक चूकच ठरली. त्याऐवजी त्यानं माझं डोकं आपले हात उंचावून त्याच्या चेहऱ्याजवळ आणलं. ''मॅम, माझ्या केसांचा वास घ्या ना!'' त्यानं आर्जवी स्वरात सांगितलं. मी गोंधळले. मी त्याच्या केसांचा वास घेतला. ''व्वा! छान वास येतोय हं! पण या वासाचा आणि तुझ्या उशीरा येण्याचा काय संबंध?'' मी त्याला विचारलं. त्यावर तो उत्तरला, ''माझ्या मामानं किनई हिरव्या सफरचंदाचा शांपू आणलाय अमेरिकेहून. मला त्या शांपूचा वास इतका आवडला की, मी खूप वेळ त्या शांपूनंच अंघोळ करत राहिलो. मला तर बाथरूममधून बाहेर यावंसंच वाटत नव्हतं. मग मला उशीर झाला,'' त्यानं भाबडेपणानं सांगितलं.

आम्ही दोघंही एकमेकांकडे पाहात राहिलो. त्याच्या या स्पष्टीकरणावर मी न हसण्याचा प्रयत्न करून सरळ उभी राहिले. त्याला वर्गात जाण्यास फर्मावलं. त्याची

पाठ वळली आणि शिक्षकांच्या खोलीतून मला हसण्याचा आवाज ऐकू आला. तो प्रसंग मलाच नव्हे; तर साऱ्या शिक्षकवृंदालाच हसवून गेला होता.

■

पद्मा रोला
Late Again?

एका कार्यक्रमात

वार्षिक स्नेहसंमेलनाचा आणि पारितोषिक वितरणाचा दिवस, पालक दिन, हा दिन आणि तो दिन, दिवस कुठलाही असो; तो दिवस शिक्षकाच्या मनात धडकी भरवणाराच असतो, हे नक्की! खरं तर आपली मान विजयानंदानं उंच करावी, यासाठी जणू ते दिवस, उत्सव जन्माला आलेले असतात. अशांपैकी एक दिवस जवळ येत चालला होता आणि संगीत शिक्षक या नात्यानं मी त्याचा सर्वेसर्वा होतो.

नाटकाला निवड चाचणीनंच सुरुवात झाली. हौशे, गवशे, नवशे आणि वर्गातून बाहेर पडण्यास उत्सुक असे सगळे मोठ्या उत्साहानं जमले होते. निवड झाली. पात्र योजना ठरली. तालमी सुरू झाल्या. रंगू लागल्या. अगदी कंटाळा येईपर्यंत सराव होऊ लागला... आणि एकदम तो दिवस उजाडला की! सर्वत्र गुणगुण ऐकू येत होती. स्टेजवर काम करण्यातला थरार होता, रोमांच होता. कित्येक जण प्रथमच स्टेजवर जाणार होते. त्यामुळे थोडी उत्सुकता, थोडी भीती आणि कित्येकांच्या मनात थोडी धाकधूकही होतीच.

कार्यक्रमाला सुरुवात झाली.

'गुड इव्हिनिंग लेडीज अँड जंटलमन,'

एका मागोमाग एक कार्यक्रम सुरू झाले आणि संकटांची मालिकाही! देवाचं स्तोत्र म्हणत असतानाच गायक वृंद दुसऱ्या कडव्याची सुरुवातच विसरला. पण त्यातील काही सावध गायकांनी गुणगुणणं सुरू केलं. आलाप घेतले. ती मोकळी जागा भरली गेली. ते संकट टळलं.

नंतर संगीतिका होती. पात्रं दोन्हीकडच्या ग्रीन रुममध्ये तयारी करत होती. त्यातील एक चिमुरडा भारी खोडसाळ होता. खोड्या करून तो पळून जायचा. त्याला चांगली तंबी देण्यात आली होती.

दिवे उजळले. पडदा वर गेला. संगीत सुरू झालं. प्रकाशझोतातील त्या प्रमुख पात्रानं ते चिंतनशील कथाकाव्य अस्खलितरित्या प्रभावीपणे सादर केलं. दुसऱ्या प्रवेशासाठी ते वातावरण अगदी अनुकूल होतं. सगळं प्रेक्षागृह तटस्थ होऊन पाहात

होतं. पात्रं आपापले संवाद चोख म्हणत होती. प्रॉम्पटरची मुळीच गरज भासत नव्हती. नृत्याची वेळ आली. नर्तक आले. या साऱ्यावर जणू कळसच चढला होता. पद्धतशीर लयीत, तालात नर्तक स्टेजवर नाचत होते. लोकांनी टाळ्यांचा कडकडाट केला. पात्रं एकामागोमाग विंगेत जाऊ लागली आणि शेवटचा नर्तक पाय घसरून त्याच्या सहकाऱ्याच्या अंगावर धडपडला. स्टेजच्या मागे हसण्याचा खळखळाट झाला. नंतर मला समजलं की, त्या चिमुरड्यानं ग्रीनरुममधला नळ सुरूच ठेवला होता. त्यामुळे स्टेजवर पाणीच पाणी झालं होतं आणि त्याची परिणती त्या नर्तकाच्या धडपडण्यात झाली होती.

दुसरा कार्यक्रमही सुरळीत सुरू होता. तेवढ्यात एक पात्रं जोरात धावत स्टेजवर आलं आणि दुसऱ्या पात्राला आपल्या स्वत:च्या भूमिकेच्या पात्राच्या नावानं हाक मारू लागलं. चूक दुरुस्त करण्याच्या नादात त्यानं चक्क त्या पात्राला त्याच्या खऱ्या नावानंच हाक मारली.

नंतर होता एक गाण्याचा कार्यक्रम. कलाकार स्टेजवर आला. कलाकारानं सुरुवात केली. आता साथीदार वाद्यं वाजवणार होते. पण तो साथीदार पुतळ्यासारखा स्तब्धच होता. तो गायक कलाकार काळजीत पडला. साथीदाराकडे सूचकपणे पाहू लागला. मीही माझ्या चष्म्यातून त्याच्याकडे क्रुद्ध कटाक्ष टाकू लागलो. सरतेशेवटी संगीत वाजू लागलं. ते ऐकलं मात्र; माझ्या पायाखालची जमीनच सरकली. तो गायकही स्तंभित झाला. कारण त्या साथीदारानं दुसरंच गाणं वाजवायला सुरुवात केली होती. मी कर-कर इशारे केले. त्यानंतर तो साथीदार भानावर आला आणि त्यानं गाणं मूळ पदावर आणलं. माझ्या जिवात जीव आला.

शेवटच्या प्रवेशासाठी पडदा उघडला. तो काय? एक कर्मचारी नाटकातील एक खिडकी ठोकत होता. त्याला जणू त्या भरलेल्या प्रेक्षागृहाचं विस्मरण झालं होतं. आमच्या निवेदकानं कर्टन कॉलच्यावेळी प्रसंगावधान राखून त्याचंही नाव घेतलं आणि वेळ साजरी केली.

सरतेशेवटी कार्यक्रम संपला. आता आपल्याला कशाकशाला तोंड द्यावं लागणार आहे, असा विचार करून मी वाट पाहू लागलो.

पण नवल म्हणजे एकापाठोपाठ एक प्रशंसोद्गार मला ऐकू येऊ लागले. एका पालकानं त्या स्तोत्रावेळच्या गुणगुणण्याची तोंडभरून स्तुती केली. त्या आलापांमुळे, गुणगुणण्यामुळे त्या स्तोत्राला विलोभनीय वेगळेपणा आला होता. अधिकारी व्यक्तीही खूश होत्या. एकानं तर त्या कर्मचाऱ्याला अशी महत्त्वाची भूमिका देऊन सहभागी केल्याबद्दल माझी पाठ थोपटली, तेव्हा मला काय बोलावं तेच कळेनासं झालं होतं.

हे सगळं संपत आलं होतं. तेव्हाच या साऱ्याचा जणू कळसाध्यायच झाला.

नववीचा एक विद्यार्थी, उजळलेल्या चेहऱ्यानं, कृतज्ञतेनं गद्गद्लेल्या स्वरात मला म्हणाला, "मला गायची संधी दिलीत. मी तुमचा खूप आभारी आहे, सर. मनोरंजनाच्या कामासारखं दुसरं कुठलंच काम मोठं नाही!"

■

डॉमिनिक डि'क्रूझ
On with the Show

६

दिव्यानं दिवा उजळतो

'आपल्या दिव्याची दीप्ती जराही न मंदावता आपल्या
दिव्यानं दुसऱ्याचा दिवा पेटवणं म्हणजेच ज्ञानदान
होय.'

— जेन पोर्टर

'आयुष्य सुंदर आहे'

तुम्हाला तुमच्या बालवाडीच्या बाईंचं नाव आठवतं का? मला आठवतं. त्यांचं नाव मिसेस व्हाइट होतं. त्यांच्याकडे पाहिल्यावर त्यांचं गोष्टीतल्या स्नो व्हाइटशी दूरचं नातं असेल, असं मला वाटल्याचंही आता आठवतंय. कारण त्यांचं रूपच तसं होतं. तेजस्वी निळे डोळे, आखूड, दाट, केस, लालबुंद ओठ आणि गोरा रंग.

मला त्यांनी काय शिकवलं ते माझ्या फारसं लक्षात नाही. पण आईनं मला एकदा सांगितलं होतं की, आम्ही खूप लिहित असू. ते सारं लेखन मी घरी आणत असे. आईला दाखवत असे. आईला त्यात खंडीभर चुका आढळत. पण कुठंही लाल रंगात दुरुस्ती केलेली नसे. उलट ते लेखन तारांकित केलेलं असे. कित्येकदा त्यावर 'छान' असा शेरा लिहिलेला असे. तो पाहून माझा आनंद गगनात मावेनासा होत असे. पण आईला चुटपूट लागून राहात होती. एका पालक-शिक्षक सभेला ती आली आणि बाईंना भेटली. माझ्या चुका त्या का दुरुस्त करत नाहीत, असं आईनं त्यांना विचारलंच. लाल शाई वापरून व्याकरणातील चुका, शब्दांची स्पेलिंग का दुरुस्त केली जात नाहीत, हा आईचा प्रश्न होता.

बाई काय म्हणाल्या, ते आईनं मला सांगितलं. त्या म्हणाल्या होत्या, ''मुलांना नुकतीच शब्दांची ओळख झालेली असते. वाक्य तयार करायला ती शिकत असतात. लाल शाई वापरून त्यांचा हिरमोड करणं मला नको असतं. स्पेलिंग, व्याकरण या गोष्टी शिकण्यासाठी पुढं आयुष्य आहेच. पण शब्दांची जादू संपली की सारं संपलंच.'' बाई अगदी याच शब्दांत बोलल्या नसतील. कारण एक तर ही खूपच जुनी गोष्ट आहे. आणि तेव्हाही मला आईनं बाईंच्या म्हणण्याचा तिच्या लक्षात राहिलेला मतितार्थच सांगितला होता. त्यामुळे या वाक्यांतील सारांश बाईंच्या बोलण्याचा आणि बाकीची सजावट माझी आहे आणि खरोखर शब्दांची मोहिनी कमी झाली नाहीच. बाईंची इच्छा होती, त्याप्रमाणे मी आनंदानं, प्रेमानं आणि आत्मविश्वासानं शब्द वापरू लागले.

मला सारखं वाटतं की, बाईंनी जर मोठ्या दक्षतेनं लाल शाई वापरली असती, तर मला नाही वाटत की मी तुम्हाला हे सारं सांगू शकले असते! म्हटलं तर कारण

उघड आहे आणि नाहीही. आता मागं वळून बघताना वाटतं की, बाईंचा हा लाल शाईचा प्रतिकार वैशिष्ट्यपूर्णच म्हटला पाहिजे. मुलाला त्या फुलण्यातला आनंद, नवल चुकत-माकत का होईना प्रकट करता यावा, तसं काहीसं हे होतं. कारण न उमलण्यापेक्षा उमलणं कितीतरी पटींनी श्रेष्ठ असतं. आपण कळीच खुडली तर आपण कितीही प्रयत्न केले तरी नंतर काही तिचं फुलात रूपांतर होणारच नाही.

'ब्युटिफूल' हा शब्द लिहिताना माझं स्पेलिंग नेहमी चुकत असे. आधी 'ए' लिहायचा की 'इ' हेच आठवत नसे. माझ्या हायस्कूलमधल्या बाई त्यामुळे खूपच वैतागायच्या. मला जर तो शब्द वारंवार वापरायचा असेल तर निदान तो अचूक तरी लिहावा, असं त्यांचं म्हणणं होतं. अखेरीस त्या 'ए' आणि 'इ'नी आपापली जागा पक्की केली. मी त्याबद्दल फारशी काळजी केली नव्हती आणि या गोष्टीचाच मला खूप आनंद झाला होता. 'प्रिटी' या शब्दाचं स्पेलिंग सोपं वाटतं. पण 'ब्युटिफूल' मधला नेमका अर्थ त्या 'प्रिटी' शब्दात नाही नं! मी, मला काय म्हणायचं आहे, ते बिनदिक्कतपणे लिहिते. त्यातल्या अशुद्ध लेखनाबद्दल मला मुळीच रुखरुख वाटत नाही. याबद्दल मिसेस व्हाइट यांचे आभार मानावेत, तेवढे थोडेच! कारण आयुष्य मोहक नाही, ते 'सुंदर' आहे.

■

पवित्रा मेहता
Life is Baeutiful

मिस षणमुगम

शिक्षक हे जहाजाला पुढे नेणाऱ्या वाऱ्याच्या झोतासारखे आणि साध्या शिडासारखेही असतात. तसेच अदृश्य रूपानं कायम व्यक्तीच्या पाठीशी असतात. प्रत्येकाच्या व्यक्तिमत्त्वाच्या पार्श्वभूमीवर त्यांचं अस्तित्व असतं. पण त्यांचं काम उजेडात आलेलं नसतं. समाजही शिक्षकांची फारशी दखल घेताना दिसत नाही. माझ्या शालेय जीवनात मात्र माझ्या सुदैवानं मिस षणमुगम यांच्या रूपानं आपल्या कामात झोकून देणारी शिक्षिका आम्हाला लाभली होती. त्यांनी मला केवळ पुस्तकी पाठच शिकवले नाहीत, तर आयुष्याच्या प्रत्येक वळणावर, टप्प्याटप्प्यावर उपयोगी ठरतील असे कित्येक धडे त्यांनी मला दिले.

उंच, धिप्पाड बांध्याच्या, नुकत्याच बी.एड. परीक्षा पास झालेल्या मिस छान-छान, भडक रंगीबेरंगी साड्या नेसत. अंबाड्यावर जाळी आणि कपाळावर मॅचिंग टिकली असेच. त्या उत्साहानं सळसळत असत आणि त्यांचा हा उत्साह सांसर्गिक होता. इतका की त्यांच्या सहवासात आलेला प्रत्येक जण जणू चैतन्यानं भारलाच जात असे. विद्यार्थ्यांनी केवळ अभ्यास एके अभ्यास न करता इतर उपक्रमांतही भाग घ्यावा, यासाठी त्या त्यांना प्रोत्साहन देत. मुलांच्या साऱ्या क्षमता विकसित व्हाव्यात असाच त्यांचा प्रयत्न असे. खेळ, नाटक, गाणं, नृत्य, वक्तृत्व, लेखन, वादविवाद... इत्यादी, इत्यादी! जीवशास्त्र विषय शिकविणाऱ्या शिक्षकाकडून याची क्वचितच कोणी अपेक्षा करत असेल.

तेव्हा मी नुकतीच अमेरिकेतून आले होते. थोडीशी बुजलेलीही होते आणि मिसच्या संदर्भातील या साऱ्या वलयामुळे थोडी बावरलेही होते. त्यामुळे मी गप्प गप्पच असे. माझ्या कोशातून मला बाहेर काढण्यासाठी त्या मला वारंवार उत्तेजन देत. मला अजूनही आठवतंय, त्या मला नेहमी माझ्या नावाचं 'हिरा' हे उदाहरण देऊनच प्रोत्साहन देत. त्या म्हणत, "अगं, तुझं नावच हिरा आहे. नावातच तेज आहे. हिऱ्याप्रमाणेच अंतर्बाह्य लखलखीत हो. तुझ्या सद्‌गुणांचं आणि सद्‌वर्तनाचं तेज सर्वत्र पसरू देत."

इतर साऱ्या शिक्षकांपेक्षाही मला मिस षणमुगम जास्त आठवतात, त्या त्यांनी

दिलेल्या बहुमूल्य अशा शिकवणीमुळे! त्यांच्या शिकवणुकीमुळे माझं लेखिका होण्याचं स्वप्न मी साकार करू शकले. त्या वर्षी मिस षण्मुगम शालेय मासिकाच्या संपादिका होत्या. एका छान, उत्फुल्ल सकाळी त्यांनी वर्गात जाहीर केलं की, 'ज्यांना इंग्रजी विषयात ऐंशी टक्क्यांच्या वर गुण मिळालेले असतील, त्या प्रत्येकीनं या मासिकासाठी लेखन केलंच पाहिजे. ज्यांना या विषयात यापेक्षा कमी गुण मिळाले असतील, पण ज्यांना लेखनाची आवड असेल, त्यांनी काही चुटके, कोडी, कविता, पान पूरक असं साहित्य जरूर द्यावं. थोडक्यात म्हणजे प्रत्येकीनं काही ना काही लेखन केलंच पाहिजे. म्हणजे मग आपला एक छान अंक तयार होईल.'

बाईंच्या या आवाहनानंतर, त्या दिवसापासून मुलींची वाचनालयात हीऽऽ गर्दी उसळली. नवं काही सुचावं यासाठी मग प्रत्येक जण विविध पुस्तकं वाचू लागली. वर्तमानपत्रं चाळू लागली. मलासुद्धा लिहावंसं वाटत होतं. पण मी तो विचार मनावेगळा केला. त्याला कारणही तसंच होतं. त्या आधी मी माझ्या लाडक्या आजीवर एक छोटासा लेख लिहिला होता. तो लेख मी मोठ्या मेहनतीनं, अगदी जीव ओतून लिहिला होता. पण तो लेख मला साभार परत आला होता आणि ही गोष्ट माझ्या मनाला खूपच लागली होती. त्यामुळे त्यानंतर काही लिहिण्याची मला इच्छाच होत नव्हती.

बाईंना हे माहिती होतं. माझ्या कोवळ्या, तरुण मनाची घालमेल त्यांना समजली होती. ही काही फार गहन, गंभीर समस्या नसून सहजी बरा होणारा असा भावनिक, मानसिक धक्का आहे, हे त्यांच्या लक्षात आलं होतं. लेखनातून मला किती आनंद मिळतो, मी किती मनापासून लिहिते, मला लेखनाची किती आवड

आहे, हेही त्यांनी जाणलं होतं. त्यांनी बहुधा काही विचार केला असावा. कारण त्यांनी कित्येक मुलींना मानसिक आधार दिला होता. जणू त्यांच्या रुंद खांद्यावर त्या मुली डोकी ठेवून रडल्याच होत्या.

त्यामुळे बाईंनी मला एक दिवस बोलावून घेतलं. माझ्याकडे नीट पाहिलं. त्या म्हणाल्या, ''आपला पुढचा लेखही साभार परत येईल असं वाटतंय का तुला?'' त्यांचा आश्वासक सूर ऐकून मी कोसळलेच. ''मला नाही वाटत की मला लिहिता येईल. माझा माझ्यावरच भरवसा नाही,'' मी येणारं रडू कसंबसं थांबवत म्हणाले.

सकारात्मक विचाराचा प्रणेता 'नॉर्मन व्हिन्सेंट पील' याचं नाव आता झालंय. पण त्याच्याही आधीपासून मिस षण्मुगम या सकारात्मक विचाराच्या होत्या. शिवाय कोणाकडून 'नाही' असा नकार ऐकण्याचीही त्यांना सवय नव्हती. मला उत्तेजन देण्यासाठी त्या म्हणाल्या, 'अगं, तुला लिहिता येतंय. मग तू लिहीच.' 'शक्यच नाही,' डोळ्यांतलं पाणी थोपवत मी उत्तरले. 'शक्य नाही? म्हणजे अशक्य? इम्पॉसिबल? मला सांग इम्पॉसिबलचं स्पेलिंग काय आहे?' त्यांनी विचारलं. त्यांचे डोळे चमकत होते. त्या चमकत्या डोळ्यांकडे पाहात प्रत्येक अक्षरावर जोर देत मी सावकाश उत्तरले, 'आय-एम-पी-ओ-एस-एस-आय-बी--एल-ई.' ''बघ, हे तर आय एम पॉसिबलचं छोटं रूप आहे ना!'' आपले हरणासारखे डोळे त्यांनी माझ्यावर रोखले आणि चढ्या आवाजात ठामपणे त्या म्हणाल्या, 'ह्या वर्षीच्या शालेय मासिकात कोणाचं लेखन छापून येणार असेल, तर ते तुझंच!'

वर्षं उलटली. पदवी घेतली. फ्री लान्स, मुक्त लेखिका होण्याच्या महत्त्वाकांक्षेनं काम सुरू केलं. भविष्यात मला रॉबट फ्रॉस्टसारखी वचनपूर्ती करावयाची होती. खूप-खूप मैल चालायचं होतं आणि माझ्या प्रवासाची नुकतीच कुठं सुरुवात होत होती. जोडीला जणू नव्यानं एखादं ऑफिस सुरू करताना येतात, तशा अडचणीच अडचणी होत्या.

त्या दिवशी माझा पहिलावहिलाच लेख साभार परत आला होता. मी तो लेख फाडून चिंध्या करून फेकून देणार होते आणि किंचाळणार होते, 'मला जमतच नाही.'

त्या भावनिक उद्रेकाच्या क्षणी बालपणीच्या आठवणी उचंबळून आल्या. मला वाटलं की, मिस षण्मुगम माझ्याकडे चमकत्या डोळ्यांनी, प्रेमळ नजरेनं पाहात आहेत. ''अगं, तुला येतंय ते,'' असं म्हणत मला धीर देत आहेत. 'तुला येतंय ते', हे शब्द जणू माझ्याभोवती पिंगा घालू लागले. मला स्फूर्ती देत गेले. माझ्या मनात ते शब्द पुन:पुन्हा निनादत राहिले. ''अगं तुला येतंय ते. तू करशील. तू करशीलच,'' ते शब्द म्हणजे मूर्तिमंत सकारात्मकता होती.

मी तो लेख वाचला, संपादित केला. त्याचं पुनर्लेखन केलं. माझ्या मनाचं

समाधान होईपर्यंत त्याचं पुनर्लेखन केलं; नंतर पाठवून दिला. दोन आठवड्यांनंतर तो लेख छापून आला. माझ्या डोळ्यांतून आनंदाश्रू वाहू लागले.

'इम्पॉसिबल' या शब्दाचा अर्थ काय बरं?

मनातल्या मनातच मी उत्तरते, ''मला कल्पना नाही. मला माहिती नाही.'' आणि मिसेस षण्मुगम, तुम्ही कुठंही असलात, तरी माझ्या त्या उत्तरानं तुम्हाला नक्कींच आनंद होत असेल, नाही?

∎

हिरा नवाझ

Miss Shanmugam

त्यांनी मला लिहितं केलं

'नाइस म्हणजे छान. नाइस हे इंग्रजी भाषेतील अनेक चांगल्या विशेषणांपैकी एक आहे. पण ते अत्यंत संदिग्ध आहे. ते तुमच्या आयुष्यातून काढून टाका बरं!' बाई म्हणाल्या.

माझ्या इंग्रजीच्या बाई मिसेस जी माझा निबंध तपासत होत्या. त्यातील संदिग्ध, जुने, अप्रचलित शब्द, पंडिती वळणाचे, बोजड, क्लिष्ट, तापदायक असे सारे शब्द त्या जणू निवडून काढत होत्या. त्याच वेळी त्या मला गमतीदार शब्द, चित्रदर्शी, वर्णनात्मक शब्द, आकर्षक शब्द, अलंकारिक शब्दकळा याचीही जाणीव करून देत होत्या. ओळख करून देत होत्या. मला इंग्रजी भाषेची, इंग्रजीत लिहिण्याची गोडी लावत होत्या. ध्यास घ्यायला शिकवत होत्या. आता शब्दांना चेहरे मिळू लागले होते. वाक्प्रचार पुस्तकातून बाहेर उड्या मारू लागले होते. रूपकं – प्रतिमा याबद्दल काय बोलावं? त्या जेव्हा त्यांच्या खास शैलीत, मिश्कील डोळे करून वाचत, तेव्हा माझी यापेक्षा चांगलं लिहिण्याची इच्छा बळावत असे.

रेन मार्टीन यांच्या व्याकरणाचे ग्रंथराज आम्हाला अभ्यासासाठी होते. बाईंनी आम्हाला शिकवलं की, व्याकरणशुद्ध लिहिता येणं अत्यंत आवश्यक होतं. त्यानंतर तुम्ही हवी तशी वाक्यरचना करू शकता. नियम मोडू शकता. एके दिवशी त्यांनी भर वर्गात आव्हान दिलं, "कोण म्हणतं की, 'आणि' या शब्दानं वाक्याची किंवा गोष्टीची सुरुवात होऊ शकत नाही? नक्कीच होऊ शकते."

आणि मी तसंच केलं.

त्यांनी 'कानावर पडणं' आणि 'ऐकणं' यातील फरक स्पष्ट केला. आणि मला अचानक सगळं ऐकू येऊ लागलं. लय, यमक, वृत्त, मात्रा, शब्दाशब्दात असणारी विरोधाभासाची मजा... काय नि काय! एके दिवशी त्या म्हणाल्या, 'हज्जारदा सांगितलंय की, अतिशयोक्ती करू नका. ती थांबवा आता!' या वाक्यातला विरोधाभास लक्षात घेऊन मी मनमुराद हसल्याचं मला पक्कं आठवतंय.

एकदा मला लिहिण्याची सुरसुरी आली. मी बाईंकडे गेले. मी म्हणाले, "मिसेस जी, मला लिहायचं आहे. तुम्ही मला सुरुवातीची ओळ सांगा. मी तिथून

पुढे लिहिन.'' त्यांनी माझ्या वहीत लिहून दिलं. त्यांच्या अक्षरासकट ते सगळं माझ्या लक्षात आहे. त्यांनी लिहिलं होतं. 'एके दिवशी सकाळी मी उठले आणि माझ्या ध्यानात आलं की, मी एक प्रसिद्ध व्यक्ती झाले आहे.''

'जा. लिही बरं,' त्या प्रोत्साहन देत म्हणाल्या. त्या दिवशी मी घरी पळत गेल्याचं माझ्या स्मरणात आहे. मी का पळाले होते... तर मला गृहपाठ करायचा होता म्हणून!

काही वर्षांपूर्वी मी बंगळुरूला गेले होते. मला कळलं होतं की, बाई निवृत्त झाल्या होत्या. त्यांची तब्येतही बरी नव्हती. मी माझ्या किशोरवयीन मुलांचे फोटो, माझी काही लेखनाची कात्रणं बॅगेत भरली आणि रिचमंड टाऊनमधल्या त्यांच्या घरी त्यांना भेटायला गेले. त्या अगदी हळूहळू दाराशी आल्या. ''कोण आहे?'' असं त्यांनी विचारलं खरं, पण त्यांना तीस वर्षांनंतरही माझं नाव आठवत होतं.

हसणं, खिदळणं, अश्रू आणि गळाभेटीतूनही मला त्यांचं ते जुनं संसर्गजन्य हसू ऐकू येत होतं. चहा घेताना मी त्यांना सांगितलं की, मी जाहिरात क्षेत्रात लेखनाचं काम करते.

'छे! काहीतरीच. अगदीच अशक्य! निदान तू बँकेचं आकडेमोडीचं करत नाहीस, हे त्यातल्या त्यात बरंच म्हणायचं म्हणा!' त्या म्हणाल्या. पण जेव्हा मी माझी पेपरमधली सदर लेखनाची कात्रणं त्यांना दाखवली, तेव्हा जणू त्यांना हायसं वाटलं. मला त्यांनी जणू क्षमाच केली.

मिसेस जी यांच्यामुळेच लेखनास प्रवृत्त झालेल्या कितीतरी जणी आहेत. त्या काळात बाल्डविन शाळेत शिकलेल्या कित्येक जणींच्या सकारात्मक प्रतिक्रिया मला ऐकू येत आहेत.

थोड्या दिवसांपूर्वी त्या गेल्याचं मला समजलं आणि आमच्या अखेरच्या भेटीत त्यांनी दाराजवळ माझा निरोप घेतला, त्या वेळी त्या जे बोलल्या होत्या ते शब्द मला पुन्हा आठवले. त्या म्हणाल्या होत्या, ''लिहित राहा. बरं का!''

मिसेस जी, पुढं-मागं मी पुस्तक लिहिलं, तर त्या पुस्तकाचं किती समर्पक शीर्षक तुम्ही दिलंत!

■

इंदू बालचंद्रन

She Set Me on the Write Path

नाही दुजा आधार

आपण आपल्या शिक्षकी पेशात इतके मग्न असतो की, काही वेळा आपण या व्यवसायात का, कसे आणि कोणामुळे आलो याचा आपल्याला विसरच पडतो. हा लेख म्हणजे माझ्या जीवनाला, व्यवसायाला आकार देणाऱ्या एका असामान्य स्त्रीला अर्पण केलेली श्रद्धांजलीच होय.

प्राथमिक विभागातून माध्यमिक विभागाच्या शाळेत प्रवेश करणं, तसं क्लेशदायकच असतं. दोन्ही इमारती एकाच आवारात असल्या तरी आपल्या लाडक्या बाई, वर्ग सोडून द्यायचा आणि एका नव्या नवलपरीच्या जगात, रागावणाऱ्या आणि त्यांच्याविषयी कुतूहलही असलेल्या अशा मुलींच्या सहवासात वावरायचं या कल्पनेनं थोडं घाबरायला होत असतं. तर अशा आम्ही आपल्याला कोणता वर्ग मिळणार, आपली जागा कुठं असणार याची व्हरांड्यात उभ्या राहून वाट पाहात होतो. तेवढ्यात एक मायाळू आवाज ऐकू आला, ''किती चुणचुणीत मुली आहात गं तुम्ही! मला वाटतं की, मी तुमची वर्गशिक्षिका व्हावं.''

आम्ही माना वर केल्या. त्यांनी लावलेल्या अत्तराचा मंद सुगंध दरवळत होता. त्यांनी केसात सुंदरसा गुलाब माळला होता आणि चेहऱ्यावर आम्ही आजवर न पाहिलेलं सुंदर प्रसन्न हसू होतं. आमचं आणखी थोडं कौतुक करून त्या निघून गेल्या. आम्ही त्यांच्यावर फिदा झालो होतो. कोणीतरी हलक्या स्वरात विचारलं, ''कोण आहेत त्या?'' जवळून वरच्या वर्गातील मुलगी चालली होती. तिनं ते ऐकलं आणि म्हणाली, ''त्या मिसेस विशालम् आहेत. आमच्या विज्ञानाच्या शिक्षिका!''

त्या वर्षी काही त्या आम्हाला शिकवायला नव्हत्या. पण त्या आमच्याकडे पाहून हसत. आमची गाऱ्हाणी ऐकून घेत. आम्हाला दुखलं-खुपलं तर मलमपट्टी करत आणि आश्चर्याची गोष्ट म्हणजे आमची नावंही त्यांच्या लक्षात राहात. लवकरच त्या आमच्या वर्गशिक्षिका झाल्या. मग काय विचारता? त्या आमच्या समुपदेशिका झाल्या. दत्तक आई झाल्या. त्यांची मनाची आणि घराची दारं आमच्यासाठी सताड उघडी होती. आमच्या कुठल्याही कृतीची त्या प्रशंसाच करत.

शाळेचे दिवस भराभरा संपले. आम्ही कॉलेजच्या आणि विद्यापीठाच्या अभ्यासक्रमात अडकलो. अधूनमधून विशालम् बाईंशी बोलणं होत असे. पण पूर्वीइतकं वारंवार, वरचेवर ते होत नसे. माझं लग्न झालं. मी चेन्नई हे माझं गाव सोडलं. खूप वर्षांनंतर तीन मुलांच्या जन्मानंतर आम्ही पुन्हा चेन्नईत आलो. चेन्नईत येणं म्हणजे जुन्या शालेय मैत्रिणींना, इतर मैत्रिणींना भेटणं अपरिहार्यच होतं. एकदम लक्षात आलं की, शाळा सोडून आता आपल्याला पंचवीस वर्षं होतील. आम्ही एक समारंभ आयोजित करण्याचं ठरवलं आणि आमच्या शक्य तितक्या सर्व शिक्षकांना निमंत्रण दिलं.

ठरल्याप्रमाणे कार्यक्रम सुरू झाला होता. खूप दिवसांनी भेटलेल्या जुन्या मैत्रिणींच्या घोळक्यात गप्पा सुरू होत्या. माझ्या खांद्यावर हलकेच थाप पडली. वळले आणि बाईंच्या मिठीतच शिरले. त्या मिसेस विशालम् होत्या. तशाच हसतमुख. त्यांनी माझी, माझ्या कुटुंबाची चौकशी केली. भेटून आनंद वाटल्याचं सांगितलं. त्या दिवशी संध्याकाळी नेहमीप्रमाणं आम्ही एकमेकींच्या संपर्कात राहाण्याचं, पत्र लिहिण्याचं ठरवलं. तसे बेतही आखले.

यालाही दहा वर्षं झाली. माझ्या मुलांनी आपापले जोडीदार शोधले होते. लग्नाची वेळ झाली. मी निमंत्रितांची यादी करू लागले. बाई आता त्रिवेंद्रमला राहात होत्या. शाळेतून मी बाईंचा नंबर मिळवला. तिथंच कळलं की, बाईंना कॅन्सर झाला होता. आता त्यांची तब्येत सुधारत होती. केमोथेरपी आणि रेडिएशनचे उपचार नुकतेच पूर्ण झाले होते. डॉक्टरांनी त्या बऱ्या झाल्याचं निदान केलं होतं आणि आता त्यांनी त्यांच्या लाडक्या पेशाला पुन्हा जवळ केलं होतं. त्या पुन्हा शिकवू लागल्या होत्या.

मी माझ्या आयुष्यात इतकी गुंतून गेले होते की, मी बाईंशी साधा संबंधही

ठेवला नव्हता, या गोष्टीचा मला अतोनात राग आला होता. स्वत:वरच मी हज्जारदा चिडले होते. मग बाईंना फोन लावला. बाईंचा तो ममताळू, आनंदाश्चर्यानं भरलेला आवाज ऐकून मला मनोमन रडूच कोसळलं. त्या लग्नाला येऊ शकल्या नाहीत. पण फारशा न पाहिलेल्या मुलांसाठी त्यांनी आहेर आणि शुभेच्छा मात्र अवश्य धाडल्या होत्या. त्यामुळे एक झालं, बाईंना भेटणं निकडीचं बनलं होतं. मी माझ्या शोभना आणि मालती या मैत्रिणींशी बोलले. त्यांनाही बाईंना भेटायचं होतं. जणू त्यांनाही त्यांची मनं खात होती. आम्ही तिकिटं काढली आणि बाईंना कळवलं की, आम्ही त्रिवेंद्रमला येत आहोत. त्या देखील या भेटीसाठी आमच्याइतक्याच आतुर झाल्या होत्या. फक्त त्यांनी त्रिवेंद्रममध्ये आम्हाला एखाद्या हॉटेलमध्ये उतरण्यास सांगितलं होतं.

प्रवासात आम्ही बाईंबद्दलच बोलत होतो. गाडी त्रिवेंद्रमला आली. आता सामान हॉटेलवर टाकायचं आणि नंतर बाईंकडे पळायचं असा आमचा बेत होता. आम्ही फलाटावर उतरलो मात्र; तोच ओळखीचा आवाज आला. ''मुलींनो, तुमच्यात काहीही बदल झालेला नाही.'' आम्ही गर्रकन वळलो. बाई त्यांच्या यजमानांबरोबर उभ्या होत्या. जास्त वयस्कर आणि दुबळ्या झाल्या होत्या. पण चेहऱ्यावर तेच प्रसन्न हसू होतं. याच हास्यानं कित्येक वर्षांपूर्वी आमची मनं जिंकली होती. मधली वर्षं गळून पडली होती. आम्ही पुन्हा तशाच मळक्या, रडक्या शाळकरी मुली झालो होतो. त्यांच्याभोवती आम्ही फेर धरला. त्यांची पुन:पुन्हा आठवण येत होती, हे सांगत राहिलो. ओरडून एकमेकींना गप्प करत राहिलो.

पुढचे दोन दिवस कसे भुर्रकन उडून गेले. तुझं काय, माझं काय या गप्पा झाल्या. मैत्रिणींबद्दलच्या बातम्या पुरवून झाल्या. ''एऽऽ, तुला आठवतं का?'' अशी सुरुवात करून नाना आठवणी काढून झाल्या. त्यांचं जिवघेणं दुखणं, त्या असह्य यातना या साऱ्या कसोटीच्या काळाबद्दल त्यांच्या यजमानांकडून ऐकलं. या साऱ्या गप्पाष्टकांत त्या वारंवार आमच्याकडे बघत होत्या आणि म्हणत होत्या, ''केवळ मला भेटण्यासाठी तुम्ही एवढ्या लांब आलात, अं?'' त्यांच्या आत्मीयतेनं, मार्दवानं आम्ही लीन झालो होतो. त्या सध्या जिथं शिकवत होत्या, त्या शाळेत त्या आम्हाला घेऊन गेल्या. त्यांच्या सहकाऱ्यांशी त्यांनी आमची केवढ्या कौतुकानं, अभिमानानं ओळख करून दिली.

आम्ही त्रिवेंद्रमहून निघालो. 'नको, नको' म्हणत होतो, तरीही त्याला न जुमानता आम्हाला निरोप देण्यासाठी ती उभयता स्टेशनवर आली होती. मी घाईघाईनं पायऱ्या उतरत होते. पायातल्या उंच टाचेच्या बुटामुळे मी कोलमडलेच. मी गडगडणारच होते, पण बाईंनी माझी कंबर घट्ट पकडली आणि खट्याळपणे कुजबुजल्या, 'काय गं हे! अजूनही तुम्ही धडपडताच आहात आणि अजूनही

तुम्हाला तुमच्या बाईंची मदत लागतेच आहे.'

खरं होतं ते! बाईंची आम्हाला गरज आहेच. कारण 'गुरुविण नाही दुजा आधार.'

■

पद्मा रोला
My Inspiration for Always

गुरुबळ

संस्थेतील आमची मैत्रीण कामिनी ही जरा अडचणीत होती. नेदरलँडमधील एका नामांकित विद्यापीठाची तिला भाषा विज्ञान विषयातील फेलोशिप मिळाली होती. पण घरची माणसं तिला एवढ्या लांब, परदेशी पाठवायला नाखूश होती. शिवाय पैशाची चणचण होतीच. तिनं परदेशी जाण्याची आशाच सोडून दिली होती. तेवढ्यात एक चमत्कार झाला. तिच्या सर्व शिक्षकांनी तिच्या तिकिटासाठी आणि वाटखर्चासाठी निधी गोळा केला.

'शिक्षकांनी मला मदत करण्याची ही दुसरी वेळ आहे,' कामिनी म्हणाली. खूप वर्षांपूर्वी एका शिक्षकानं तिला मदत केली होती. ती पहिली वेळ होती. आणि त्या मदतीच्या आधारावरच ती आज इथपर्यंत पोहोचली होती.

घडलं होतं ते असं –

कामिनी एक अभ्यासू मुलगी होती. घरच्या वातावरणाशी, त्या जुनाट वळणाशी ही गोष्ट तशी विसंगतच होती. ओरिसातील एका लहानशा खेड्यात ती राहात होती. तिथं त्या काळी मुली फारशा शिकत नसत. शिवाय वयाच्या बाराव्या-तेराव्या वर्षीच त्यांची लग्नंही लावून दिली जात.

कामिनीला चांगले गुण मिळाले होते. तिनं पुढं शिकण्याची इच्छा व्यक्त केली होती. घरच्या सर्वांनी तिच्या मार्गात खोडा घातला होता. ती जे शिकली होती, तेच त्यांच्या डोक्यावरून पाणी जाण्याएवढं होतं. तिचा पुढील शिक्षणाचा ध्यास पाहून त्या साऱ्यांना वाटलं की, हिला काहीतरी 'बाहेरची बाधा' झाली आहे. त्यांनी तिला गावातील वैदूकडं नेलं. वैदूनं काही औषधं दिली. ती औषधं झोपेची, गुंगी आणणारी होती. त्यामुळं त्या वैदूच्या मते, तिचा मेंदू काम करेनासा होणार होता.

हे पाहिलं आणि गावातले लक्ष्मण सर पुढे आले. ते गावातल्या शाळेत शिक्षक होते. ते कामिनीला गुपचूप भेटले. तिला तिच्या हुशारीची, स्वत्वाची, शिक्षणाची, बाहेरच्या जगाची जाणीव त्यांनी करून दिली. एकदा का ती तिच्या स्वत:च्या पायांवर उभी राहिली असती, नावारूपाला आली असती की, घरच्यांचा विरोध मावळला असता, असंही त्यांनी तिला समजावलं. फक्त तिनं ठाम निर्धार करण्याची

आवश्यकता होती. शिकण्याचा ध्यास घेण्याची गरज होती आणि कठोर परिश्रमांना तर पर्यायच नव्हता. जिल्ह्याच्या कॉलेजमध्ये प्रवेश घेण्यासाठी कोणाच्याही नकळत त्यांनी तिला मदतही केली होती.

कामिनीनेदेखील ह्या सत्त्वपरीक्षेला धैर्यानं तोंड दिलं होतं. ती तिची औषधं अगदी काळजीपूर्वक घेत होती. पण त्या औषधांचा तिच्यावर काडीचाही परिणाम होत नसल्याचं तिच्या घरच्यांच्या लक्षात आलं होतं. परिणाम होणारच होता कसा? कारण कामिनी त्या गोळ्या घरच्या मंडळींच्या समोर घेत असली, तरी नजरेआड झाली की, ती थुंकून टाकत असे आणि जमिनीत पुरून टाकत असे.

कामिनीनं केवळ स्वप्न पाहिलं नव्हतं, तर लक्ष्मण सरांच्या मदतीनं तिनं ते स्वप्न सत्यातही उतरवलं होतं. सरांचा तिच्यावरचा विश्वास तिनं सार्थ ठरवला होता. तिनं पदवी मिळवली आणि त्यानंतर इतर शिक्षकांच्या मदतीनं ती स्कॉलरशिप मिळवून चक्क नेदरलँडला निघाली होती.

कामिनी नेदरलँडहून पहिल्या भेटीसाठी परतली, तेव्हा विमानतळावर तिची घरची मंडळी मोठाले हार, गुच्छ घेऊन उभी होती आणि त्या सर्वांच्या मागे उभे होते लक्ष्मण सर! तिला प्रेरणा देणारे, उभारी देणारे आणि उडण्यासाठी तिच्या पंखात बळ आणणारे. त्यांचा चेहरा अभिमानानं उजळून निघाला होता आणि चेहऱ्यावर प्रेमळ स्मित पसरलं होतं.

■

सोमा सरकार
The Wind beneath Her Wings

किमयागार

तो १९७६ चा जुलै महिना होता. इंग्रजी साहित्याच्या आम्हा विद्यार्थ्यांची पहिली टर्म सुरू झाली होती. आमचा उत्साह, अपेक्षा, उत्सुकता यांना जणू उधाण आलं होतं. त्याला तो चेन्नईचा जिवघेणा उकाडाही आवर घालू शकत नव्हता. धीरगंभीर, गूढ विचार जणू आम्हीच करू शकत होतो. आम्हीच जणू द्रष्टे होतो. कल्पनेच्या वावड्या उडवून आम्हीच लेखन करणार होतो. कविता करणार होतो. अशा श्रेष्ठपणाच्या तोऱ्यात आम्ही वावरत होतो. पण आम्हाला ही मुळीच कल्पना नव्हती की, आपण या विषयासाठी घेतलेला प्रवेश म्हणजे अग्नीच्या साक्षीनं घेतलेली दीक्षाच होती आणि 'एच-ई-एल' हेल इंग्रजी साहित्याचा इतिहास (हिस्ट्री ऑफ इंग्लिश लिटरेचर) हा जणू यातील एक महत्त्वाचा धार्मिक विधी होता. असं सगळं एकूण कठीण अभ्यासाचं जग होतं. त्या अत्यंत बारीक छपाई असलेल्या, अगणित प्रकरणं असलेल्या पुस्तकाकडे कटाक्ष जरी टाकला तरी डांटेच्या देवदूताची आम्ही वाट पाहात होतो. आपल्या कौशल्यानं, बुद्धिमत्तेनं आमची भीती दूर सारून आम्हाला हायसं वाटायला लावेल अशा शिक्षकाची आम्ही वाट पाहात होतो.

वरच्या वर्गातील मुलं म्हणत, त्याप्रमाणे मिसेस सी खरोखरच विस्मयकारक होत्या. त्या व्हिक्टोरियन आमदानीतून आल्यासारख्या वाटत. स्टार्च केलेली कडक इस्त्रीची साडी नेसणाऱ्या त्या 'जेन ऑस्टिन'च होत्या. त्यांची चेहरेपट्टी, भावभरले डोळे, पातळ ओठ, केसांचा बांधलेला अंबाडा आणि ते डौलदार खांदे. तसे खांदे मी व्हिक्टोरियन आणि एडवर्डीयन काळातील छायाचित्रांतील व्यक्ती सोडल्या तर कुणाचेच पाहिले नव्हते. ते बाकदार खांदे आणि त्यांचे बाहू यांची एक डौलदार रेषा झाली होती. खूप वर्षांनंतर लायब्ररीत मी 'मॅन्सफिल्ड पार्क' या पुस्तकात जेन ऑस्टिनचा १८१५ सालचा फोटो पाहिला. तो फोटो पाहून मी पैजेवर सांगू शकले असते की, तो फोटो आमच्याच जेनचा म्हणजे बाईंचा होता. नाकावरच्या चष्म्यानं त्या चित्रातला उग्रपणा आणखी वाढला असता. चित्रातला मोठा फरक म्हणजे चित्रातल्या गंभीर व्हिक्टोरियन स्त्रीचे केस अंबाड्यातून निसटून इतस्तत: विखुरले होते. त्या कुरळ्या बटा कपाळावर, कानावर, मानेवर झेपावल्या होत्या. त्या स्वैर

बटा जणू आम्हाला बंडखोरीचं प्रतीक वाटल्या होत्या. अर्थात आमचं सूचक भाष्य फारसं चुकीचं नव्हतंच.

पुस्तकं उघडली. त्या इतिहासाच्या प्रवेशद्वारातून आम्ही हळूहळू आत शिरू लागलो. आमचा गंभीरपणा पाहून बाई मान वेळावत हसल्या आणि आपल्या गुंगवणाऱ्या मोहक आवाजात आमची पुस्तकं बंद करायला त्यांनी सांगितलं. त्यानंतर पुढेही पूर्ण टर्मभर ती पुस्तकं बंदच राहिली. सनावळ्या, जंत्री, युगं, नामावळीच्या त्या जंजाळातून कशा पार होणार, या विचारात आम्ही होतो, पण बाईंची योजना निराळीच होती. त्या लायब्ररीतून मोठमोठे ग्रंथराज आणत. त्यात ठिकठिकाणी रंगीबेरंगी खुणा घालत. समोर टेबलावर मांडत. त्या ओझ्यानं ते टेबलही कुरकुरत असे आणि एकामागून एक पुस्तक उघडून त्यातील उतारे त्या वाचत. ते वाचन इतकं प्रत्ययकारी असे की त्यात वर्णन केलेला तो काळ, तो लेखक, त्याची शैली जिवंत होत असे.

पाचशे वर्षांतील लेखकांच्या मनोविश्वाचा, त्यांच्या साहित्यकृतींचा अभ्यास करण्यास त्या आम्हाला प्रवृत्त करत. बैलाला किंवा घोड्याला पळवण्यासाठी जसा एखादा स्वार पराणी टोचतो ना, तशा बाई जणू आम्हाला त्या लेखकांच्या मागे पळवत होत्या. 'द वाईफ ऑफ द बाथ!' हा 'द कॅंटरबरी टेल्स'मधला उतारा बाईंनी वाचला की, ते पुस्तक मिळविण्यासाठी आम्ही लायब्ररीत पळत होतो. बनियनच्या त्या यात्रेकरूंसोबत आम्हीही क्रिस्टल सिटीची यात्रा करत होतो. मिल्टनचं 'पॅरेडाईज लॉस्ट'चं वाचन करत असताना बाई आम्हाला डोळे मिटून ऐकायला सांगत. अशा वेळी त्या शब्दांतलं माधुर्य जाणवत असे. नादसौंदर्य लक्षात येत असे आणि आपल्या ज्ञान ग्रहणाच्या मर्यादाही लक्षात येत.

इतर वेळी ज्या कृती करणं आम्हाला मूर्खपणाचं वाटलं असतं, अशाही कृती बाई आमच्याकडून करवून घेत. 'समीक्षक साहित्याच्या केसातील उवेसारखा आहे,' ही पोपची झणझणीत उक्ती त्यांनी आम्हाला सांगितली होती. अशा काही उक्ती त्या आमच्याकडून कवितेसारख्या म्हणून पाठ करवून घेत. त्या वेळी आम्हीही स्त्रीमुक्तीवाल्यांच्या आवेशात आणि उत्साहात त्या ओळी म्हणत असू. ते थोडंसं कॅथार्सिस म्हणजे विरेचनासारखंही असे. त्या प्रत्ययकारी वाचनामुळे आम्ही जणू 'रॉजर द कव्हर्ली'च्या सुटकेच्या वेळी चर्चमधल्या त्या खुर्च्यांच्या रांगेतील मोकळ्या जागेत लोटांगण घालत असू. 'दी टेप ऑफ दी लॉक' मधल्या त्या विनोदी, चीड आणणाऱ्या उताऱ्याबद्दलही असंच म्हणावं लागत असे. कालचक्रात बसून आम्ही जणू इंग्लंडमधल्या त्या कॉलऱ्याच्या साथीच्या काळात जात असू. त्या काळातील त्या व्यथा, वेदना, ते हास्यास्पद आणि असमंजसपणानं वाट पाहाणं, प्रेमातील निष्फळपणा या साऱ्याचं आम्ही चिंतन, मनन करत असू.

अशा प्रकारे आम्ही त्या इतिहासाचे कोनेकोपरे धुंडाळून चिरान्‌चिरा अभ्यासला. बारकाईनं अभ्यास केला. शिकवताना बाईंचा चेहरा कोरा करकरीत असे. पण त्यांच्या आवाजातून त्यांची शिकवण्यातली तळमळ जाणवत असे. त्यांची तपशिलाबद्दलची कळकळ, घटना लक्षात ठेवणारी त्यांची अफाट आणि अचाट स्मरणशक्ती यामुळे आम्हाला आणखी-आणखी शिकावंसं वाटत राहात असे. आम्हाला त्यांच्यासारखी स्मरणशक्ती का लाभली नाही, असं वाटून आमच्या मनात चीड निर्माण होत असे. तळ्यातले गप्पी मासे खाण्याची वाट पाहात हावरटपणानं काठाकाठानं फिरत असतात, तशीच काहीशी आमची गत होती. त्यांनी जे शिकवलं, सांगितलं त्याचा फडशा पाडून आम्ही त्यांच्याकडून नवीन गोष्टीची, जास्तीची अपेक्षा करत असू. मधमाशा कशा फुलाभोवती मधासाठी गुणगुणत फिरत राहातात, काहीशी तशीच आमची अवस्थाही होती. आम्हीही तशाच पुस्तकांभोवती पिंगा घालत असू. पुस्तकातील त्या ज्ञानाच्या मधावर ताव मारत असू.

वाङ्‌मयाच्या इतिहासाचा अभ्यास म्हणजे बंधमुक्त शिक्षण आणि आयुष्याला, साहित्याला दिलेला उत्स्फूर्त प्रतिसाद होता. शब्द, रूप, गंध, रस, स्पर्श अशा पंचेंद्रियांनी बाईंनी आम्हाला साहित्याचा रसास्वाद घ्यायला शिकवलं. एखादा चोखंदळ खवय्या जसा चवीचवीनं खाण्याचा आस्वाद घेतो, त्याप्रमाणे बाईंनी आम्हाला साहित्यात रस घ्यायला शिकवलं. 'अतींद्रिय ते भोगवीन, इंद्रियाकरवी', अशी भूमिका शिकवली. अभ्यासक्रमाशी, धड्यांशी संबंध नसलेल्या पुस्तकांच्या अभ्यासामुळे आमचे स्वाध्याय म्हणजे साहसी मोहिमाच असत. त्या अभ्यासाला कुठलीच ग्रेड, गुण नव्हते. परीक्षार्थीपणा नव्हता. पण आम्ही ते इतके वाचले, भोगले आणि अनुभवले होते की, परीक्षेच्या वेळी आम्ही आमचे ते सारे अनुभव, त्या आठवणी लिहून काढत असू. आमच्या परीक्षार्थी अभ्यासापेक्षा प्रत्येक तासाला आम्ही त्या इतिहासापासून काही शिकलं पाहिजे, अनुभवलं पाहिजे यावर त्यांचा अधिक कटाक्ष होता. त्या वर्षी मी बदलले. बाईंनी हा बदल घडवून आणला होता. त्या माझ्यासाठी सहृदय जीवरक्षिका बनल्या होत्या. इतिहासाच्या त्या गहन सागरातून त्यांनी मला वाचवलं होतं. पैलतीरावर आणलं होतं आणि मी केवळ परीक्षार्थी न राहता साहित्याच्या कार्यशाळेतील एक कायमची शिकाऊ उमेदवार बनले होते.

त्यानंतर काही वर्षांचा काळ उलटला होता. आता मीही शिकवत होते. माझ्याकडे एका वर्गाचं गद्य सोपविलं गेलं होतं. मी नापसंतीनं हुंकारले होते. गद्य शिकवणं मला मुळीच आवडत नव्हतं. कमालीचा रूक्ष, कंटाळवाणा विषय असतो तो. पण मला ते करावं लागणारच होतं म्हणा! आणि मला एकदम मिसेस सी आठवल्या. नीरस, रूक्ष, कंटाळवाणा विषय शिकवावा लागला की, शिक्षक कसा नाउमेद होतो, याची मला एक शिक्षिका म्हणून चांगलीच कल्पना होती. मिसेस सी

ना सुद्धा त्या रटाळ इतिहासाबद्दल असंच काहीसं वाटत असावं, असा विचार माझ्या मनात आला. पण आम्हाला त्याबद्दल कधीही कसलाही सुगावा लागला नव्हता. इतक्या तळमळीनं, मनापासून त्या शिकवत होत्या. आम्हाला त्या विषयात गोडी वाटावी, याची काळजी त्या घेत होत्या. त्या दिवसापासून गेली वीस वर्षं बाई माझ्यासाठी किमयागार बनल्या आहेत. कारण माझ्यासारखीला शिक्षिका करण्याची किमया त्यांच्यासारख्या शिक्षिकेलाच जमू शकली होती

■

शर्ले हिअरफोर्ड
Hell's Angel

आयत्या वेळी

घराची शांतता भंग करणारी फोनची घंटा उतावीळपणे वाजली. तो फोन होता अंकुरचा. अंकुर माझा घनिष्ठ मित्र होता. आम्ही दोघंही बडोद्याच्या भवन पब्लिक स्कूलमध्ये बारावीत शिकत होतो. शाळेत शिकवण्यात येणाऱ्या विषयांपेक्षा आम्हाला मुली, सिनेमे यातच जास्त रस होता आणि आम्ही त्यावर तासन्‌तास चर्चाही करत असू.

'अरे केमिस्ट्रीच्या पेपरला दोनच दिवस राहिलेत,' त्यानं सुरुवात केली. 'ऑरगॅनिक केमिस्ट्रीचं काय केलंस?'

'काही नाही,' मी म्हणालो. 'मी तर अजून अभ्यासाला सुरुवातही केलेली नाही.' मी त्याला सांगितलं. आमच्या दोघांत कसलीही लपवाछपवी नव्हती.

'माझंही तेच आहे,' त्याच्या आवाजावरून त्याला माझं उत्तर ऐकून बरं वाटलं असावं, असं जाणवत होतं. 'आपण या परीक्षेत पास होऊ का रे?' माझ्या पोटात खड्डाच पडला. मधल्या चाचणी परीक्षेत आम्ही कसेबसे पेपर्स खरडले होते.

आम्हाला तो विषय किंवा ते शिक्षक याबद्दल काहीच म्हणायचं नव्हतं. आम्हाला त्या ऑरगॅनिक केमिस्ट्रीचा, त्यातल्या त्यात त्या कार्बन कंपाऊंडचा तिटकाराच होता. त्यामुळे सतरा वर्षांची मुलं जी संरक्षण यंत्रणा वापरतील, तीच आम्हीही वापरली होती. अगदी त्या आणीबाणीच्या वर्षी सुद्धा! मी तो विषय बाजूलाच ठेवून दिला होता. भलेही त्या फ्रेडरिक केकुलेनं बेंझीनची अणुरचना शोधून काढून जगमान्यता मिळवलेली असेल. पण तो आणि त्याचे सवंगडी यांनी लावलेले शोध म्हणजे आमची डोकेदुखीच होती. ऑरगॅनिक केमिस्ट्रीविषयीचे आमचे अनुभव अगदीच भयानक होते. बोर्डाच्या परीक्षेला दोनच दिवस उरले होते. चाळीस टक्के गुणांचा तो केमिस्ट्रीचा अभ्यास कृष्णविवरासारखा गूढ, भयप्रद वाटू लागला होता आणि नापास होण्याच्या, अपयशाच्या भीतीनंच आम्ही गर्भगळित झालो होतो.

अंकुरचा फोन आला आणि आम्ही लगेचच माझ्या स्कूटरवरून आमच्या रक्षणकर्त्याकडे धाव घेतली. आमचे केमिस्ट्रीचे सर मिस्टर गणेश यांच्या घरी आम्ही गेलो. त्या वेळी रात्रीचे साडेआठ वाजले होते.

गणेश सर दोन गोष्टींसाठी प्रसिद्ध होते. एक म्हणजे त्यांची त्यांच्या विषयावर

शंभर टक्के हुकूमत होती आणि दुसरी म्हणजे मुलांच्या आळशीपणाबद्दल त्यांच्याकडे शून्य टक्के सहनशीलता होती. त्यांच्या विषयाकडे होणाऱ्या आमच्या दुर्लक्षाबद्दल सरांनी अनेक वेळा आमची कानउघाडणी केली होती. पण आता आम्ही त्याच सरांच्या घरी पोहोचलो होतो. माझ्या हृदयाची धडधड कमालीची वाढली होती. स्कूटरवरून जाताना एवढा वारा लागला होता, तरीही माझ्या कपाळावर घाम साचला होता. बडबड्या अंकुरची तर जणू काही दातखीळच बसली होती.

दारावरची घंटा आम्ही वाजवली. आम्हाला आतल्या ताट-वाट्यांचा आवाज ऐकू येत होता. आम्ही अगदीच चुकीच्या वेळी गेलो होतो. त्याहून चुकीचं म्हणजे आम्ही दयेची, माफीची याचना करणार होतो. अपात्र असूनही जणू जामीन मागणार होतो

गणेश सरांनीच दार उघडलं. त्यांच्या झुबकेदार मिशा आणि त्यांच्या मोठ्या नाकाची त्यांच्या पाठीमागे आम्ही टिंगल करत असू. पण त्या दिवशी त्याच गोष्टी आम्हाला समोर दिसल्यावर कमालीच्या आशादायक वाटल्या होत्या. त्यांनी स्वच्छ, पांढरा कुडता घातला होता. त्यामुळे त्यांच्या विद्वत्तेचा धाक कमी होऊन ते घरगुती वाटत होते. त्यांच्या पुढे आम्ही म्हणजे अगदी गुडघ्याएवढी पोरं होतो.

अंकुरनं सुरुवात केली. 'ऑरगॅनिक केमिस्ट्रीबाबत आमचं शंका निरसन करून घ्यावं, या हेतूनं आम्ही आलो होतो. आम्हाला मार्गदर्शन हवं होतं. मदत हवी होती....'

'नक्कीच मिळेल. कोणत्या प्रकरणाविषयी बोलतोयस तू?' सर जणू दाराजवळच तत्परतेनं आमची शंका निरसन करण्याच्या हेतूनं म्हणाले.

अंकुरनं मला 'आता तुझी पाळी', अशा अर्थानं ढोसलं.

मी चाचरत, चाचरत म्हणालो, "अं... अं... म्हणजे सर ऑरगॅनिक केमिस्ट्री...."

सरांचे डोळे रागानं लाल झाले असतील? चेहरा रागानं निळा-जांभळा झाला असेल? कानातून धूर निघाला असेल की नाकपुड्यांतून ज्वाळा? रागामुळे घरातल्या भांड्यांची आदळआपट झाली असेल? प्रयोगशाळेतील उपकरणं जशी काही वेळा फुटत, त्याहीपेक्षा ही आदळआपट अधिक स्फोटक असेल?

अं... हं! तसलं काहीही झालं नाही. भुवई जरा चढली असावी. पण माझी त्याबद्दलही खात्री नाही. मला फक्त ते काय म्हणाले, तेच आठवतंय. त्यांच्या बोलण्यावर माझा आधी विश्वासच बसला नव्हता. पण त्या अविश्वासामुळेच ते शब्द जणू माझ्या स्मरणात पक्के बसले आहेत.

'ठीक आहे. या आत. मी जेवतो आणि मग आपण बसू,' सर आम्हाला आत घेत म्हणाले. सरांनी आम्हाला अभ्यासिकेत बसवलं. जणू काही आमच्या अत्यंत नावडत्या आणि सरांच्या आवडत्या विषयात त्यांनी आम्हाला शिरकाव करू दिला होता.

वीस मिनिटांतच ते अभ्यासिकेत परतले. पुढच्या वीस तासांत जे काही झालं तो एक शैक्षणिक चमत्कारच म्हटला पाहिजे. हाताशी वेळ अगदी थोडा होता, हे लक्षात घेऊन सरांनी ऑरगॅनिक केमिस्ट्री म्हणजे काय या व्याख्येपासून सुरुवात करून साऱ्या वर्षभराचा अभ्यास आमच्या डोक्यांत घुसवला. त्या लांबलचक अंधाऱ्या रात्री सरांनी आम्हाला कार्बन कंपाऊंडच्या अणूरेणूची संरचना, रासायनिक सूत्रं, जिभेला व्यायाम घडविणाऱ्या नावाची कार्बन संयुगं इत्यादीच्या गहन, गंभीर रानातून जणू फेरफटकाच घडवला होता. त्यांनी आम्हाला लक्षात ठेवता येतील अशी सूत्रे शिकवली. भरपूर गुणांचे साधे वाटणारे, पण चकवणारे प्रश्न ओळखायला शिकवलं. पाठ्यपुस्तकातील नेमका महत्त्वाचा भाग ओळखून त्यावर भर द्यायला शिकवलं. दुसऱ्या दिवशी दोन तासांच्या सुट्टीनंतर आम्ही आमचं आवरून, नाष्ता करून परत सरांकडे हजर झालो. सरांनी आमची परीक्षा घेतली.

काहीतरी असामान्य, विशेष घडलं होतं. सरांच्या नेमक्या वेचक शिकवण्यामुळे तो विषय आम्हाला चांगलाच समजला होता. त्या गूढ विषयाचं आकलन झालं होतं. भट्टीतला तो पाव कसा फुलून वर येतो, तसं आमच्या मनात काहीतरी फुलून वर येत होतं. तो आत्मविश्वास होता. आम्हाला विशेष श्रेणी मिळणार नाही, पण या विषयात आपण नक्कीच पास होऊ, असा आत्मविश्वास आम्हाला आला होता.

दुसऱ्या दिवशी पेपर देऊन आम्ही हसत बाहेर आलो होतो. दोन महिन्यांनंतर निकाल लागला. माझ्या इतर विषयांच्या गुणांमुळे मला नावाजलेल्या कॉलेजात कॉम्प्युटर इंजिनिअरिंगला प्रवेश मिळाला. अंकुरलाही चांगले गुण मिळाले होते. त्यानं फार्मसीला प्रवेश घेतला.

'झालं! आता आयुष्यभर तू केमिस्ट्रीला चिकटून राहशील,' मी टोमणा मारला.

'त्यात काय? मी नाही घाबरत आता!' त्यानं टोमण्याकडे दुर्लक्ष केलं होतं. 'तो अभ्यास काय एका रात्रीत करता येतो.' तो आत्मविश्वासानं म्हणाला होता.

खूप वर्षांपूर्वी सर केवळ आपल्या कर्तव्यबुद्धीलाच जागले नव्हते; तर पराभवाच्या खाईत लोटणाऱ्या त्या परीक्षेतून त्यांनी माझी यशस्वीरित्या सुटका केली होती. तसं झालं नसतं, तर मी आजन्म न्यूनगंडाच्या छायेत वावरलो असतो. त्या न्यूनगंडापासून, कमीपणाच्या भावनेपासून त्यांनी माझी सोडवणूक केली होती, हेच परीक्षेत पास होण्यापेक्षाही मला अधिक मोलाचं वाटलं होतं, अजूनही वाटतं.

■

संदीप शेटे
The Eleventh Hour

इथाका

इंग्रजीच्या तासाला मी कॉन्स्टंटाईन पेट्रो कवाफीची 'इथाका' ही कविता वाचली, तेव्हा एवढा मोठा खजिना मिळेल, असं मला वाटलंच नव्हतं. आपल्या आयुष्यावर परिणाम करणारं, इतकं ठोस सत्य या कवितेतून उलगडेल याची सूतराम कल्पना त्या वेळी मला नव्हती. ट्रोजन वॉर, त्याचा नायक युलिसिस, प्रदीर्घ काळ चाललेलं ते युद्ध, त्यानंतर युलिसिसचं आपल्या घरी 'इथाका'ला परत येणं हे सारं त्या कवितेत वाचून, अनुभवून आम्ही थरारून गेलो होतो.

आपलं स्वप्न लवकर प्रत्यक्षात यावं, असं वाटणं हा मानवी स्वभाव आहे. पण कवाफी त्याविरुद्ध सांगत होते. आपल्या स्वप्नपूर्तीसाठी लांबचा, खाच खळग्यांनी भरलेला, खडतर रस्ता निवडण्यास ते सांगत होते. त्यांच्या म्हणण्यानुसार, स्वप्नपूर्ती ही आपल्या जीवनाची इतिकर्तव्यता नाही. त्या स्वप्नपूर्तीनं तुमचं आयुष्य जोखलं जात नाही. 'इथाका तुम्हाला समृद्धी देईल,' ही अपेक्षाच तुमचं आयुष्य आणि अनुभवही समृद्ध बनवतं. इथाका (तुम्हाला प्रेरणा देणारं तुमचं ध्येय) तुम्हाला कसलंच आश्वासन देत नाही. इथाका फक्त मार्ग दाखवतं. रस्ता दाखवतं. कवाफी पुढं सांगतात की, या रस्त्यावरचा क्षणनूक्षण वेचून घ्या. ते अनुभव गोळा करा. अधिकाधिक ज्ञान मिळवा.

या कवितेनं माझ्या जाणिवा रुंदावल्या. माझ्यातील कमीपणा, माझी अपात्रता अधिक स्पष्ट झाली. या कवितेत अनुभवानं आलेला शहाणपणा होता. जगत असताना झालेल्या चुकांमधून मिळालेला धडा होता आणि मला तो धडा अगदी घरबसल्या सहजगत्या मिळत होता. कवीचा तो आशाळभूत चेहरा मी कल्पनेनं पाहू शकत होते. आपल्या ध्येयपूर्तीच्या प्रवासाच्या प्रारंभी आपल्याला कोणीतरी शहाणपणाच्या चार गोष्टी सांगावयास हव्या होत्या, हे त्याचं वाटणं मी कल्पनेनं समजू शकत होते. तो कवी मला त्या समग्र प्रवासातील दुःखं, वेदना 'पुढच्यास ठेच, मागचा शहाणा' या न्यायानं सांगू पाहात होता.

मला वाटतं, त्या दिवशी आम्हा सर्वच मुलींना इथाकानं काहीतरी शिकवलं होतं. आधीच कॉलेजचं ते शेवटचं वर्ष होतं. आमच्या स्वप्नांना, ध्येयांना वेगळंच महत्त्व

आलेलं होतं आणि त्या वेळी इथाका अभ्यासलं होतं. त्या दिवशी कवितेचं वाचन, चर्चा झाल्यानंतर शिक्षकांनी आम्हा प्रत्येकीला आपापल्या इथाकाबद्दल विचारलं होतं.

प्रत्येक जण उभी राहून मोठ्या अभिमानानं आपापल्या स्वप्नाबद्दल बोलत होती. कसलीही भीडभाड न ठेवता, यशापयशाची भीती न बाळगता, कोणी हसेल का, कोणी काही म्हणेल का, असा कसलाही विचार न करता बोलत होती. त्या दिवशी आम्ही लहान मुलाच्या निरागसतेनं आपलं हृद्गत व्यक्त केलं होतं. त्यामुळे आमच्यात जणू नवीन बंध निर्माण झाले होते.

माझं इथाका, ध्येय ठरलेलं होतं. मला ब्रॉड वे या थिएटरमध्ये काम करायचं होतं. माझी बोलण्याची पाळी आली, तेव्हा मी तेच उत्तर दिलं होतं. लवकरच मी न्यूयॉर्कच्या अमेरिकन म्युझिकल अँड ड्रॅमॅटिक अ‍ॅकॅडमीमध्ये प्रवेश घेतला आणि माझ्या स्वप्नपूर्तीच्या रस्त्यावर चालू लागले. आपली स्वप्नं सत्यात येण्याचे योग फार दुर्मीळ असतात, याची मला मुळीच कल्पना नव्हती. या मनोरंजनाच्या व्यवसायाचीही मला ओळख नव्हती. माझ्या आदर्शवादाला अनुसरून मी 'लांबचा रस्ता' पकडला होता.

न्यूयॉर्कमध्ये मी तीन वर्षं होते. तेव्हा कित्येकदा मला जवळचा रस्ता पकडून स्वप्न पूर्ण करण्याचा मोह झाला होता. प्रत्येक वेळी मी इथाकाचं स्मरण केलं होतं. एकदा दुपारी एका गाण्याची निवड चाचणी होती. एका गाण्यातील काही ओळीच म्हणायच्या होत्या. परीक्षकांना माझ्या उपस्थितीची दादही नव्हती. कदाचित त्या भूमिकेची पात्रयोजनाही ठरलेली असेल. तरीदेखील त्या चाचणीसाठी सुमारे पाच हजार देखण्या स्पर्धकांना मला तोंड द्यावं लागणार होतं. भर पावसात, पहाटे पाच वाजल्यापासून रांगेत उभी राहाताना, तंत्र माहीत नसतानाही, गाण्याची संधी मिळेल याची शाश्वतीही नसताना, मला इथाकाचं स्मरण होत होतं. गाण्याचा सराव करताना; ज्या माहितीचा मला काडीचाही उपयोग होणार नव्हता त्यावर संशोधन करताना... प्रत्येक वेळी इथाका माझ्या डोक्यात घोळत होतं. मला सतत वाटत असे की रस्ता लांबचा आहे, हे बरोबर होतं. पण लांबचा म्हणजे किती लांबचा होता?

आता मागे वळून पाहताना, या व्यवसायाची माहिती थोडीफार मिळाली असली, आपण ब्रॉड वे वर किंवा तत्सम ठिकाणी काम करू शकणार नाही या वास्तवाचं भान आलं असलं तरी मला नैराश्य येतंच. मला माहीत आहे की, फक्त मेहनत आणि हुशारीच इथं उपयोगी पडत नाही. तुम्ही कितीही चांगल्या असा, कष्टाळू असा, तुमची कितीही दांडगी इच्छा असो, तुमची कितीही मोठी योग्यता असो, तुम्हाला हवं तसं घडतंच असं नाही. तुमच्या मनाप्रमाणे घटना घडतातच, असं मुळीच नाही. अशा अनुभवानं माणूस कसा कडवट, तुच्छतावादी बनतो, हे

मला आता समजलंय. ही फार मोठी किंमत असते.

इथाका वसू द्या तुमच्या मनात,
तुमच्या प्राक्तनात केवळ तुमचं तिथवर येणंच आहे.
पण म्हणून प्रवासात घाई करू नका,
प्रवास असू द्यावा प्रदीर्घ – ते चांगलं असतं
म्हणजे तिथवर पोहोचेपर्यंत तुम्हाला मिळालेलं असतं खूप काही
होता तुम्ही अनुभव समृद्ध!
मग,
अपेक्षा करत नाही तुम्ही इथाकाकडून समृद्ध होण्याची....

जेव्हा जेव्हा मी अशी गोंधळते, निराश होते, तेव्हा मला इथाका आठवतं आणि माझ्या स्वप्नांबद्दल मी कृतज्ञता बाळगते. ह्या स्वप्नानंच मला मार्ग दाखवला. मी अजून पंचविशीचीदेखील नाही. केवढं तरी आयुष्य आहे समोर. ब्रॉड वे वर काम करणाऱ्या लोकांकडून मला शिक्षण मिळालं. त्यांचे अनुभव ऐकायला मिळाले. मीही तावून सुलाखून निघाले. काही केल्यानंतर त्याबद्दल केली जाणारी स्तुती ही खोट्या स्तुतीपेक्षा कितीतरी सुखद असते, हे मी शिकले आहे. आपण कितीही जीव तोडून काम केलं आणि तरीही ते चांगलं वाटलं नाही की काय वाटतं, हेही मला कळून चुकलंय आणि तुमच्या कामानं लोकांच्या डोळ्यांत पाणी उभं राहिल्यावर वाटलेला आनंदही मला समजला आहे.

मला श्रेष्ठ, जाणत्या लोकांचं उत्कृष्ट काम पाहाण्याची संधी मिळाली आहे. ते पाहिल्यावर वाटतं की, मी हा प्रयत्न तरी का करते आहे? पण त्याच वेळी माझं काम पाहूनही असा प्रश्न विचारणारेही मला भेटतातच की! एक कलाकार म्हणून मला एक मौल्यवान धडा मिळाला आहे. स्टेजवर तुम्हाला नाही, तर तुम्ही जी गोष्ट सादर करता, तिला महत्त्व असतं. या प्रवासानं मला माझ्या ध्येयाच्या जवळ आणलं आहे. मला मिळालेला ज्ञानाचा खजिना मी सतत माझ्याबरोबरच बाळगणार आहे. ब्रॉड वे वरचं काम मला प्रसिद्धी देईल. पण माझं चारित्र्यही घडतंय, घडलंय... ते मी तिथवर केलेल्या प्रवासामुळेच.

आता माझ्यासाठी इथाका म्हणजे सर्व शक्यतांचं जग आहे. पण आता मी थांबूही शकत नाही. कारण ही देखील एका नव्या प्रवासाची नांदी आहे, याची मला खात्री आहे.

■

राहेल मॅथ्यू रोझारिओ
Ithaka

७

सादाला प्रतिसाद

बस्स, शिक्षकच? मी या व्यवसायात आहे याबद्दल मी परमेश्वराचे आभार मानतो. कारण या व्यवसायात मला सुधारण्यासाठी मिळणारी एक लहानशी संधीसुद्धा माझ्या नजरेतून निसटू नये यासाठी मी दक्ष राहू शकतो.

– इव्हान वेल्टन फिट्झवॉटर

सार्थ वाटचाल

मी जेव्हा सोनालीला पहिल्यांदा भेटले, तेव्हा ती सातवीत शिकत होती. दोन वेण्या घालणारी, साधीसुधी सोनाली म्हणजे उत्साहाचं जिवंत उदाहरण होती. बुद्धिमान आणि जन्मजात नेतृत्वगुण असलेली सोनाली आम्हा शिक्षिकांचा उजवा हात होती आणि तीदेखील सर्वांच्या मदतीला सदैव तत्पर असे. अगदी प्रिन्सिपलपासून माळ्यापर्यंत, लहान, मोठ्या मुलींपासून ते शिक्षिकांपर्यंत ती साऱ्यांच्याच उपयोगी पडत असे. अभ्यास आणि अभ्यासेतर उपक्रमांत ती नेहमीच पुढे असे. शाळेला तिनं कित्येक बक्षीसं मिळवून दिली होती आणि आपल्या हुशारीनं ती वर्गमैत्रिणींच्या अडचणीही सोडवत असे.

तिचे वडील सैन्यात अधिकारी होती. ते हुतात्मा झाले होते. त्यांच्या पश्चात ती आपल्या लहान भावंडांची वडील बनली होती. घराला, आईला खंबीरपणे आधार देत होती. शालेय मंत्रिमंडळात ती शाळेची पंतप्रधान बनली होती. तिला अंतिम शालेय परीक्षेत देदीप्यमान यश मिळालं होतं. तिला कुठल्याही नामांकित कॉलेजमध्ये प्रवेश मिळाला असता. पण तिनं मिलिटरी कॉलेजमध्ये प्रवेश घेतला होता. डॉक्टर होऊन जखमी सैनिकांची शुश्रूषा करावी, अशी तिची इच्छा होती. आम्ही तिला शुभेच्छा दिल्या. तिच्या यशस्वी कारकिर्दीच्या बातम्या ऐकून आम्हाला अत्यानंद होत असे.

वर्षं लोटली. मीही दिल्ली सोडली आणि सोनालीशी असलेला संपर्क तुटला.

नुकतीच मी लष्करी इस्पितळात तपासणीसाठी गेले होते. आपला नंबर कधी लागेल, याची वाट पाहात होते. तेवढ्यात एक नर्स आली. मला कॅप्टननं बोलावलंय, असं तिनं मला सांगितलं. मी कॅप्टनच्या खोलीत गेले. ऑलिव्ह रंगाचा युनिफॉर्म घातलेली, चष्मा लावलेली एक रुबाबदार तरुणी खुर्चीत बसली होती.

जेव्हा ती ऐटदार तरुण ऑफिसर आपली ऐट बाजूला ठेवून लहान मुलीसारखी ओरडत माझ्याकडे धावली, तेव्हा मला केवढा तरी धक्का बसला. ती माझ्या मिठीत शिरली. "मंजुळा मॅम, ओळखलं का? मी तुमची सोनाली!" ती म्हणाली.

गेली तीस वर्षं मी शाळेत शिकवते आहे. अजूनही माझं काम सुरूच आहे. रोज

सकाळी शाळेत जाताना आज नवीन काय घडेल, या विचारानं मी आजही रोमांचित होते आणि हे असे मनाला समृद्ध करणारे अनुभव आले की वाटतं, आपल्या ह्या वाटचालीला नक्कीच काहीतरी अर्थ आहे. अगदी नक्की!

■

मंजुळा बेलिअप्पा
Good Reason to Go On

रोजचंच काम

शाळेच्या आवारात एक चिमुरडी माझी वाट पाहात होती.

'मिस, मला एक कुत्र्याचं पिल्लू माझ्या घराबाहेर सापडलं. त्याला खूप लागलंय आणि आई ते पिलू घरात ठेवू देत नाही. म्हणून मी ते शाळेत आणलंय. चालेल का?'

तिनं एक सुस्कारा सोडला.

'कुठं आहे ते?'

'त्या तिकडं... त्या खोक्यात.'

मी त्या खोक्यात डोकावले. वर्तमानपत्राच्या गादीवर तो पहुडला होता. चॉकलेटी रंग आणि काळी शेपटी, गुबगुबीत अशा त्या कुत्र्यानं डोळे मिटले होते. तो जोरजोरात श्वास घेत होता. त्यानं डोळे मिटून घेतले होते; पण तरीही त्याचे कान गरम नव्हते. म्हणजे त्याला ताप तरी नव्हता.

'तुम्ही त्याच्या पायाला हात लावला ना की तो रडतो,' तिनं मला सांगितलं.

मी त्याचा उजवा पाय उचलला. मिटल्या डोळ्यांनी ते पिल्लू कण्हलं.

'ठीक आहे. आधी आपण त्याला काहीतरी खायला देऊ या. मग त्याला स्वच्छ करू या.' मी तिला म्हणाले.

'आम्ही त्याला ठेवून घेऊ का? प्लीज?' तिनं आर्जवानं विचारलं.

'नाही बाळ. आपण त्याला नाही ठेवू शकत. अगं शाळा सुटल्यावर त्याच्याकडे कोण पाहील?'

तिचा चेहरा उतरला.

'अशी वाईट नको वाटून घेऊस. आपण त्याच्यासाठी चांगली जागा शोधू या,' मी तिला म्हणाले.

या वेळपर्यंत बरीच गर्दी जमली होती. ती सरळ, साधी, गोड मुलं त्या पिलाला सहानुभूती दाखवत होती. त्याच्याबद्दल जिव्हाळ्यानं बोलत होती. "मिस, त्याला पांघरायला हा माझा मफलर घ्या."

'नको राजा, आता थंडी नाही, त्यामुळे हा एवढा टॉवेल पुरेसा आहे.'

'मी आपल्या नेचर क्लबमधून वेताची टोपली आणतो. त्याला बरं वाटेल.'

'ठीक आहे. पण त्या टोपलीच्या तळाशी मऊ कागद घालायला विसरू नकोस.'

'त्याचं नाव काय आहे?'

'तो खोक्यातून आलाय नं, आपण त्याला खोक्यातला जॅक म्हणू या.'

सगळ्यांना त्याचं तेच नाव आवडलं.

'ही चिठ्ठी मेट्रनना दे. म्हणजे त्या दूध पाठवतील,'

'मी पाजणार.'

'मी पण!'

'मला वाटतं, मोठ्या ताईला ते काम करू देत. चला आता वर्गात. ती बघा बेल वाजली.'

'अॅं....'

'आपण त्याला डिस्प्रिनची अर्धी गोळी देऊ या का? माझ्या कुत्र्याला कुठं लागलं की, माझी आई नेहमीच त्याला डिस्प्रिन देते.'

'ठीक आहे.'

आम्ही त्याला चमच्यानं दूध बिस्किट भरवलं. चमचाभर पाण्यात औषधाची गोळी विरघळवली. त्यानं ती चाटून टाकली आणि तो समाधानानं शेपटी हलवू लागला. सगळ्यांनी टाळ्या वाजवल्या.

'एऽऽ, त्यानं शी केली. आता काय करायचं?'

'काही बिघडत नाही. कागद घेऊन या. आपण ते सगळं साफ करू.'

मुलं त्या पिलाची अगदी प्रेमानं काळजी घेत होती. मला त्या मुलांनाच कुरवाळावंसं वाटू लागलं.

'मिस, आपण त्या सायरस व्हेट यांना, त्या पशुवैद्याला बोलावू या. आमच्या

बदकांवर मुंगसानं हल्ला केला होता, तेव्हा त्यांना चांगलंच लागलं होतं. त्या वेळी त्यांच्यावर सायरसनीच उपचार केले होते. आपल्या जॅकवरसुद्धा ते उपचार करतील.'

मी सायरसशी बोलले. जॅकवर उपचार करायचं त्यांनी कबूल केलं. शिवाय जॅक हिंडू फिरू लागेपर्यंत त्यांच्याकडे राहील, नंतर जॅकच फिरू लागेल आणि स्वत:साठी राहाण्याची जागा शोधेल, असंही त्यांनी सांगितलं.

जॅकला विज्ञान कक्षात नेण्यात आलं. त्याच्यावर लक्ष ठेवणं सोपं जावं, म्हणून प्रयोगशाळेच्या दाराजवळ त्याची टोपली ठेवण्यात आली. येणारी जाणारी मुलं त्या टोपलीपाशी थांबत, जॅकला थोपटत. शेवटी आम्ही तिथं सूचना लावली, "जॅकला हात लावल्यानंतर, त्याला थोपटल्यानंतर हात अवश्य धुवावेत."

हे असे प्रसंग पाहिले की, शिक्षिका असल्याची गंमत वाटू लागते.

■

रेहाना अली
All in a Day's Work

मनापासून स्वीकारलेला व्यवसाय

मला जर कोणी विचारलं की, तू शिक्षिका का झालीस, तर त्याचं साधं सरळ उत्तर म्हणजे मी शिक्षिका व्हावं असं इतरांनी ठरवलं म्हणून. दोन्ही आजोळघरं शिक्षकी पेशातली. आई-वडील पेशानं शिक्षक नव्हते, पण त्यांच्याकडे शिकविण्याचं कसब होतं. आम्हा भावंडांना काही विषयांची धास्ती वाटत असे, पण त्यांनी ते विषय इतके छान शिकवले की, आमची भीती गायब झाली. असं सगळं बाळकडू मिळाल्यानं मी आपली शिक्षिका झाले.

यात माझ्या शालेय शिक्षकांचाही हातभार लागला होता. सगळेच काही उत्कृष्ट, आदर्श शिक्षक होते, असं नाही. पण त्या प्रत्येकातील कोणत्या ना कोणत्या गुणांची छाप माझ्यावर पडली होती. निष्ठा, कार्यमग्नता, कार्यक्षमता, प्रामाणिकपणा, सचोटी, प्रेमळपणा, उत्साह, विनोदबुद्धी या साऱ्या गोष्टी काही एकाच व्यक्तीत असतील असं नाही. पण या सगळ्याचा जो एकत्रित परिणाम झाला त्याची परिणती म्हणजे मला त्यांच्या पावलावर पाऊल ठेवावंसं वाटलं. त्यांचं अनुकरण करावंसं वाटलं.

...आणि हे अनुकरण करण्यास मी खूप लहानपणीच सुरुवात केली होती. आपल्या राजकीय नेत्या इंदिरा प्रियदर्शिनी जशा त्यांच्या लहानपणी बाहुल्यांबरोबर स्वातंत्र्य संग्रामाच्या लढ्याचा खेळ खेळत, त्याप्रमाणेच मीदेखील माझ्या बाहुल्यांना ओळीनं बसवून माझ्या बालपणी त्यांना शिकवत असे. त्या शांत बसणाऱ्या, मोठ्या डोळ्यांच्या, अजिबात त्रास न देणाऱ्या वर्गाला मी कित्येक विषय शिकवत असे. माझ्या धाकट्या भावाला मात्र हे 'शाळा-शाळा' खेळणं अजिबात आवडत नसे. जेव्हा मला बाई व्हायचं असेल, तेव्हा तर तो 'घरी कसली आलेय शाळा' असं म्हणून पळून जात असे.

अशा प्रकारे शिकवण्याकडे बघण्याचा माझा दृष्टिकोन असा मजा मिळविण्याचा होता. गंमत करण्याचा होता. हजेरी घेणं, वह्या तपासणं, परीक्षेच्या वेळी पर्यवेक्षण (सुपरव्हिजन) करणं, फळ्यावर लिहिणं या कामांत मला प्रचंड रस होता. माझ्यासाठी ते दैनंदिन तेच ते कंटाळवाणं काम नव्हतंच. मला त्यात फारच रोमांचकता वाटत

होती. त्या वेळी वयाच्या दहाव्या वर्षी मला जर कोणी सांगितलं असतं की, भविष्यकाळात तुला ही कामं रूक्ष, कमालीची सामान्य वाटू लागतील, तर वयसुलभ फणकाऱ्यानं मी मान वेळावली असती आणि तुच्छतेनं पाहिलं असतं. त्या वेळी मी खडूचा, तांबड्या शाईच्या पेनाचा वापर करण्यासाठी, टेबलावर डस्टर आपटण्यासाठी अगदी आसुसलेली असे.

वयाबरोबर माझ्या शिकविण्याच्या कल्पना बदलत गेल्या. पण शिक्षिका होण्याची आवड काही संपली नव्हती. मला शिक्षिका होण्याची हौस होतीच. शिकवणं म्हणजे केवळ शिस्त लावणं किंवा मुलांना ज्ञान देणं नव्हे, हे मी माझं मलाच सांगत होते. (अर्थात माझ्या साहित्याच्या आवडीमुळे मी माझे त्याविषयीचे विचार उत्साही लहान मुलांसमोर मांडण्यासाठी नेहमीच उत्सुक असे.) मला सारं काही आत्मसात करण्यासाठी उत्सुक असलेल्या मुलांची मनं घडवायचीच होती. त्यांच्यावर संस्कार करायचे होते. मला जसे माझे शिक्षक आदर्श वाटत होते, त्याप्रमाणेच मीही मुलांना आदर्श वाटली पाहिजे, असं मला वाटत होतं. त्यासाठी फक्त शैक्षणिक बाजूच विचारांत घेऊन चालणार नव्हती; तर माझं व्यावसायिक आणि वैयक्तिक बोलणं, वागणं, चालणं मी तसंच आदर्श ठेवायला हवं होतं. त्या जबाबदारीचं भान ठेवायला हवं होतं. ही सगळी जाणीव मला होतीच.

मी शिकवायला सुरुवात केली. मी आधी कॉलेजमध्ये शिकवत असे. नंतर शाळेत शिकवू लागले. अनुभवानं हळूहळू माझा आदर्शवाद कमी होऊ लागला. शिकवणं म्हणजे खूप काही द्यायचं असतं. वेळ, बुद्धी, कष्ट, सर्वस्व. पण त्याच वेळी आपल्यालाही बऱ्याच गोष्टी मिळत असतात. विद्यार्थ्यांचं प्रेम, त्यांचा विश्वास, त्यांची मैत्री आणि मुख्य म्हणजे त्यांच्याकडून शिकणं.

माझे कित्येक विद्यार्थी हे त्यांच्यावरील भीषण संकटांना, दुःखांना कमालीच्या धैर्यानं, सहनशीलतेनं आणि उमदेपणानं तोंड देताना, गेली कित्येक वर्षं मी पाहिलं आहे. माझ्या आयुष्यातील अडचणींना तोंड देताना मला या मुलांचा मनोमन आधार वाटत असतो. खरं म्हणजे मी त्यांना आधार द्यायला हवा. पण इथं मलाच त्यांच्याकडून धीर मिळत असतो.

अर्थात मी माझी सल्लागाराची भूमिका कधीही नजरेआड केलेली नाही. शिक्षक हा एक सल्लागार असतो, अशी माझी खूप जुनी श्रद्धा होती. हळूहळू मला समजलं की, सल्लागारानं प्रत्येक वेळी ऐकलंच पाहिजे, असं नाही. तर बोलण्याचाही उपयोग होतो. फॅशन, खाणं, सिनेमा याबद्दलच्या अवांतर गप्पा वर्गातील वातावरण अधिक आनंदी, खेळकर बनवतात. शेक्सपिअरवर चाललेल्या चर्चेत ह्या गप्पा मुलांच्या आणि माझ्याही दृष्टीनं वातावरणाला वेगळं, पण हवंहवंसं वळण देतात. मलाही माझी विद्यार्थीदशा आठवते. भूतकाळ आठवतो. मुलांच्याबरोबर मिळून

मिसळून वागताना म्हातारपण आलंय असं वाटतच नाही. मन तरुण राहातं. खरं म्हणजे म्हातारपण थोपविण्यात शिक्षकी पेशाचा खूपच मोठा हातभार आहे.

मी शिक्षिका का झाले? ही वर दिलेली कारणमीमांसा कदाचित अपुरी, वरवरची वाटेल. इतक्या वर्षांपूर्वी मी जेव्हा या व्यवसायाची निवड केली होती, तेव्हा त्याचं संचित हे असं (पैशाच्या दृष्टीनं नाही.) समृद्ध असेल, असं मला मुळीच वाटलं नव्हतं. एवढं मात्र खरं की, मी शिक्षिका झाले याबद्दल मला कधीही तीळमात्रही खेद किंवा खंतही वाटली नाही.

सूर्यकुमारी डेनिसन
Cherished Vocation

मिळालेलं परत करावं

मला वाटत असे की, मला फक्त गाणंच जमू शकतं. एका परिनं गाणं हा माझा बाह्य प्राणच होता. इतक्या तन्मयतेनं मी गात असे की, त्यामुळे गाण्याच्या त्या परीक्षेत नापास झाल्यावर मी अगदी उद्ध्वस्त होऊन गेले. त्या नैराश्याच्या क्षणी मी गाणं सोडण्याचा निर्णय घेतला. (आता लक्षात येतंय की तसं काही झालं असतं, तर ती फार मोठी शोकांतिका ठरली असती.) माझी किती प्रकारे किती जणांनी समजूत घातली असेल, पण माझं नैराश्य काही कमी होत नव्हतं. अंतर्मनात मला कुठं तरी जाणवत होतं की, अपयश हे काही माझ्या एकटीचं नव्हतं. पण एकटीनंच सोसणं तर भाग होतं. त्या क्लेशदायक, भ्रमनिरास झाल्याच्या कालखंडात मला संगीत, संगीत शिक्षक, त्या परीक्षा काही काहीच नको होतं.

वैफल्याच्या त्या जिवघेण्या काळात मला काहींनी खूपच मदत केली होती. वास्तविक, ते काही शिक्षक नव्हते. पण चांगला शिक्षक जशी आपली काळजी घेतो, आपल्याला शिकण्यास प्रवृत्त करतो त्याप्रमाणेच त्या मंडळींनी माझी काळजी घेतली होती. हळूहळू माझी काळजी घेणाऱ्या त्या मंडळींच्या प्रेमळ, ममताळू सहवासात मी सावरू लागले. माझ्या लक्षात आलं की, मी गाण्यात चांगली होते. पण गाण्यात नापास झाल्यानं माझ्यातला चांगलेपणा संपला नव्हता.

या विचारानंच मला हुरूप आला होता. माझी कीव करणं मी थांबवलं होतं. त्यानंतरच मी एक धाडसी निर्णयही घेतला होता. ज्या परीक्षेत मी नापास झाले होते, त्या परीक्षेला मी बसणारच नव्हते. तसं मी ठरवूनच टाकलं होतं. त्याऐवजी मी आठव्या इयत्तेची अंतिम परीक्षाच देणार होते. कुठल्याही शिक्षकाची मदत न घेता आपला आपण अभ्यास करून ही परीक्षा द्यायची असा मी निश्चय केला होता आणि थोडक्यात सांगायचं तर माझ्या या अथक प्रयत्नांना, एकलव्यी कष्टाला फळ आलंच. मी उत्तम गुणांनी, विशेष श्रेणीत उत्तीर्ण तर झालेच; शिवाय मला त्या वर्षीचा उत्कृष्ट संगीत कलाकाराचा 'एडगर फ्युकस' हा पुरस्कारही मिळाला होता.

त्या वर्षी ती मंडळी माझ्या आयुष्यात आणल्याबद्दल मी परमेश्वराची खूप ऋणी आहे. कारण त्यांचं प्रोत्साहन आणि माझे अनुभव यांच्या जोरावर मी न्यूयॉर्कला

जाऊन कला शिक्षण घेण्याचं धाडस करू शकले. तिथं मला उत्तमोत्तम शिक्षकांकडून शिकायला मिळालं. ह्याच शिक्षकांनी मला माझ्या आवाजाची जात, पोत शोधायला प्रवृत्त केलं. कारण या साऱ्यांचं शिकवणं केवळ त्या-त्या विषयापुरतं सीमित नव्हतं. विद्यार्थ्यानं सर्वस्व पणाला कसं लावावं हे ते शिकवत असत.

माझं गाण्याचं पदवीचं शिक्षण पूर्ण झालं. त्यामागं आपली कला सादर करावी, ही प्रेरणा होतीच; शिवाय आता त्याखेरीज माझ्या मनात आणखीही एक इच्छा व्यक्त होऊ लागली होती. मला त्या इच्छेचं नवलच वाटत होतं. माझ्या पूर्वीच्या कटू, निराशाजनक अनुभवानं मी कधीही गायन शिक्षिका होणार नाही, अशी जणू शपथ घेतली होती; पण आता त्याच मला, गाणं शिकवावंसं वाटू लागलं होतं. नवलच होतं, नाही का?

मला वाटतं की, न्यूयॉर्कच्या अनुभवानं हा बदल घडवला असावा. त्या अनुभवामुळे मला शिक्षकांच्या कामाबद्दल आदर आणि कौतुक वाटू लागलं. कसल्याही कीर्तीची, प्रसिद्धीची तमा न बाळगता, अथकपणे ते शिकविण्याचं मोलाचं कार्य करत असतात. माझ्या लेखी शिक्षकाची व्याख्या अशी आहे, 'शिकविणं हा जिचा श्वास असतो, अशी शिक्षक ही एक व्यक्ती असते. आपल्या विद्यार्थ्याला त्याची योग्य जागा मिळावी, यासाठी शिक्षक सर्वार्थानं विद्यार्थ्याच्या मागे उभे राहातात. त्याला हवी ती मदत करतात. विद्यार्थी यशस्वीपणे ठाम उभा राहिला की त्याच्या सावलीत, मागच्या बाजूला, शांतपणे, अभिमानानं, निरपेक्ष वृत्तीनं शिक्षक उभे राहातात.'

मला अशीच शिक्षिका व्हायचं होतं.

माझ्या दोघी मुलींना मी गाण्याचं शिक्षण देत असतेच. पण मला दाट शंका आहे की, त्या शिकण्याऐवजी मीच त्यांच्याकडून काहीतरी शिकत असते. हा एक चित्तथरारक अनुभव म्हटला पाहिजे.

तसंच माझ्या विजयापेक्षा माझ्या अपयशातून कित्येकांना काहीतरी शिकायला मिळतं, हेही मला समजलंय. माझे विद्यार्थी यशस्वी व्हावेत, असं मला वाटतंच. पण त्याहीपेक्षा आश्चर्याची गोष्ट म्हणजे त्यांनी काही चुका कराव्यात, असंही मला त्याच वेळी वाटत असतं. कारण अपयशातूनच त्यांना खरंखुरं शिक्षण मिळणार असतं. त्यांच्या क्षमता, उणिवा यांचा शोध त्यांना लागणार असतो. शिवाय या अपयशातूनच त्यांना त्यांच्या अस्तित्वासाठी झगडण्याचा संपूर्ण धडा मिळत असतो. उत्तुंग यशाकडून हा धडा शिकायला मिळत नसतो.

....आणि हे सगळं मी स्वानुभवानंच तर सांगत आहे.

■

राहेल मॅथ्यू - रोझारिओ
To Give What Has Been Received

हसू उमटलं

ह्या गोष्टीची सुरुवात दुसऱ्या एका गोष्टीच्या अखेरीनं झाली. शहरातील एका बड्या जाहिरात कंपनीत लठ्ठ पगारावर काम करणाऱ्या कलाकार आलोकची नोकरी संपली. मग एके दिवशी तो या काँक्रिटच्या जंगलातून बाहेर पडला. तो थेट गोव्याच्या समुद्र किनाऱ्यावर जाऊन पोहोचला. तिथं त्यानं आपला स्टुडिओ उभारला. पेंटिंगला सुरुवात केली.

त्यानं खूप चित्रं काढली. रंगवली. कलाकार म्हणून आणि माणूस म्हणूनही तो वाढला, मोठा झाला. जेव्हा तो प्रसिद्ध झाला, तेव्हा त्याला चित्रकलेवर बोलण्यासाठी इतरत्र बोलावणी येऊ लागली. त्या दिवशी तो अशाच एका 'हमारा स्कूल' या खासगी शाळेत गेला होता. ही शाळा एका कनवाळू स्त्रीनं सुरू केली होती. त्याला वाटलं की, आपल्यासमोर शेंबडी, रस्त्यावरची, भटकी पोरं असतील.

पण प्रत्यक्षात त्याच्यासमोर स्वच्छ, नीटनेटकी मुलं होती. त्यांचे पालक म्हणजे ट्रक ड्रायव्हर, बांधकाम मजूर, मोलकरणी, कोळी, वेश्या अशा स्तरातले होते.

'मी एक कलाकार आहे. मी दिवसभर चित्रं काढतो,' त्यानं बोलायला सुरुवात केली. ती मुलं मोठ्यांदा हसली.

'तुम्ही नुसतेच बसता आणि चित्रं काढता. ऑफिसला नाही जात?' त्यांच्यापैकी एकानं विचारलं.

आलोकनं स्वत:ला सावरलं.

मुलांना आपलं महत्त्व पटवून द्यायलाच हवं, या विचारानं त्यानं त्याची अमूर्त चित्रं बाहेर काढली. या चित्रांची समीक्षकांनी भरपूर वाखाणणी केली होती. मुलं त्या चित्रांभोवती गोळा झाली. कोणी हसलं, कोणी 'वॉव' म्हटलं. कोणी बुचकळ्यात पडलं; तर कोणी गप्पच राहिलं. कोणी विचारलं, "हे असं सगळं मिश्रण का केलंय?" कुणाही समीक्षकानं इतकी अस्सल प्रतिक्रिया दिली नव्हती, असं आलोक म्हणाला.

एक लहान मुलगी विचार करत म्हणाली, "तुम्ही असं रंगवलं की छान दिसतं.

पण मी केलं की ते वाईट दिसतं. असं का?''

'पण मी तर तुझ्यासारखंच रंगवतो,' तो म्हणाला.

पुन्हा मुलांमध्ये हसू उसळलं. 'किती मोठा माणूस, तरीही आपल्यासारखीच चित्रं काढतो?' ती मुलं नंतर आरडाओरडा करू लागली.

आलोकच्या लक्षात आलं की, ती मुलं त्याची 'ऐशी की तैशी', करत होती.

दुसऱ्या दिवशी आलोकनं आपल्या बॅगेत रंग, ब्रश, पेन्सिली, चारकोल पेन्सिली आणि भरपूर पांढरे कागद भरले. ते घेऊन तो शाळेत आला.

कागद वाटले मात्र; ती बडबडणारी मुलं गप्पच झाली. काही शेरे, ताशेरे नाहीत, काय हे!

'या कागदांवर आम्हाला चांगलं चित्र काढता आलं नाही आणि त्यामुळे जर तो कागद खराब झाला तर?' त्यांनी शंका विचारली.

त्यापूर्वी त्यांनी इतका चांगला कागद कधीच हाताळला नव्हता.

'चांगलं म्हणजे काय?' आलोकनं विचारलं.

सर्वत्र शांतता पसरली होती. मुलं कागदांवरून फक्त हात फिरवत राहिली होती.

'ठीक आहे,' तो म्हणाला. 'वाईट म्हणजे काय?'

याही वेळी वर्गात तीच शांतता होती.

तो मुलांच्या शेजारी फतकल मारून बसला. पांढरा कागद घेतला. चारकोल पेन्सिल घेऊन चळ भरल्यासारखा चित्रं काढू लागला. त्यानं आपलंच चित्र त्या कागदावर काढलं. डोक्याचा गोटा, गोल चष्मा आणि अंगात टी शर्ट.

सहा वर्षांचा करण न राहवून ओरडला, 'टी शर्टमधले गांधीजी!'

शांतता भंग पावली. विनोद करणं ठीक होतं. गोंधळ करणंही ठीक होतं. चुका करणंही ठीक होतं. पण या एवढ्या मोठ्या पुरुषानं असं काहीतरी चितारून गोंधळ केला होता! पण ते चित्र दिसत कसं होतं? वॉव!

मुलांनी मग आपण कसे आहोत याची कल्पना करत आपापली चित्रं काढायला सुरुवात केली. त्या वेळी ती एक दुसऱ्याचे नाक डोळेही उसने घेऊ लागले. मग आयेशाचं नाक राणीच्या नाकासारखं झालं. तर तिनं शेखरची पँट घातली.

आलोकनं ती सगळी चित्रं भिंतीवर लावली. त्यातच ते टी शर्टमधल्या गांधीजींचं चित्रही मिसळून गेलं. मुलांच्या मनात आलं की, ती सगळीच चित्रं भन्नाट होती.

आलोकनं विचारलं, 'आता सांगा, काय वाईट आहे? काय खूप वाईट आहे?'

निवड करायला मुलांनी नकार दिला. आलोकनं खूप आग्रह धरला. शेवटी मोठ्या नाखुशीनं एक चित्र निवडलं गेलं. ते चित्र त्यानं समोरच्या भिंतीवर लावलं.

'पण आता तर ते चित्र छानच दिसतंय की!' कोड्यात पडत मुलं म्हणाली.

तो चारकोल भरला दिवस संपत आला होता आणि काजळी रात्र येऊ घातली होती. पाच वर्षांचा ॲशले आलोकच्या मांडीवर बसला होता. आलोकच्या सर्वांगाला ती चारकोल पेन्सिल फासत होता. आलोकनं त्या मुलांकडे पाहिलं. चारकोल पेन्सिलीच्या वापरामुळं ती सगळी मुलं कोळशाच्या खाणीतल्या कामगारांसारखी वाटत होती.

'सगळ्यांत असताना ते चित्र वाईट दिसत होतं. पण एकटंच पाहिलं की किती छान दिसत होतं. असं का?' मुलांनी विचारलं.

'तुमच्यासारखंच आहे ते!,' आलोक म्हणाला. 'जेव्हा तुम्ही गर्दीत असता, तेव्हा तुम्हाला वाटतं की, तुमच्यात काहीतरी कमतरता आहे. पैसा कमी, रूप कमी, चुणचुणीतपणा कमी. पण घरी जा. आरशात बघा. मग तुम्हालाही कळेल की तुम्ही कसे खास असता ते! जे इतर कुणातच नसतं, असं काहीतरी खास तुमच्यात असतं. ते कसं प्रकट करता येईल ते तुम्हीच बघा आणि तसं करा.'

सर्वांच्या काजळभरल्या चेहऱ्यांवर हसू उमटलं. (फक्त त्या छोटीचा त्याला अपवाद होता. कारण आलोकचं बोलणं तिच्या आकलनाबाहेरचं होतं. त्यामुळे ती केव्हाच झोपी गेली होती.)

मुलं ताठ मानेनं खूप काही समज आल्यासारखी बाहेर पडली. ती मुलं नंतर पुनःपुन्हा येत राहिली. स्वच्छ, धीट आणि त्यांच्या टी शर्टमधल्या गांधीजींची वाट पाहू लागली.

काही महिन्यांनंतर मला आलोक भेटला.

'मग कसं काय? किती फी द्यायची?' मी गालातल्या गालात हसत त्याला विचारलं.

'व्वा! त्यांनी फी दिली की!' त्यानं हसून प्रत्युत्तर दिलं.

त्यानं मला त्याच्या शहरातल्या चित्रकलेच्या कार्यशाळांची माहिती दिली.

त्या कार्यशाळांमधून तो एक वेगळाच प्रयोग करत असे. तो प्रत्येकाला चित्र काढायला लावत असे आणि अर्ध-अधिक चित्र झाल्यानंतर तो त्या चित्रांची अदलाबदल करत असे. नंतर तो दुसऱ्याचं चित्र पूर्ण करण्यास सांगत असे. अशा वेळी मिळणाऱ्या प्रतिक्रिया ऐकण्यासारख्या असत.

शहरी मुलं म्हणत, 'हे बरोबर नाही. ते माझंच चित्र मला हवं.'

उद्योग क्षेत्रातील व्यवस्थापक म्हणत, 'माझा काही वेगळाच बेत होता. तेव्हा मी जे सुरू केलं, ते मलाच पूर्ण करायला हवं.'

आणि रस्त्यावरची मुलं...? आपलं चित्र घेतलं म्हणून ती कोणतीच तक्रार करत नव्हती. उलट ते दुसरं चित्र मोठ्या कौतुकानं न्याहाळत आणि ते चित्र नव्यानं

सुरू करून पूर्ण करण्याचा प्रयत्न करत.

दर रविवारी आलोक तिथं जातो. प्रत्येकाला वाटतं की, तो तिथं शिकवण्यासाठी जातो आहे. पण मला (आणि आता तुम्हालाही) माहिती आहे, पक्कं ठाऊक आहे, की तो तिथं खरं म्हणजे शिकण्यासाठीच जात असतो.

■

जेन डिसूझा
How to Draw a Smile

प्रसन्नतेची पुनर्स्थापना

जेव्हा मी वाङ्मयाची शिक्षिका झाले, तेव्हा आजूबाजूच्या लोकांनी माझी खूप प्रशंसा केली. शिक्षकी पेशा हा एक आदरणीय व्यवसाय आहे, असंही त्यांनी मला सांगितलं. अर्थात हा आपला परंपरागत भारतीय दृष्टिकोन झाला. या स्तुतीमुळे मला उगाचच आपण कोणीतरी फार महान आहोत, कोणतं तरी धर्मकृत्य करणार आहोत, आपल्यासमोर असलेल्या कोवळ्या तरुण मुलींना साहित्याचं मर्म विशद करून सांगणार आहोत, त्यांना आयुष्याकडे बघण्याचा कलात्मक दृष्टिकोन देणार आहोत असं काय काय वाटू लागलं होतं.

सुरुवातीच्या काळात पहिल्या काही दिवसांत मी नोट्स, पुस्तकं अशा जय्यत तयारीनिशी वर्गात जात असे. मनापासून, तळमळीनं शिकवणं मला जमत नसे. आपल्या शिकवण्यानं वर्गाला मंत्रमुग्ध करणारे कित्येक शिक्षक मी पाहिले, अनुभवलेसुद्धा आहेत. अशा शिक्षकांच्या मी पासंगालाही पुरणार नाही. मी आपली ठोक घटना, त्यांचा क्रम, तो धडा, तो लेखक, त्याच्यावर केली गेलेली टीका, समीक्षकांची मतमतांतरं असं शिकवत असे.

एकदा मी एम. ए. च्या वर्गाला 'अस्तित्ववाद' हा विषय शिकवत होते आणि त्या काळात माझ्यात हा बदल घडून आला होता.

हा वर्ग नेहमीसारखा नव्हता. या मुलीदेखील क्रांतिकारक विचारांच्या, स्वतःला कलासक्त समजणाऱ्या अशा नव्हत्या. आपल्या तत्त्वज्ञानानं जग बदलून टाकण्याच्या आकांक्षेनं त्या झपाटलेल्या नव्हत्या. या वर्गात शिक्षण अर्धवट सोडलेल्या, पण पुन्हा नव्यानं शिक्षण सुरू करणाऱ्या तरुणी होत्या. कष्ट, लग्न, धार्मिक शिक्षण या साऱ्यांत त्यांची तारुण्यातील ऐन उमेदीची वर्षं गेली होती. त्या आता शुष्क, नीरस बनलेल्या होत्या. समोसा, कॉफी, स्वीटकॉर्न खाणाऱ्या, सुरक्षित कोशात वावरणाऱ्या इतर मुलींसमोर त्या खूपच बापुडवाण्या वाटत होत्या.

सुरुवातीचे कित्येक तास दुसऱ्या महायुद्धानंतरच्या काळाबद्दलच्या, त्या वेळी घडलेल्या लक्षणीय बदलांच्या चर्चेत गेले. दुसऱ्या महायुद्धानं जगाला एक नवंच तत्त्वज्ञान दिलं होतं. आयुष्याला काही फार मोठा अर्थ असतो, असं या तत्त्वज्ञानात

मानलेलं नव्हतं. 'अर्थशून्य भासे मज हा कलह जीवनाचा,' असाच हा सारा प्रकार होता. मूल्यांचा, माणुसकीचा कोणताही उदात्त विचार त्या तत्त्वज्ञानात नव्हता. जीवनातील श्रेयस, प्रेयस, करुणा ही तत्त्वं त्यात नव्हती. आपल्या आयुष्याला आपणच दिशा देण्याची जबाबदारी घेतली पाहिजे, अशी विचारधारा या तत्त्वज्ञानातून स्पष्ट होत होती. निराशा, उद्वेग, भय, असुरक्षितता, परकेपणा, एकाकीपणा, कंटाळा आणि निष्फळता या व असल्या भावनांना या तत्त्वज्ञानानं खतपाणी घातलं होतं. या तत्त्वज्ञानानं जणू आशा, उमेद याबरोबरच श्रद्धा, परमेश्वराविषयीचा विश्वास यांना ठार मारलं होतं. तेसुद्धा क्रूरपणानं नाही, तर औदासिन्यानं, दुर्लक्षानं!

असं असलं तरीसुद्धा माणुसकीचा, माणुसकी टिकविण्यासाठीचा संघर्ष, कंटाळवाणेपणापासून सुटका करण्यासाठी योजलेले उपाय यांचं विवेचन करताना 'तुम्ही, आम्ही, मी, आम्हाला', ही सर्वनामं माझ्याकडून नकळत गाळली गेली होती. हे मी अगदी जाणीवपूर्वक वगैरे केलेलं नव्हतं; तर ते आपोआपच घडलं होतं. यामागे कदाचित या नकारात्मक विचारापासून माझ्या मुलींचं संरक्षण करण्याची मातृत्वाची आदिम प्रेरणा माझ्यात नकळत जागृत झाली असावी. काहीही असो, मी एका गुंग झालेल्या वर्गासमोर उभी होते आणि कालौघात जे नाहीसे होऊ शकतील, अशा भयाकुल विचारांची मी त्यांना ओळख करून देत होते.

या चर्चेदरम्यान, मला एका मुलीची, अंजलीची प्रतिक्रिया आठवते. अंजली ही त्या वर्गातली एक विचारी, शांत मुलगी होती. ती इंग्रजी साहित्यात एम. ए. का करत होती, याचं नीटसं कारण तिला स्वतःलाही सांगता आलं नसतं. मला तिची फारशी माहिती नव्हती. तसं तिच्याशी माझं फार वेळा संभाषणही झालेलं नव्हतं. तिच्या वडिलांशी तिचं फारसं सख्य नव्हतं. ती दक्षिण भारतीय सनातनी कुटुंबातील होती. तिचं लग्न ठरलं होतं. दर आठवड्याला तो नवरा मुलगा तिला भेटायला येत असे. या भेटीतून त्या दोघांची ओळख वाढणार होती. तिचं त्याच्यावर प्रेम होतं का? असेल. कारण दुसरा पर्यायच समोर नव्हता. त्यामुळे तिचं आयुष्य शांततेत व्यतीत होत होतं.

ती वर्गात फारशी बोलत नसे. अगदीच राहावलं नाही तरच ती बोलत असे. तिच्या चेहऱ्यावरचे भाव कळायला कित्येक महिने जावे लागले. तिचे गूढ डोळे, ती देत असलेलं लक्ष यामुळे ती सतत माझ्याबरोबर आहे, माझ्याशी संवाद साधते आहे, असंच मला वाटत असे.

ती ऑक्टोबर महिन्यातील सर्द, पावसाळी दुपार होती. अल्बर्ट कामूच्या 'द मिथ ऑफ सिसिफस'वर चर्चा सुरू होती आणि अशा वेळी अंजलीनं आपली प्रतिक्रिया व्यक्त केली.

'मॅडम, एवढी वर्षं आम्ही एक आशा उराशी बाळगली होती. आम्हाला असं

वाटे की, आमच्या मनातील रितेपणाची, एकाकीपणाची जाणीव हा परिस्थितीचा किंवा काळाचा परिपाक आहे. परिस्थिती बदलली, काळ पालटला की हे नष्टचर्य संपेल आणि सुखाचे दिवस येतील. ही भावना आमच्या मानसिकतेचा पाया आहे आणि राहील. अशा 'वेळेची' आम्ही वाट पाहात असतो आणि तुम्ही 'कामू' घेऊन येता आणि आमची उमेदच हिरावून घेता. अशा वेळी आम्ही काय करावं, कुठं जावं? हे म्हणजे कसं झालं... एखाद्याचं काहीतरी दुखत असावं आणि त्याला त्या दुखण्याचं निदान सांगताना डॉक्टरांनी सांगावं की, बाबा रे, तुला कॅन्सर झालाय आणि तो शेवटच्या टप्प्यात पोहोचला आहे.'

ती थांबली. थोडं हसली. आपण इतकं कशा काय बोललो याचाही तिला धक्काच बसला असावा. ती रागावलीही नव्हती. अस्वस्थही झाली नव्हती. एखाद्या जुन्या कोड्याचं उत्तर सापडल्यासारखं तिला वाटत असावं.

अंजलीचे शब्द त्या वर्गात जणू घुमत राहिले होते. त्या शब्दांचा आमच्यावर मोठाच प्रभाव पडला होता. आम्हा साऱ्यांनाच आपापलं अंतर्बाह्य जग आणि मन, त्यात चालणारे समर प्रसंग आणि त्यातील वेदना जाणवल्या होत्या.

मी जणू गुन्हेगाराच्या पिंजऱ्यात असल्यागत नि:स्तब्ध उभी होते. मी अनेक दृष्टींनी अपराधी होते. आशा आणि निरागसपणा यांची हत्या करण्यात जणू माझा सहभाग होता, असंच मला वाटलं.

मी घरी गेले. आयुष्यातील संघर्ष सोडविताना मी त्यातील अडचणींवर कशी मात केली होती, त्यातील आव्हानं कशी स्वीकारली होती याचे विचार माझ्या मनात घोळू लागले. मला अशी अनेक आव्हानं स्वीकारावी लागली होती. अंधाराच्या खाईत लोटणाऱ्या परिस्थितीशी मी झगडले होते. माझ्या अंत:करणाचा चक्काचूर करणाऱ्या लढायांत मीही विजय मिळवला होता. या साऱ्या धुमश्चक्रीत जी काय मोडतोड झाली होती, तिची पुनर्बांधणी मी कशी आणि कोणत्या तत्त्वानं केली होती?

दुसऱ्या दिवशी वर्गात पुन्हा जीवनावर चर्चा सुरू झाली. जीवनाला अर्थ कशामुळे प्राप्त होतो किंवा जीवन कशामुळे व्यर्थ होते, यावर साधक-बाधक खल झाला. मानवसमाज करुणा, प्रेम, देव, सृजन, समूह या साऱ्यांची पुनर्रचना करत असतो. याला पाठबळ देणारं, काहीतरी, मानवीसमाजात असतं; अस्तित्व वाद्यांनाही समजलं नाही असं काही तरी मानवीमनात असतं. ते म्हणजे त्या मानवी मनाची प्रेम करण्याची आणि करवण्याची आदिम प्रेरणा. आणि हे प्रेमच या साऱ्याच्या पल्याड जातं. हे प्रेमच कुठल्याही नकाराला समर्थपणे तोंड देतं; साऱ्या शोकांतिका, सारी हानी, सारे पराजय यांना सामोरं जात उमेद जागवतं आणि पुन्हा नव्यानं काहीतरी घडवतं.

अचानक मला काही ओळी आठवल्या. माझ्या मुलींच्याही मनात त्या ओळी ताज्याच असतील. (कारण एवढ्यातच मी त्यांना ती कविता शिकवलेली होती.) टी.एस. इलियटचं 'द वेस्टलँड' शिकवताना त्यातील काही ओळी आमच्यावर गाढ परिणाम करून गेल्या होत्या. खरं म्हणजे त्या कवितेत अस्तित्ववादाला अभिप्रेत अशा जगात वावरणाऱ्या माणसासंबंधी, त्याच्या बिकट, चमत्कारिक स्थितीसंबंधी विचार व्यक्त करण्यात आले होते. पण कवितेच्या अखेरीस मात्र जीवनाचा अर्थ शोधण्यासाठी प्रत्येकानं काय करायला हवं हेही सूचित केलेलं होतं. मी त्या ओळी म्हणू लागले. 'दत्त, दयाध्वम, दम्यत, शांती... शांती... शांती... म्हणजे दान करा, दया करा, आत्मसंयम बाळगा.'

कदाचित आपल्याला ज्या काळानं नाव, व्यवसाय, नशीब, त्याचप्रमाणं जीवनाचा अर्थ, उद्देश दिला तो काळ आता नसेल. पण तुम्हाला आता आपला शत्रू कोण आहे, हे कळलेलं असतं ना? त्या शत्रूला नेस्तनाबूत कसं करायचं हे पाहाणं तुमचं काम असतं. हे करतानाच तुम्हाला तुमच्या जीवनाचा अर्थ सापडेल आणि अंजली, तुलाही त्यातून सुख गवसेल. समाधान लाभेल.

एक शिक्षिका या नात्यानं मला त्यांची मनं घडवायची होती. त्यांना काही तत्त्वं शिकवायची होती. ती तत्त्वं कदाचित, त्यांच्या पचनी पडायला त्रासही झाला असता. पण त्याच दिवशी मी हेही शिकले की, त्यांना फक्त समृद्ध बनवून चालणार नव्हतं. तर खंबीर, सक्षमही करायला हवं होतं आणि ते गुण पूर्णपणे माझ्यातही असायला हवे होते.

∎

कांचन चर
Restoring Serenity

आगळी-वेगळी

एखाद्याच्या मनात, दुसऱ्यानं आत्मसन्मानाची भावना निर्माण करणं तसं कठीणच. तो आत्मसन्मान ज्याचा त्यालाच जाणवला पाहिजे. आयुष्यातील परिस्थितीच्या चक्रव्यूहातून त्यानं शोधलेल्या वाटा, त्या त्या वेळी त्यानं बजावलेली भूमिका या गोष्टीच त्याला आत्मसन्मान मिळवून देत असतात. पण आपल्या योग्य -अयोग्यतेच्या तराजूत दुसऱ्याला तोलून, त्याची टर उडवत त्याचा आत्मसन्मान खच्ची करणं यासारखं दुसरं पाप नाही.

ती सतरा वर्षांची होती. माझी एक विद्यार्थिनी होती. थोडी वेगळी होती. असेंब्लीत उभी राहून ती उत्सुकतेनं इकडंतिकडं बघत राहात असे. सगळ्या मुलीपेक्षा उंच असल्यानं ती लगेच लक्षात येत असे. आपले विचार लिहून काढावेत असंही तिला फार-फार वाटत असे. ती बऱ्याचदा अडचणीत येत असे. अशी अडचणीत सापडली की, ती तिच्यावर दोषारोप करणाऱ्या बाईंच्या डोळ्यांत सरळ रोखून बघत असे. कारण वस्तुस्थिती तिला माहिती असे.

एकदा तिनं व्यासपीठावर उभं राहून आयत्या वेळी भाषण करून साऱ्या शाळेला स्तंभित करून टाकलं होतं. पण तिनं त्या वेळी सरावाच्या वेळचं मूळ भाषण पूर्णपणे बदलून स्वत:च्या मनानं तयार केलेलं भाषण केलं होतं. त्यामुळे स्पर्धेच्यावेळी तिच्यावर विश्वास ठेवणं अवघड आहे, असा निष्कर्ष काढून बाईंनी तिला स्पर्धेतून काढून टाकलं होतं.

रडल्यामुळे तांबारलेल्या डोळ्यांनी ती माझ्याकडे आली. ''बाई माझी का नाही निवड झाली? सगळ्यांनी अगदी माझ्या विरोधकांनीही माझ्या भाषणाची वाहवा केली होती.'' तिनं मला सांगितलं.

'तू नक्कीच चांगलं बोलली होतीस,' मी तिला धीर देत म्हणाले. 'तुझ्या सरावाच्या वेळी केलंस, त्याहीपेक्षा तू चांगलं भाषण केलंस. पण तू भाषण बदललंस ना?'

'पण बाई, मी चांगली बोलले. तुम्हीच म्हणालात ना? मला वाटलं की, मी माझं भाषण सुधारू शकेन. म्हणून मी ते बदललं होतं.'

'तूच बघ म्हणजे झालं!'

'पण मी जर चांगली वक्ती म्हणून निवडली गेले, माझ्या संघाला विजय मिळवून दिला... तर? शेवटी हेच तर आपल्याला हवं असतं ना? ....मग? मला तर काहीच कळत नाही.' ती विषादानं म्हणाली.

'मलाही नाही. तुला उत्तम वक्तृत्वाची ढाल मिळू शकत नाही. कारण तू अति हुशार आहेस. फार पुढं जातेस. कुणाचं मुळीच ऐकत नाहीस. आज्ञा पाळत नाहीस.'

'ओह! मी... नाही... ठीक आहे.' डोळ्यांतली आसवं लपविण्यासाठी तिनं तोंड वळवलं.

दुसऱ्या दिवशी ती पुन्हा माझ्याकडे आली.

'बाई त्यांनी मला संघात घेतलं नाही.'

'मला माहिती आहे.'

'पण बाई, तुम्हाला माहिती आहे का, मला या वर्षी शाळेचं प्रतिनिधित्व करायचं होतं. माझ्यासाठी ते फार-फार महत्त्वाचं होतं.' ती म्हणाली.

तिच्या डोळ्यांत तिचा दुखावलेला अहंकार, उद्दिष्ट न साधल्यामुळे झालेला पराभव हे सारं उमटलं होतं. मी मुकाट्यानं तिचे खांदे थोपटले. एके दिवशी तास संपवून मी बाहेर आले. ती माझ्या पाठोपाठ बाहेर आली.

'बाई, कॅप्टनशिपसाठी सुद्धा माझं नाव सुचवलं गेलं नाही.'

तिची व्यथा तिच्या आवाजात उमटली होती. पण त्याहीपेक्षा मला जाणवली ती तिची आपल्याला कुणी समजून घेत नाही, हा हताशपणा.

'नाही बाळ. ते म्हणतात की, तू खूप हट्टी आहेस.'

'ओह!' ती विषण्णतेनं हसली.

मला माहिती होतं की, लहान मुलांकडून तिनं चांगलं काम करवून घेतलं असतं. ती एक चांगली कॅप्टन झाली असती. पण काही दुराग्रही, पूर्वग्रहदूषित मतांमुळे एक नावीन्यपूर्ण, बहरणारं नेतृत्व मुळातूनच खुडलं गेलं होतं.

एके दिवशी तिच्यावर शेवटचा घाव घातला गेला. एका शालेय कार्यक्रमात तिनं म्हणे शिक्षकांशी हुज्जत घातली होती. दुसऱ्या दिवशी प्रिन्सिपलनी तिला वर्गप्रमुख पदावरून काढून टाकलं. तिनं ताठ मानेनं, कसलाही विरोध न करता आपला बॅज काढून दिला. कारण आपल्याला मुद्दामहून अडकविण्यात आलं आहे याची तिला पूर्ण कल्पना होती.

प्रिन्सिपलच्या ऑफिसमधून पडलेल्या खांद्यांनी आणि दु:खी मनानं ती बाहेर आलेली मी पाहिली. थोड्या वेळात ती पूर्वीसारखी हसू-खेळू लागली होती. सगळ्यांना वाटलं की, झाल्या गोष्टीचं तिला मुळीच वाईट वाटलेलं नाही. पण तिची व्यथा ती किती कसोशीनं लपवत होती याची मला पूर्ण जाणीव होती. ती दोषी

नव्हती, याची ग्वाहीच तिच्या वर्तनातून मिळत होती. खरं म्हणजे त्याबद्दलच जणू इतरांना खेद वाटत होता.

ती माझ्याकडे चित्रं, आरेखनं आणि नोट्स लिहिलेला कागदाचा गठ्ठा घेऊन आली.

'बाई, शाळेच्या मासिकासाठी मी काही काम करेन असं मला वाटत नाही. पण त्यात माझ्या काही कल्पना आहेत. त्यांचा वापर करता येईल.'

'का? तू जर मासिकाची संपादक राहणार नसशील, तर मी तुझं काम का वापरू?' मी तिला विचारलं.

'कारण कल्पना एकदा का कागदावर उतरली की, ती वैयक्तिक मालमत्ता राहात नाही. ती सगळ्यांची होते,' ती शांतपणे म्हणाली.

मी तिची हरप्रकारे समजूत घातली. तिला आग्रह केला. तिचं मन वळविण्याचे अनेक प्रयत्न केले. समुपदेशन केलं. तिच्या दुखावलेल्या अहंकारावर, स्वाभिमानावर फुंकर घातली. ती संपादकपदी राहायला राजी झाली. मुखपृष्ठाच्या डिझाईनपासून प्रत्येक लेखाच्या संपादनापर्यंत तिनं रात्र-रात्र जागून काम केलं. एक उत्तम संपादकीयही लिहिलं.

त्या वर्षीचं ते सर्वोत्कृष्ट असं शालेय मासिक झालं होतं. त्याची सर्व स्तरांवर प्रशंसा झाली होती. जिच्याबद्दल कायमच गैरसमज होते. जिची कधीही प्रशंसा झालीच नव्हती, त्या मुलीला हे एक उत्तम बक्षीसच मिळालं होतं.

मी मनातल्या मनात खूपच उल्हसित झाले होते. त्या मागे कितीतरी कारण होती. संपादक पदावर राहाण्यासाठी मी तिचं मन वळवलं होतं, हे एक कारण होतं. शिवाय आपलीही काही ओळख असावी, म्हणून धडपडणाऱ्या तिच्या मनाची गरज ओळखून तिला आधार दिला होता. तिच्या गुणांचं चीज केलं होतं आणि तिला वेगळेपण देणाऱ्या तिच्या वैशिष्ट्यांची मी भलावणही केली होती.

■

मोनिका पंत

A Student with a Difference

उशिरा सुरुवात

अकरा वर्षांच्या सुखी संसारानंतर एके सकाळी मी शिक्षिका होण्याचा निर्णय घेतला. लग्नापूर्वी मी इंग्रजी विषयात एम. ए. केलं होतंच. मुंबई विद्यापीठाच्या बी. एड. कोर्ससाठी नाव नोंदवलं आणि उत्तम गुणांनी ती परीक्षा उत्तीर्णही झाले.

सराव पाठावरील 'उत्तम', 'अत्युत्कृष्ट' असे शिक्षकांचे शेरे आणि सहकाऱ्यांचं 'छान शिकवतेस हं!' असे अभिप्राय यामुळे हुरूप येऊन मी एका माध्यमिक शाळेत अर्ज केला. माझं विषयज्ञान, अस्खलित इंग्रजी बोलणं यामुळे माझी मुलाखत यशस्वी झाली आणि त्या स्थानिक शाळेत मी शिक्षिका म्हणून रुजू झाले.

मी आठवी 'अ' या वर्गाची वर्गशिक्षिका झाले. मुलांसोबत मी नेहमीच सहजपणे वावरते. पण त्या पहिल्या दिवशी वर्गात जाताना मी जरा अस्वस्थच होते. (पहिलाच दिवस होता ना!) पण थोड्या वेळानं माझं चित्तं शांत झालं आणि तो दिवस सुरळीत पार पडला. तो दिवस एकमेकांची ओळख करून घेण्यातच गेला होता. एक आठवडा संपला. मला फारशा अडचणी आल्या नव्हत्या. व्यासपीठावर उभं राहून शिकविण्याऐवजी मी पहिल्या बाकाजवळ उभी राहात असे. काही दिवसांनंतर माझ्या लक्षात आलं की, पहिल्या बाकावरची मुलगी माझ्या हातावर थोपटत असते. मला आश्चर्यच वाटलं. पण मी तिकडे दुर्लक्ष केलं. वर्गात काहीही बोलले नाही. पुढच्या काही दिवसांत मात्र मला कळून चुकलं की, ती मुलगी ही गोष्ट वारंवार करत होती.

शेवटी मी तिच्याशी याविषयी बोलायचं, असं ठरवलं. तिला वर्गाबाहेर बोलावलं आणि ती जे काय करत होती ते मला समजल्याचं मी तिला सांगितलं. ती शरमून हसली. पण काहीच बोलली नाही. ती एकाकी, लाजाळू अशी मुलगी होती. मी तिला मायेनं समजावलं. ती चाचरत म्हणाली, "मिस, मला शाळेत यायलाच आवडत नाही. पण मला तुम्ही आवडता. खरं तर पहिल्या दिवसापासूनच मला तुम्ही आवडला होतात. तुम्हाला पाहिलं की, मला माझ्या आईची आठवण होते. तुम्हाला हात लावला की मला मी सुखरूप असल्यासारखी वाटते. घरची आठवण कमी होते."

मी भारावले. खरं तर मी या पेशात उशिरा आले होते. पण या पेशाच्या सुरुवातीच्या काळातच एका भावनाप्रधान मुलीची भावनिक गरज आपण पूर्ण करत असल्याचं मला जाणवलं. मला हे भाग्य लाभलं होतं, त्यामुळे मला समाधान वाटलं.

आणि मुलींसाठी या प्रकारचं काम मी त्यानंतर पुढे आयुष्यभर करणार होते.

■

सुमिता घोष
Late Calling

८

जग हीच एक शाळा

जग ही खरोखरच एक शाळा आहे. अनुभवासारखं,
उघड्या डोळ्यांनी पाहून शिकण्याएवढं कोणतंच
शिक्षण महत्त्वपूर्ण आणि मोलाचं नाही.

– जॅक हॅन

नफा-तोटा

दोन आठवड्यांपूर्वी माझा अत्यंत अमूल्य ठेवा हरपला होता. माझ्याच खालच्या तळमजल्यावरच्या फ्लॅटमध्ये नवं बिऱ्हाड आलं होतं आणि त्यांनी त्यांच्या दारासमोरची बाग तोडायची असं ठरवलं होतं. ती बाग म्हणजे त्या जागेचा एक अविभाज्य भागच होता.

माझ्या फ्लॅटच्या बाल्कनीपर्यंत आलेला, मला मोहवणारा तो हिरवा मांडव क्षणात नाहीसा झाला होता. हा मांडव तयार होण्यासाठी कित्येक वर्षं लागली होती आणि कोयत्याच्या काही घावांतच ती वर्षंच जणू कापली गेली होती. आता त्या जांभळट फुलांचे घोस दृष्टीस पडणार नव्हते की ती पिवळी फळं वाऱ्यावर डुलणार नव्हती. जास्वंदीचा लालभडक तोरा नजरेस पडणार नव्हता की पेरूच्या फुलांतून ते हिरवेगार, गोल पेरू बाहेर पडणार नव्हते. या झाडोऱ्यात राहाणारे पक्षी, कीटक एक तर देशोधडीला लागले असणार किंवा मरण पावले असणार. या कल्पनेनं मी त्यांना दु:खी अंत:करणानं जणू श्रद्धांजली वाहिली होती. आपल्या गोड गळ्यानं रिझवणारी, प्रसन्न अस्तित्वानं मोहवणारी ती पाखरं निघून गेली होती. इंद्रधनुषी पंखांचे कीटक, चमकदार पंखांची आनंदी फुलपाखरं उडून गेली होती. खिडकीतून आता भरपूर उजेड आत आला होता. पण माझं मन अंधारलेलंच राहिलं होतं. ते दृष्टीसुख नाहीसं झाल्यामुळे मी बाल्कनीत जाणंच टाळू लागले होते.

एके दिवशी खालून काही वेगळेच आवाज ऐकू येऊ लागले. मी खाली डोकावून पाहिलं. खाली मैदानात हिरवळ लावण्याचं काम सुरू होतं. कडेनं फुलझाडं, अधूनमधून बांबूची झाडं अशी लागवड सुरू होती. मी खाली डोकावले. पण एका वेगळ्याच आनंदानं माझं मन भरून आलं. ते हलकंफुलकं सौंदर्य पुन्हा परतत होतं. तितकंच आणि तसंच नाही. पण काही प्रमाणात तरी परत येत होतं. तेवढ्यात एका दृश्यानं माझं लक्ष वेधलं गेलं. इतके दिवस त्या मांडवामुळे अदृश्य असलेली रस्त्यावरची वर्दळ माझ्या नजरेत भरली. अर्धपोटी दिसणारी दोन हडकुळी कुलुंगी कुत्री एकमेकांशी मस्ती करत होती. समोरच्या कुंपणावरच्या मैना चिवचिवत होत्या. तीन माणसं चालत निघाली होती आणि बोलण्याच्या ओघात हातवारे करत

होती. हसत हसत ती बोलत होती. काय बोलत होती ती? मला काही ते समजलं नव्हतं, समजणारही नव्हतं. पण मी कल्पनेनं गोष्ट तयार करू शकत होते. एक नवंच आणि गमतीदार जग माझ्यासमोर उलगडत होतं.

आता मला कळलं की, खूप काही हरपलं होतं, पण पुष्कळसं शिल्लकही होतंच की! जुनं सौंदर्य नामशेष झालं होतं. पण माझ्या मनात ते चिरकाल टिकणार होतं. कारण ज्या गोष्टींमुळे आपल्याला आनंद मिळतो, त्या गोष्टी आपण कधीच विसरत नाही. ज्यांच्यावर आपण मनापासून प्रेम करतो, त्या गोष्टी आपल्या व्यक्तिमत्त्वाचाच एक भाग बनून गेलेल्या असतात हेच खरं!

■

लीला रामस्वामी
Loss and Profit

सेवाभावी देवदूत

मिनी जॅकोब ही माझी फिजिओथेरपिस्ट आहे. तिच्या हातांत जादू आहे. तिचा प्रेमळ आग्रह आणि विजयी हसू यांच्या बळावर ती त्या अडल्या सांध्यांना, ताठरलेल्या स्नायूंना (म्हणजे जुनाट दुखणेकऱ्यांना) हलतं चालतं करते.

ती हळवी आहे. पण कमालीची कडक शिस्तीचीही आहे. कुठलीच लंगडी सबब तिच्यापुढे चालत नाही. 'मला नाही येत', या ध्रुपदाची तिला कमालीची चीड आहे. तिच्या मार्मिक; पण मर्मभेदक बोलण्यापुढे आपल्या नकाराचा पाचोळा उडून जातो.

मी तिला म्हणते, ''मी आता म्हातारी झालेय गं, दे सोडून.'' त्यावर ती उत्तरते, ''पण चाळिशीनंतरच तर खरं आयुष्य सुरू होतं.''

संधिवातानं जखडलेला प्रत्येक सांधा ती हाताळते. हाताची बोटं असोत की, पायाची. तिच्या कुशल हाताळणीमुळे त्यांच्यात चैतन्य येतं. तिचे काही चिमटे, काही पिरगळे आणि माझ्या काही किंकाळ्या यानं काहीही नुकसान होत नाही, असं तिचं म्हणणं असतं. गुडघ्याचे असोत वा कुल्ल्याचे, प्रत्येक स्नायूला व्यायाम हा हवाच, यावर तिचा कटाक्ष असतो.

'तुला व्यवस्थित चालावं, असं वाटत नाही का?' माझ्या नाखुशीमुळे ती चिडून मला विचारते.

'पण मी अपंग आहे,' मी तिला सांगते. 'मला काही मिस वर्ल्डसारखं कॅट वॉक करायचं नाही.'

'नाही,' ती जोरात म्हणते, 'तू अपंग नाहीस आणि होय तुला चालता येतंय. तू सराव कर म्हणजे हा लंगडेपणा जाईल.'

ती मला कसं चालावं, हे माझ्या दर वेदनादायक पावलागणिक दाखवत असते. मग निष्ठुरपणे ती मला पायऱ्यांजवळ नेते. पायऱ्या चढायला लावते. ''पाय ताठ ठेव. कंबर थोडी पुढे कर. समोर बघ,'' आणि तिच्याबरोबर मी पायऱ्या चढून वर पोहोचतेसुद्धा. मग पुन्हा पायऱ्या उतरणं आलंच. मी जिना उतरण्यासाठी आढेवेढे घेत असते. तेव्हा ती पायऱ्यांशी खाली शांतपणे उभी असते.

'अं हं! माझ्याकडे बघू नकोस.' ती म्हणते.

'पण तू किती छान दिसतेस,' मी जिना उतरणं जेवढं पुढे ढकलता येईल, तितकं पुढे ढकलण्याचा प्रयत्न करत असते.

आपल्याला काहीच ऐकू आलं नाही, अशा आविर्भावात, खंबीरपणे ती आज्ञा देते,

'समोर बघ. गुडघा वाकव आणि खाली उतर. तुला येतंय ते.'

ती तर जगातली सर्वांत सोपीच गोष्ट होती जणू! मग माझाही स्वाभिमान डिवचला जातो. मी तिचं आव्हान स्वीकारते. माझे डोळे त्वेषानं चमकू लागतात. मी प्रयत्नांची शिकस्त करते. तिनं टाकलेल्या गळात मी बरोबर अडकते. माझ्याही लक्षात येतं की, ते फारसं कठीण नाही. ती पण संमती दिल्यासारखी मान डोलावते. तिचं मी समाधान करू शकते. त्यामुळे मलाच धन्य झाल्यासारखं वाटतं. रोजच्या अथक परिश्रमांचं ते फळ. या व्यायामाच्या वेळा माझ्याइतक्याच तिलाही त्रासदायक वाटतात, हे तिच्या चेहऱ्यावर दिसत असतं. पण हे सारं ती माझ्या भल्यासाठीच तर करत असते.

जेव्हा लोक सांगतात की, तुम्ही आता खूपच चांगल्या चालता, तेव्हा मी माझ्या या सेवाभावी देवदूताचे आभारच मानते. ती माझी फिजिओथेरपिस्ट, मानसोपचारतज्ज्ञ, माझी शिक्षिका आणि माझी मैत्रीणही आहे.

■

जॅकलिन कोलॅको

My Mini-stering Angel

पूर्वग्रह ते मावळले

सन १९८६ मध्ये मी बंगळुरूमधील एका प्रख्यात वृत्तपत्रात संपादकीय विभागात काम करत होते. तेव्हा त्या वर्तमानपत्रातील मधल्या पानांच्या मजकुराची जबाबदारी माझ्यावर सोपविण्यात आली होती. ते काम मी १९९४ मध्ये वृत्तपत्र सोडेपर्यंत करत होतो. पसंत न पडलेले लेख साभार परत करणं, पसंत पडलेले लेख पुनर्लेखन करण्यासाठी, त्यात काटछाट करण्यासाठी किंवा ते हस्ताक्षरात असतील तर ते टाईप करण्यासाठी पाठविण्याचं काम मला करावं लागत असे. हे साभार परतीचं काम मी तातडीनं करत असे. परंतु पसंत पडलेल्या लेखांच्या संदर्भात स्वीकृतीचं पत्र मात्र मी धाडत नसे. स्वीकृत केलेले लेख त्या-त्या पानावर जसजशी जागा मिळेल, तसतसे प्रकाशित होत असत. परंतु काही अधीर लेखक मंडळी आपल्या लेखाचं काय झालं, तो केव्हा प्रकाशित होईल याबद्दल वारंवार विचारणा करत असत.

काही जण आपलं लेखन स्वत: जातीनं येऊन देत असत. त्या लोकांशी माझा संबंध येत असे. वारंवार लिहिणाऱ्या लेखकांशी ओळख वाढे. काही जणांशी मैत्रीचे संबंध प्रस्थापित होत. यापैकी कित्येकांकडून मला माणुसकीचे धडे, जीवनविषयक दृष्टिकोन मिळाले आहेत. इथं मी ज्या आठवणी देत आहे, त्या अशाच लेखक- लेखिकांविषयीच्या आहेत.

मिस्टर ए यांना मी त्यांचा लेख संक्षिप्त करून द्यायला किंवा टाईप करून द्यायला सांगितला होता. ती आमची पहिलीच भेट होती. फोनवरच त्यांनी सांगितलं होतं की, ज्या आनंद दोरास्वामीच्या सदर लेखनावर ते फिदा होते, तेच आनंद दोरास्वामी आता या सदराचं, मधल्या पानाचं काम पाहतात, हे ऐकून त्यांना फारच आनंद झाला होता. त्यांनी मला त्यांच्या घरी येण्याचं निमंत्रण दिलं होतं. थोड्याच काळात माझी आणि त्यांच्या कुटुंबीयांची चांगलीच ओळख झाली. त्यांच्या कुटुंबात ते आणि त्यांच्या पत्नी, सून आणि मुलगा, लेक आणि जावई आणि चार नातवंडं होती. मी त्यांच्या तिसऱ्या नातवाच्या वाढदिवसाला हजर होतो. चौथं नातवंड जन्मल्यानंतर त्या बाळाला मी हॉस्पिटलमध्ये जाऊन पाहून आलो होतो. त्या दहाही

जणांचे वाढदिवस मला माहिती होते आणि वेळोवेळी मी त्या सर्वांना वाढदिवसाच्या शुभेच्छा देऊन त्यांना आनंदाश्चर्याचा धक्का देत होतो.

मिस्टर ए हे कच्छी मुसलमान होते. कोची येथे ते लहानाचे मोठे झाले होते. कॉलेजचं शिक्षण संपल्यावर पोटापाण्यासाठी ते बंगळुरूला आले होते. उत्तर कर्नाटकातील एका निर्मनुष्य, एकाकी, जंगली प्रदेशातील नोकरी ही त्यांची खरीखुरी नोकरी होती. पण ती त्यांनी लवकरच सोडली आणि ते लेखन करू लागले. ते धर्मनिष्ठ मुसलमान होते. त्यांनी आपली कमाई कधीही बँकेत व्याजापोटी ठेवली नव्हती. मिळविलेल्या पैशातून ते घरं बांधत किंवा विकत घेत आणि ती घरं भाड्यानं देत. असाच एक भाडेकरू त्यांना त्रास देत होता. तो भाडंही देत नव्हता आणि घर खालीही करत नव्हता. मिस्टर ए यांच्या काही मित्रांनी त्या भाडेकरूला चौदावं रत्न दाखविण्याचा सल्ला दिला होता. गुंडांकरवी चोप देण्याचा, म्हणजेच स्थानिक पोलिसांच्या भाषेत 'गुंडागर्दी' करण्याचा मार्ग सुचविला होता. पण त्यांनी तो सल्ला फेटाळून लावला होता.

'असा सल्ला कोणी दिला?' मी विचारलं.

'एका ब्राह्मण शेजाऱ्यानं यात पुढाकार घेतला होता,' त्यांनी सांगितलं.

'मग तुम्ही काय केलंत?' मी उत्सुकतेनं विचारलं. मनातून मला खात्री होती की, त्यांनी त्यांचं काम फत्ते होईल असाच मार्ग स्वीकारला असणार.

ब्राह्मण कुटुंबात वाढलेल्या, फाळणीचा, दंग्यांचा लहानपणी अनुभव घेतलेल्या आणि मुसलमान हिंसक मार्ग अवलंबतात असा पूर्वग्रह असलेल्या माझ्यासारख्याला त्यांच्या उत्तरानं धक्का बसला होता. खरं तर माझं मन झळाळून उठलं होतं आणि मला खूप आनंद झाला होता.

त्यांनी उत्तर दिलं होतं, 'मी तो मार्ग अवलंबला नाही. मी फक्त अल्लासमोर नमाज पढला.'

***

श्रीमती बी यांनी त्यांच्या लग्नानंतर शिक्षण सोडलं होतं. त्यांचं लग्न त्यांच्या मामाशीच झालं होतं. त्यांनी एकदा डी यांनी लिहिलेला एक लेख वाचला होता. डी हे आझाद हिंद सेनेत होते. ब्रिटिशांनी त्यांना पकडलं होतं. फाशीची शिक्षाही दिली होती. पण डी आणि त्यांचे तीन सहकारी यांनी पुन्हा खटला चालवण्याची मागणी केली. ती मान्यही झाली होती. त्यानंतर त्यांच्या देहदंडाच्या शिक्षेला स्थगिती मिळाली होती. स्वातंत्र्यानंतर त्यांची सुटका झाली होती. हे वाचून श्रीमती बी भारावून गेल्या होत्या. त्यांना स्फुरण चढल्यासारखं वाटलं होतं. त्या डींना जाऊन भेटल्या. डींनी त्यांना रोज पाचशे शब्द लिहिण्यास प्रवृत्त केलं होतं. त्यानुसार

त्यांनी दोन लेख लिहिले होते. ते घेऊन त्या डींना भेटल्या होत्या. डींचा मुलगा माझा सहकारी होता.

'फारच छान! आता हे आनंद दोरास्वामींना नेऊन द्या,' डींनी त्यांना सांगितलं होतं. पण त्या आढेवेढे घेऊ लागल्या. डी नी त्यांना धीर दिला आणि आनंद दोरास्वामी म्हणजे काही कोणी कर्दनकाळ नाही, असा दिलासा दिला. त्याप्रमाणं त्या आल्या. त्या मधल्या पानासाठी त्यांनी आपले दोन लेख आणले होते.

मी ते वाचले. म्हणालो, ''मी हे स्वीकारतो आहे. पण प्रसिद्ध व्हायला वेळ लागेल आणि प्रथम एकच लेख प्रसिद्ध होईल. कालांतरानं आपण दुसराही प्रसिद्ध करू.''

त्यानंतर श्रीमती बींनी पुष्कळ लेखन केलं. पुढे त्या गंभीर विषयावर लिहू लागल्या. कर्नाटकातील ग्रामीण भागातील आरोग्याच्या समस्येविषयी त्यांनी शोधनिबंध लिहिले आणि त्या शोधनिबंधाच्या बळावर त्यांना एका आंतरराष्ट्रीय स्वयंसेवी संस्थेचं कामही मिळालं. त्यांचं केवळ प्राथमिक शिक्षणच झालं होतं. त्यांचा नवरा सिमेंटचा व्यापारी होता. अशा मिसेस बी यांच्या दृष्टीनं ही गोष्ट फारच वेगळी आणि चांगली होती. अशा प्रकारे मिसेस बी यांनी माझा व्यावसायिक लोकांबद्दलचा आणि उच्चशिक्षित नसलेल्या व्यक्तींबद्दलचा पूर्वग्रह झटकून टाकला होता.

***

या मधल्या पानावरच्या लेखकांमधील माझ्या तिसऱ्या गुरू म्हणजे श्रीमती सी. त्यासुद्धा माझ्याकडे त्यांचे लेख घेऊनच आल्या होत्या. मी त्यांना जेव्हा मी ते लेख स्वीकारले आहेत, असं सांगितलं, तेव्हा त्यादेखील श्रीमती बी यांच्याप्रमाणेच खुर्चीतून खाली पडायच्याच बाकी होत्या. (मला वाटतं, मी त्या खुर्च्या नीट तपासूनच ठेवायला हव्या होत्या.) पण श्रीमती बी यांच्याप्रमाणे त्या कमी शिकलेल्या नव्हत्या. त्या उच्चशिक्षित होत्या. त्यातल्या एका लेखानं माझं लक्ष वेधून घेतलं होतं. तो लेख होता काम करणाऱ्या स्त्रियांबद्दलचा. त्यांच्याविषयीचं ते जणू जयगीतच होतं. या स्त्रिया रोज बंगळुरूहून शंभर मैलावरच्या म्हैसूरला कामासाठी जात होत्या आणि हसतमुखानं, उत्साहानं परतत होत्या. या साऱ्यांचा उल्लेख त्यांनी 'भगिनी' असा केला होता. त्या स्वत: एम. ए. करत होत्या. नायंडाहळ्ळीला उतरून त्या बंगळुरू विद्यापीठात जात होत्या आणि तिथं इंग्रजीच्या तासाला बसून परतत होत्या.

आमची ओळख वाढली. मैत्री झाली. अशाच गप्पांमध्ये विचारपूस करताना मला त्यांची हकीकत समजली होती. त्या गरीब घरातल्या होत्या. त्यामुळे शालेय

शिक्षण संपताच त्यांनी शिक्षिकेची नोकरी सुरू केली होती. त्यांनी त्यांचं बी. ए. चं शिक्षण संध्याकाळच्या कॉलेजमधून पूर्ण केलं होतं. तर 'दूरशिक्षण'च्या माध्यमातून त्या एम. ए. करत होत्या. या पत्रानं घ्यावयाच्या शिक्षणाला आमच्या वेळी 'बहि:स्थ विद्यार्थी' म्हटलं जात असे. म्हैसूरला त्या अभ्यासक्रमाचे साप्ताहिक तास असत.

माझं शिक्षण उटीजवळच्या एका निवासी शाळेत स्कॉलरशिपवर झालं होतं. ही शाळा पूर्वी सेनाधिकाऱ्याच्या मुलामुलींसाठीच होती. त्या शाळेतील माझे शाळा सोबती हे एक तर 'बड्या बापाचे बेटे' असत किंवा स्वातंत्र्यपूर्व काळातील अँग्लो इंडियन सेनाधिकाऱ्यांची मुलं असत. या धनिक बाळांना शिक्षणात फारसा रसच नसे, तर अँग्लो इंडियन मुलांना अभ्यासात फारशी गतीच नसे. त्यामुळे माझी अशी समजूत होती की अँग्लो इंडियन मुलं फक्त खेळात हुशार असतात आणि मजा मारण्यात वेळ घालवतात.

या बाई अँग्लो इंडियनच होत्या. या तरुण अँग्लो इंडियन बाई माझ्याकडे त्यांचे लेख घेऊन आल्या, तेव्हा पीएच. डी. करत होत्या.

त्यांचे लेख वेधक, लक्षणीय असत. शिवाय अँग्लो इंडियन लोकांमध्ये शिक्षणाविषयी अनास्था असते, हा माझा पूर्वग्रह त्यांनी चांगलाच दूर केला होता.

***

माझं संपादकीय टेबल हे असं माझ्यासाठी एक प्रकारची शाळाच आहे. व्यक्ती आणि त्यांचं जीवन यांच्याबद्दलच्या माझ्या कल्पना, माझे ग्रह-पूर्वग्रह यांची इथं नित्य पुनर्तपासणी होत असते.

■

आनंद दोरास्वामी
Shedding Prejudices

आनंद – आता इथं!

तो एक प्रेक्षणीय सामना होता. शतकामागून शतकं सहजी ठोकली जात होती. गोलंदाजी आणि फलंदाजी यामधील सारे विक्रम मोडीत निघाले होते. त्या निष्णात गोलंदाजानं कमीतकमी धावा दिल्या होत्या. जास्तीतजास्त गडी बाद केले होते. तर त्या कुशल फलंदाजानी आपलं शतक मोठ्या कौशल्यानं पूर्ण केलं होतं. प्रेक्षकांना थक्क केलं होतं. प्रेक्षक आनंदोद्गार काढत होते. तो एक संस्मरणीय सामना होता आणि क्रिकेट फिव्हर पराकोटीला पोहोचला होता.

पण तेवढ्यात शांतता पसरली होती. सामनावीराचं नाव जाहीर करण्यासाठी निवेदक व्यासपीठाकडे निघाला होता. खेळाडू श्वास रोखून वाट पाहात होते. कोण असेल तो वीर? अपेक्षेहून अधिक अप्रतिम गोलंदाजी करणारा तो निष्णात गोलंदाज? तो या सन्मानासाठी नक्कीच पात्र होता. पण विक्रम मोडीत काढणारा तो शतकवीरसुद्धा तेवढ्याच पात्रतेचा होता. शिवाय अप्रतिम, अचूक झेल घेणाऱ्या त्या क्षेत्ररक्षकालाही विसरून चालणार नव्हतं.

निवेदक उभा राहिला. सर्वांची उत्सुकता शिगेला पोहोचली. शेवटी त्यानं घसा खाकरला. माईक हातात घेतला. "सामनावीर म्हणून..." तो परिणाम वाढविण्यासाठी उत्सुकता ताणत होता. क्षणभर तो थांबला. लोकांच्या हृदयाची धडधड वाढली होती. त्यानं पुन्हा सुरुवात केली, "आजचा सामनावीर आहे..." आणि मोठ्यानं हसत तो म्हणाला, "मी!"

ही खूप वर्षांपूर्वीची गोष्ट आहे. तो निवेदक हाच तो निष्णात गोलंदाज आणि तोच कुशल फलंदाज होता. तो अशा सगळ्याच भूमिका पार पाडत होता. तो माझा सहा वर्षांचा मुलगा होता. आमची बाग म्हणजे क्रिकेटचं मैदान होतं. वीस फुटावरल्या भिंतीवर चेंडू आपटला की तो षटकार असे. डझनावारी शतकं फटकावली गेली होती. माईक कल्पनेतला होता; तर व्यासपीठ म्हणजे घराच्या पायऱ्या होत्या. दररोज हाच खेळ खेळला जात असे. रोजच असं श्वास रोखून ते सामनावीराचं नाव ऐकलं जात होतं आणि सामनावीर म्हणून तोच आपलं नाव जाहीरही करत होता. त्या वेळी इतर मुलंही त्याच्याबरोबर खेळायला आलेली असत. पण तो दुसऱ्या

कुठल्याही मुलाचं नाव जाहीर करत नसे.

शेवटी एके दिवशी मी मध्ये पडत त्याला विचारलं, ''पृथ्वी, तू इतरांना सामनावीर का होऊ देत नाहीस?'' मग खूपशा वादविवादानंतर एका लहानशा मुलाला 'सामनावीर' हा किताब देण्यात आला. त्या मुलांच्या बालपणीच्या त्या शांततेच्या काळात फक्त मॅच फिक्सिंगच होत नव्हतं; तर सामनावीर सुद्धा फिक्स केला जात होता.

त्या काळात मुलं खूपसे खेळ आपल्या मनानं खेळत असत. त्या खेळांत ती तासन्तास रममाण होत असत. शेजारच्या मुलांबरोबर मैत्रीचे नातेसंबंध तयार करत. त्यांच्या बालसुलभ विश्वासानं त्यांचे ते निर्णय स्वीकारलेही जात असत. तशा तडजोडी केल्या जात असत आणि सहा वर्षांच्या वयाला साजेसे असे ते भावबंध दृढ होत असत. कोणीही महागड्या खेळण्यासाठी, अद्ययावत यांत्रिक खेळासाठी हट्ट धरत नसे. भांडत नसे. त्या मुलांनी मला एक जीवनोपयोगी धडाच दिला होता. आनंद मिळविण्यासाठी खूप खर्च करावा लागत नाही. तो आनंद तुमचा तुम्हीच, तुमच्याजवळ असलेल्या साधनसामग्रीतून, जिथं असाल त्या ठिकाणापासून, तुमच्या आवतीभोवतीच्या माणसांमधूनच मिळवावयाचा असतो.

■

वासंती मोझेस
Happiness – Here and Now

कसरत

माझे आई-बाबा परस्परांना त्यांच्या वयाच्या सातव्या वर्षीच भेटले होते. त्यांच्या दोघांच्या कुटुंबांमध्ये मैत्री होती. त्यामुळे जेव्हा ही मुलं तरुण झाली, तेव्हा प्रेमात पडलेल्या माझ्या वडिलांनी माझ्या संयमी, शांत आईचं प्रियाराधन केलं आणि सांगायला हरकत नाही की, ती दोघं त्यानंतर सुखानं नांदू लागली. पण लहानपणी आणि प्रौढपणीही मला वाटतं आम्ही मुलं सर्कशीतील तीन घटकांबरोबर वाढलो. माझे बाबा चाबूक घेऊन मुलांना शिकविणारे रिंग मास्टर होते. माझी आई ही तारेवरून कसरत करणारी कलाकार होती आणि माझा भाऊ हा लाडावलेला कुत्रा होता.

माझ्या वडिलांचा व्यवसाय उत्तम चाललेला होता. तो वाढण्याचीही शक्यता होती. माझी आई इंग्रजीची शिक्षिका होती. ती देखणी, नाजूक आणि आपल्या कामात समाधानी होती. बाबांची श्रीमंती आणि आईचं सौंदर्य यामुळे मला वाटत असे की, आपल्याला कसलीही काळजी नाही. पण आयुष्य इतकं सुरळीत नसतं. माझे बाबा तसं पाहिलं तर स्वप्नाळू होते. थोडे शेख महंमदी स्वभावाचेही होते. पण आई मात्र प्रत्येक गोष्ट मनापासून करणारी होती. बाबांच्या अव्यवहारी कल्पना प्रत्यक्षात आणण्यासाठी ती झटत असे. बाबादेखील आईच्या सूचनांचा गंभीरपणे विचार करत असत. ते हुशार होते. पण इतर हुशार माणसांसारखेच थोडेसे विक्षिप्त आणि चंचल स्वभावाचे होते. त्यांना चांगल्याचुंगल्या, चैनीच्या गोष्टी आवडत. रेसला जायलाही त्यांना आवडत असे. स्त्रियांशी ते मोहकपणे, आकर्षकतेनं वागत. पण आई हेच त्यांचं सर्वस्व होतं. आम्ही मुलंही याबाबतीत मागच्या सीटवरची होतो. बाबा बऱ्याचदा आजारी पडत. अशा वेळी ते जणू क्रिमियम युद्धातील जखमी सैनिक असल्याप्रमाणे आई त्यांची फ्लोरेन्स नाईटिंगेल बनून सेवा शुश्रूषा करत असे. त्या दोघांकडे पाहूनच मी 'प्रेम लग्न' या शब्दांच्या अर्थाबाबत बरंच काही शिकले होते. भविष्यात माझ्यापुढे काय वाढून ठेवलं असेल, याचा विचारही मी करत असे.

माझ्या बाबांचं समाजातील वागणं आणि स्वतंत्र बाणा यामुळे आमचं सतत मनोरंजन होत असे. ते प्रचंड चळवळे होते. तब्येत चांगली असे, तेव्हा ते सतत

काही ना काही करत असत. आजारपणात काय किंवा इतर वेळीही काय त्यांची नेहमीच 'जगतो की मरतो', अशी अवस्था असे. पण ते नेहमी म्हणत की, 'सफरीची मजा ही कोणाला तरी चिडवण्यातच असते.' मी असला वाक्प्रचार कधीच ऐकला नव्हता. बहुधा तो त्यांनी खास स्वत:च बनविलेला वाक्प्रचार होता.

माझं लग्नाचं वय झालं. बाबांची पसंती ती माझी पसंती असं मी ठरवलं होतं. माझा स्वभाव त्यांच्यासारखाच असल्यानं त्यांनी मला सल्ला दिला की, मी माझ्या आईच्या स्वभावाशी मिळताजुळता स्वभाव असलेला जोडीदार निवडावा. मुलींचा ओढा जात्याच वडिलांकडे असतो. त्यानुसार बाबांसारख्या स्वभावाच्या मुलांविषयी मला नेहमीच आकर्षण वाटत असे. बाबांचा सल्ला माझ्या मनात घट्ट रुतून बसला होता. शिवाय ते मला नेहमी सांगत असत की, लग्नामुळं कदाचित पैसा कमावता येऊ शकतो, पण चारित्र्य नाही.

बाबांच्या बऱ्या-वाईट काळात माझ्या आईनं त्यांना सावलीसारखी साथ दिली होती. घर सावरून धरलं होतं. शिवाय दोघांच्या विनोदबुद्धीनं घर नेहमी हसतं खेळतं राहात असे. संकटांच्या छायेतही घरातील वातावरण प्रसन्न, उबदार असे.

कोणताच मुलगा बाबांच्या पसंतीस उतरत नव्हता. शेवटी मला वाटू लागलं की, त्यांच्या मनाजोगता नवरदेव मला कधीच मिळणार नव्हता. माझ्या आईसारखी एवढी चांगली, आगळ्या व्यक्तिमत्त्वाची व्यक्ती मिळणं तसं कठीणच होतं. अर्थात माझ्या आयुष्यात काही वर्षांपूर्वी दाखल झालेल्या माझ्या नवऱ्याला भेटण्यापूर्वी माझं ते मत होतं.

त्या वेळेपर्यंत बाबा खूप आजारी पडले होते. आमच्यापाशी फारसा वेळही नव्हता. त्यामुळे नवरा मिळण्याची फक्त आशा करण्याशिवाय आमच्या हाती काहीच उरलेलं नव्हतं. सरतेशेवटी आगळ्या-वेगळ्या व्यक्तिमत्त्वाच्या, शांत, संयमी, गंभीर वृत्तीच्या, स्वत:चा आब राखणाऱ्या माणसानं मला मागणी घातली. बाबा तेव्हा हॉस्पिटलमध्येच होते. आधी तो आणि बाबा असे दोघंच बोलले. मग मी आणि बाबा बोललो. बाबांनी अंगठा उंचावून माझं अभिनंदन केलं. "अगदी तुझ्या आईसारखा हा माणूस तुला कुठं सापडला?" त्यांच्या या शेऱ्यामुळे हॉस्पिटलची ती खोली उजळून निघाली. मी इंद्रधनुषी रंगात न्हाऊन निघाले होते. माझं लग्न झालं.

लग्नानंतर लगेचच बाबा गेले. पालकांच्या सहजीवनाचा आदर्श डोळ्यांसमोर होता. पण तरीही तंतोतंत त्यानुसार वागणं मुलांना कठीणच जातं. मी आयुष्य आणि लग्न कधीही गृहीत धरलं नव्हतं. प्रत्येक वेळी आईच्या सूचना, खूप वर्षांपूर्वी बाबांनी दिलेला सल्ला लक्षात ठेवून वागण्याचा मी प्रयत्न करत असे.

जीवनाच्या सर्कशीत माझी भूमिका कोणती? मला वाटतं विदुषकाची असावी.

मी एक अस्सल, जातिवंत विदूषक आणि माझ्या नवऱ्याच्या म्हणण्याप्रमाणे तोही एक विदूषकच आहे. आईबाबांकडे पाहून माझ्या लक्षात आलंय की, तुम्हाला गुलाबाबरोबर काटेही मिळतातच. पण म्हणून तुम्ही परिस्थितीला शरण जायचंच नसतं किंवा तो प्रश्न सोडूनही द्यायचा नसतो. तुम्ही जर काम, जबाबदारी आणि छंद यांची योग्य सांगड घातली, तर ती कसरत जमली असं समजायचं आणि एकदा का ती कसरत जमली की, आयुष्याची मजा घेत जगता येतं हे मला आईबाबांच्या सहजीवनानं शिकवलं आहे.

■

माधुरी जगदीश
Our Family Circus

आनंदाचा सडा

काही वर्षांपूर्वी एका दवाखान्यात एक बाई गतप्राण झाली. तिची तीन वर्षांची मुलगी त्या वेळी तिथं होती. नंतर तिचं नाव सरस्वती असं ठेवण्यात आलं होतं. या तीन वर्षांच्या मुलीला दवाखान्यातील लोकांनी बंगळुरूच्या एका अनाथाश्रमात पाठवलं. श्रीमती पार्वती अम्मा हिरेमठ यांनी हा आश्रम सन १९४२ मध्ये सुरू केला होता. पार्वती अम्मांनी सरस्वतीला शाळेत घातलं. सरस्वती चौथीत असताना तिला देवीचा आजार झाला. त्यात तिची दृष्टी गेली.

सरस्वती म्हणजे हिंदूंची विद्येची देवता. याही सरस्वतीनं आपलं शिक्षण सोडलं नाही. जयानगर येथील अंधशाळेत तिनं आपलं शालेय शिक्षण पूर्ण केलं. बी. ई. एस. कॉलेजमधून पदवी मिळवली आणि म्हैसूर विद्यापीठाची एम. ए. ची पदव्युत्तर पदवीही मिळवली. पॉलिटिक्स म्हणजेच राज्यशास्त्र हा तिचा एम. ए. चा विषय होता. तिनं अकरा वर्षं बी. ई. एस. कॉलेजमध्ये लेक्चरर म्हणून काम केलं. त्या अंध असून एवढ्या उच्च विद्याविभूषित होत्या, हे कौतुकास्पद होतंच; पण त्यांच्याबद्दल विशेष वाटतं, ते आणखी एका वेगळ्याच गोष्टीनं!

पार्वती अम्मांच्या पश्चात सरस्वती तो अनाथाश्रम चालवू लागल्या. सन १९९२ पासून त्या आणि त्यांचे पती हे काम करत आहेत. तेथील मोठ्या मुलांच्या मदतीनं ती दोघं स्वयंपाकपाणी करतात. आजमितीला त्या चार ते अठरा वयोगटातील साठ मुलांचा सांभाळ करत आहेत. त्यांची कित्येक मुलं शिक्षण पूर्ण करून संसार थाटत आहेत. त्यांच्या कित्येक मुली सुस्थळी पडल्या आहेत. त्यापैकी काही त्या अनाथाश्रमाच्या शाळेत अर्धवेळ शिक्षिका म्हणून काम करण्यासाठी परतही येत असतात.

एका लहानशा कल्पनेनं सुरू झालेल्या त्या कहाणीत माझाही छुपा सहभाग आहे. एका संस्थेनं 'आनंददान' सप्ताह आयोजित केला होता. अनोळखी व्यक्तींनासुद्धा काहीतरी भेटवस्तू देण्याबद्दल लोकांना प्रवृत्त करायचं होतं. मी काही जणांना या अनाथाश्रमातील मुलांना पुस्तकं देण्यासाठी विनवलं होतं. (माझं काम हे एवढंच

होतं.) काही दिवसांनी मला अत्यंत कार्यमग्न अशा सरस्वती भट यांचा फोन आला. त्यांचा माझा परिचयही नव्हता. ''भेटीदाखल पुस्तकं देण्यासाठी तुम्ही लोकांना सुचवलंत याबद्दल धन्यवाद! आमच्या मुलांना गोष्टीची पुस्तकं मिळाल्यानं मला खूप आनंद झाला. त्यांनाही खूप मजा येतेय.''

मी हर्षभरित झाले. 'आनंददान' कल्पनेचं एवढं मोठं बक्षीस! नुसत्या कल्पनेचा एवढा आनंद; तर काहीतरी अर्थपूर्ण भरीव अशा देणगीनं केवढा आनंद मिळत असेल. उदाहरणार्थ, अशिक्षित कुटुंबातील लहानग्याला लिहायला वाचायला शिकवणं! शिक्षण म्हणजे केवळ वाचन, लेखन, श्रवण आणि भाषण नव्हे; तर त्या भाषिक कौशल्याचा पुरेपूर वापर करणं. त्यातला आनंद मिळवणं. आपण सारेच काही सरस्वतींसारखे ध्येयनिष्ठ नसतो. पण आपणही थोड्या फार गोष्टींनी वाचनाचा आनंद पसरवू शकतो. रस्त्यावरच्या मुलीशी बोला. तिला रस्त्यावरचा सिग्नल ओळखायला शिकवा. वर्तमानपत्रातील व्यंग्यचित्र मालिका वाचून दाखवा. तिला शाळा दाखवा. शाळेत जायला प्रवृत्त करा. शिक्षणाची निकड असलेल्या मुलांशी संपर्क साधा. शिक्षण आपोआप सुरू होतं. सरस्वती यांची कहाणी आपल्याला हेच तर सांगते!

■

माला कुमार
Spreading the Joy

काय हो चमत्कार!

सरत आलेलं शालेय वर्ष! कोरडी भगभगीत दुपार आणि त्या असह्य उकाड्याच्या जोडीला वर्ष अखेरीच्या पूर्ण करावयाच्या कामाचा ताण. अभ्यासक्रम पूर्ण करण्याची माझी टिपर घाई. मुलांचेही ताण कमी नव्हतेच. अपुरे, अर्धवट राहिलेले स्वाध्याय पूर्ण करण्याची आणि चांगले, अंतर्गत शालेय गुण मिळविण्याची त्यांची धडपड बघण्यासारखी असते. विजेच्या भारनियमनानं तर जीव मेटाकुटीला आलेला असतो. असा उकाडा आणि असे ताण. हे वातावरण कवितेच्या अभ्यासासाठी तसूभरही अनुकूल नसतं. त्यातून तो कवी वॉल्ट व्हिटमन असेल तर बघायलाच नको. त्याची ती लांबलचक सामासिक वाक्यं, उपवाक्यं असलेली गुंतागुंतीची रचना, ती दुर्बोध, गूढ प्रतिमासृष्टी, ते सतत बदलणारे कवितेतील भावविभ्रम, माझा तर कसच लागणार होता.

साहित्याचा पदव्युत्तर अभ्यास करणाऱ्या त्या मुली पराकोटीच्या मरगळलेल्या, आळसावलेल्या होत्या. वर्गात पाय टाकता क्षणीच मला त्याची जाणीव झाली होती. प्रत्येकीच्या चेहऱ्यावर कंटाळा ठाण मांडून बसला होता. यांत्रिकपणे मी हजेरी घेतली. ती साठ मिनिटं कमालीची लांबलचक वाटणार होती, हे नक्की. व्हिटमनची ती प्रदीर्घ, अंतहीन वाटणारी 'साँग ऑफ मायसेल्फ' ही कविता शिकायची त्यांची अजिबातच इच्छा नव्हती.

हजेरी संपल्यावर मी मोठ्या उत्साहानं त्या एकतिसाव्या कवितेच्या प्रस्तावनेला सुरुवात केली. कवितेची सुरुवात मोठी आकर्षक होती. 'मला वाटतं की ताऱ्यांचा प्रवास म्हणजे गवताचं पान.' पण ती भावरम्य प्रतिमा, त्यातील काव्यमय यथार्थता या गोष्टी वर्गाच्या गावीही नव्हत्या. एक तर उपस्थिती यथातथाच होती आणि जी मुलं हजर होती, त्यांच्या मनात अपुरे स्वाध्याय घोळत होते. मी त्या कवितेतील प्रतिमानांचं जीव तोडून स्पष्टीकरण करत होते. पण त्या स्पष्टीकरणातील उभयान्वयी अव्ययांनी, त्या शब्दांच्या लांबलचक मालगाडीनं मलाच धाप लागली होती. मुलीही ढिम्मच होत्या. शून्य नजरेनं अन् बहिऱ्या कानांनी मख्खासारख्या बसून होत्या.

तिकडे दुर्लक्ष करत मी आपलं शिकवण्याचं चऱ्हाट वळतच होते. तेवढ्यात

खिडकीबाहेर मला हालचाल जाणवली. एक चिमुकली, गोजिरवाणी खार फांदीवर बागडत होती. मार्चच्या त्या दुपारी माझा वर्ग जितका मख्ख, मरगळलेला होता, तेवढीच ती खार उत्साहानं सळसळत होती. गोंडेदार शेपूट हालवत, चमकदार डोळ्यांनी ती इकडंतिकडं बघत होती. एक डोळा खारीवर ठेवत मी कविता वाचत होते. त्या आळसावलेल्या मुलींकडे बघण्यापेक्षा खारीच्या त्या चपळ हालचालींमुळे मलाही उल्हसित वाटत होतं.

'सरसर झाडावर, झरझर खाली, झाडावरून फांदीवर,' उड्या मारणारी ती खार मध्येच आपला कोरीव कान खाजवत होती. मध्येच एखादं फळ पुढच्या पायांत पकडून, नाकपुड्या फुलवून एकाग्रपणे हुंगत होती. मध्येच इकडून तिकडं 'चिर्रर्रऽऽ' आवाज करत फांदी फांदीवर नाचत होती. माझ्यासमोरच्या त्या मुलींना मात्र त्या सळसळत्या चैतन्याची गंधवार्ताही नव्हती.

एवढ्यात सगळं शांत झालं. पानांची सळसळ थांबली. माझं वाक्य अर्धवटच राहिलं होतं. मी खिडकीबाहेर कटाक्ष टाकला. पाहते तो काय! क्षणापूर्वी धांगडधिंगा करणारी ती खार दमून गेली होती आणि चार पायांत फांदी पकडून, शेपूट लोंबकळतं ठेवून, डोळे मिटून गाढ झोपी गेली होती. मी थांबले. खालच्या स्वरात, पुस्तकात न पाहताच मी कवितेची शेवटची ओळ सुरू केली. 'अश्रद्धेच्या धक्क्यासाठी उंदीरही चमत्कार घडवतो.'

मी ओठांवर बोट ठेवलं. मुलींना खिडकीबाहेर बघण्यास खुणावलं. त्यांनी ते पाहिलं. खेळून-खेळून दमून झोपी गेलेलं ते खारीचं पिल्लू पाहून त्यांचे झोपाळू डोळे आनंदानं विस्फारले गेले. तोंडाचा 'आ' वासला गेला. मला हसू आलं. वर्गात एक नि:शब्द आनंद पसरला होता. मुलींचं लक्ष आता माझ्याकडे लागलं होतं. त्या आता टवटवीत झाल्या होत्या. जणू व्हिटमनच्या काव्यातील मर्म त्यांच्या ध्यानी आलं होतं.

ती खार उंदराच्या जातकुळीतील होती. माझ्या मुली मात्र मुळीच अश्रद्ध नव्हत्या. पण चमत्कार मात्र नक्कीच झाला होता. ज्या ओळी समजण्यासाठी त्या झगडत होत्या त्या ओळीच सार्थपणे त्यांच्या समोर साकार झाल्या होत्या.

मी पुस्तक मिटलं. प्रफुल्लित झालेल्या त्या वर्गाकडे हसून पाहिलं. कविता अत्यंत नेमकेपणानं आणि संपूर्णपणे शिकवून झाली होती.

पण ती मी शिकवलीच नव्हती!

■

वेंडी एम. डिक्सन
Miracle Enough

पुस्तक बंद

आमचं घर तसं आदर्श घरकुलाच्या मापदंडात बसणारं नाही. पण आम्हाला मात्र ते आवडतं. एक म्हणजे घरात आढ्यापर्यंत पोहोचलेल्या फळ्यांवर पुस्तकं ओसंडून वाहात असतात. घरकाम करणाऱ्या नोकरांना आमचं घर फारसं रुचत नाही. कारण पुस्तकांवर धूळ साचेल, या भयानं, जोरजोरात झाडापुसायचं नसतं आणि आम्ही आमची पुस्तकं सारखी झटकत असल्यानं जमिनीवर धूळ असतेच. घरातले सगळे पृष्ठभाग, फ्रिजवरची जागा, खिडक्या, बारक्या फळ्या सर्वत्र पुस्तकं सुखानं नांदत असतात.

एक दिवस जुना मित्र भेटायला आला होता. आल्या क्षणापासून त्याचं आपलं 'वॉव! ओ माय गॉड! तुम्हाला किती गोष्टी माहीत असतील ना?' हेच सुरू होतं. माझ्या नवऱ्यानं त्याला नुकताच सेलमध्ये घेतलेला पुस्तकांचा गठ्ठा दाखवला. 'पुस्तकं आहेत तरी किती तुमच्याकडं?' त्यानं अखेरीस विचारलंच. मी वरकरणी नम्रतेनं खांदे उडवले. पण मनोमन मला कोण अभिमान वाटला होता! तशी आम्ही साधी, मध्यमवर्गीय माणसंच आहोत. पण लोक जेव्हा आमच्या ग्रंथसंग्रहाबद्दल आदरानं, हेव्यानं बोलतात, तेव्हा आमचा उर अभिमानानं भरून येतो.

गेली कित्येक वर्षं आम्ही पुस्तकं वाचण्याऐवजी ती सांभाळण्यातच वेळ घालवत होतो, ही गोष्ट मात्र माझ्या नजरेतून निसटली होती. एके दिवशी मी स्टूलावर उभी राहून माळ्यावरच्या पुस्तकांवरची धूळ झटकत होते. आमच्या कामवालीच्या मनात काय आलं कुणास ठाऊक! ती आर्किमिडीजच्या उत्साहानं मला म्हणाली, ''मावशी मला माहीत आहे काय करायला हवं ते! ही सगळी पुस्तकं, मासिकं देऊन टाका. घर किती छान, स्वच्छ दिसेल. मी माझ्या पोराला बोलावू का, ही पुस्तकं काढून टाकायला?''

मला तिच्या टाळक्यावर काहीतरी हाणावंसं वाटलं होतं. पण मी नेमकी तेव्हा १२०२ पानांचा, कॉनन डॉयलच्या गोष्टीचा ग्रंथराज पुसत होते. मनातल्या मनात मी वीसपर्यंत आकडे मोजले. त्या कामवालीचं डोकं मात्र त्यामुळे वाचलं. पण थोड्याच दिवसांत धुळीच्या ॲलर्जीचं कारण सांगून तिनं आमचं काम सोडलं.

त्यानंतर आमच्याकडे सुनंदा येऊ लागली. हडकुळी, शांत, अशिक्षित सुनंदा काम स्वच्छ, नीटनेटकं करत होती.

एके दिवशी मी तिच्याशी माझ्या पुस्तक प्रकाशनाच्या कामाविषयी बोलले. अबोल सुनंदा एकदम बडबडीच बनली.

'तुम्ही लेखिका आहात?' तिनं उत्साहानं विचारलं.

'हं!' मी हुंकारले.

'तुम्हाला डी. व्ही. गुंडप्पा माहिती आहे? डीव्हीजी?' तिनं विचारलं.

'हो. ते एक महान लेखक होते,' लॅपटॉपवरची नजर न हटवता मी तिला उत्तर दिलं.

'त्यांची कोणती गोष्ट तुम्हाला आवडते?' तिनं आवडीनं संभाषण सुरू ठेवलं.

'अंऽऽ मी त्यांचं काहीच वाचलेलं नाही. मला कानडी वाचता येत नाही,' मी उत्तरले.

'पण तुम्ही त्या गोष्टी वाचाच. किती छान गोष्टी आहेत त्या! आणि त्यांच्या गोष्टींतून, कवितेतून खूप काही शिकता येतं,' ती म्हणाली.

'अगं, पण तुला वाचता येत नाही ना?' मी आश्चर्यानं विचारलं.

'होय. मला वाचता येत नाही. पण याआधी मी एका लायब्ररीत कामाला होते. तिथल्या ग्रंथपाल साहेबांनी मला डीव्हीजींबद्दल खूप काही सांगितलं. म्हणून मग मी वाचायला शिकले. मला तितकंसं चांगलं वाचता येत नाही. पण त्या साहेबांनी मला डीव्हीजींच्या खूप गोष्टी सांगितल्या.' ती उत्साहानं म्हणाली.

सुनंदाचा चेहरा आनंदानं, उत्साहानं उजळून निघाला होता. माझ्या पुढ्यात एक बारकुशी, फारशी गंभीर नसलेली, फारशी न शिकलेली कामवाली उभी होती की माझ्या पुढ्यात प्रतिभावंताच्या आविष्कारानं भावनावश झालेली व्यक्ती उभी होती? दोन्हीही खरं होतं.

पण आता तिच्याकडे नीट लक्ष देऊन मी बोलू लागले.

'कुठं काम करत होतीस?' मी तिला विचारलं.

' गोखले इन्स्टिट्यूट ऑफ पब्लिक अफेअर्समध्ये मी कामाला होते. डीव्हीजींनीच काढली आहे ती संस्था! त्या संस्थेची मोठी लायब्ररी आहे आणि तिथंच मी केर-फरशीचं काम करत होते.' ती म्हणाली.

मी इंटरनेटवर पाहिलं. थोड्याशा शोधाशोधीनंतर कानडीतून लिहिणाऱ्या लेखकांची पुष्कळ माहिती मिळाली. डीव्हीजींचा ९४५ कवितांचा 'मांकुथीम्मना कागा' हा संग्रह लोकप्रिय आहे. या कविता एवढ्या वर्षांनंतरही जनमानसात घर करून आहेत. त्या लोकांना मार्गदर्शन करतात. त्यांच्या साहित्याचं भाषांतर मी वाचत होते. वाचता वाचता मनात विचार आला, ह्या सगळ्या घटनाक्रमाला चालना देणारा गुरू

कोणता? इतकी द्रष्टी आणि मार्गदर्शक रचना करणारे डीव्हीजी? कामवालीलाही शिकण्याची प्रेरणा देणारा तो शिक्षणवेडा ग्रंथपाल? मला त्या डीव्हीजींबद्दल सांगणं उचित वाटलेली सुनंदा? मला नीटसं ठरवता येत नव्हतं. पण 'जे जे आपणासी ठावे, ते सकळांसी सांगावे', असं ज्याला वाटतं, तेच उत्तम गुरू असतात. हल्ली जेव्हा मी रोज पुस्तकांवरची धूळ झटकते, तेव्हा प्रत्येक पुस्तकातील निदान एखादं पान तरी वाचतेच वाचते आणि दर वेळी मला सुनंदाची वाचनाची तळमळ माझ्यात उतरावी, अशी तीव्र इच्छा असते.

■

माला कुमार
Blinded by Books

१

अवघड पेच

कोणत्याही निर्णायक क्षणी तुम्ही जे नेटानं करता, तेच योग्य असतं. नंतरची उत्तम गोष्ट कदाचित चुकीची असू शकेलही; पण काहीच हालचाल न करणं यासारखी लांच्छनास्पद गोष्ट मात्र कुठलीच नसते.

— थिओडोर रुझवेल्ट

शिक्षकच शिकतो तेव्हा...

ऐन विशीतलं स्वप्नाळू वय. नुकतीच ट्रेनिंग कॉलेजमधून पदवी घेतलेली. त्यामुळे 'अविस्मरणीय आदर्श शिक्षक', होण्याचं स्वप्न माझ्या जणू रोमारोमात भिनलेलं होतं. मी उत्साहानं सळसळत होते. बी. एड्. कॉलेजमधील शिकलेल्या प्रत्येक गोष्टीचं प्रात्यक्षिक करण्यासाठी उतावीळ झाले होते. मी हेही ठरवलं होतं, की मी नेहमीच शांत, संयत, हसतमुख आणि आत्मविश्वासानं ओतप्रोत भरलेली असेन. आत्मविश्वास हे जणू माझं व्यवच्छेदक लक्षण असेल.

लवकरच मी सातवीच्या वर्गाला जीवशास्त्र शिकवायला सुरुवात केली. काही शिक्षक पुस्तक वाचून शिकवतात. बी. एड. कॉलेजमध्ये ट्रेनिंगच्या वेळी आम्हाला असं शिकवू नये, असं सांगण्यात आलं होतं. मी त्याही पुढे जाऊन मुलांनीदेखील पुस्तक उघडू नये, असं सांगितलं. मीच बोलणार, मीच लिहिणार, मीच फळ्यावर आकृत्या काढणार. मुलं ऐकतील, पाहतील आणि त्यांना समजेल असा माझा दृष्टिकोन होता.

एके दिवशी मी खुर्चीत बसले असताना एक लहान मुलगी संकोचून समोर उभी राहिली. ती इतकी अस्वस्थ होती की, तिच्या कानशिलावरची थडथडणारी नसही मला स्पष्ट दिसत होती. मी तिच्याकडे बघून छानशी हसले. तिला धीर यावा म्हणून चेहरा प्रेमळ, समजूतदार आईसारखा मृदू केला. हातातलं पुस्तक माझ्यासमोर ठेवत ती म्हणाली, "मिस, तुम्ही काल शिकवलेल्या भागावर खूण करून द्याल का? उद्या तुम्ही परीक्षा घेणार आहात आणि तुम्ही काय शिकवलं ते मला समजलेलं नाही. अभ्यासासाठी मला पुस्तक वाचायचं आहे."

माझ्या चेहऱ्यावर राग, अपमान यांचं प्रतिबिंब नक्कीच उमटलं असणार. त्यामुळे माझ्या हातात एक लिफाफा देताना ती चाचरत म्हणाली, "बाबा म्हणाले, की बाईंना...."

मी चिठ्ठी उघडली आणि आतील मजकूर वाचू लागले.

'माननीय मिस अली यांना,

ज्या भागाबद्दलची तुम्ही परीक्षा घेणार आहात, कृपया, त्या भागावर खुणा

करून द्याव्यात. अनन्याला तुमचं व्याख्यान समजलेलं नाही आणि यापुढे आपणही मुलींबरोबर पुस्तक वाचावं अशी मी विनंती करतो. मला वाटतं, सातवीच्या वर्गातील मुली तशा लहानच आहेत. केवळ व्याख्यान किंवा चर्चेनं परीक्षा देता येण्याएवढा त्यांच्या लक्षात तो भाग राहील असं मला वाटत नाही. तसं होणं कठीण आहे, असं मला वाटतं.'

मी आपला ओठ चावला. ती हडकुळी अनन्या उत्तराची वाट पाहात उभी होती. समोरची चाळीस मुलंदेखील माझ्याकडे उत्तराच्या अपेक्षेनं लक्ष देऊन ऐकत होती. मला तिचा आणि तिच्या नाकखुपशा बाबांचा रागच आला होता. माझ्या शिकवण्याच्या कौशल्याबद्दल ते शंकाच कसे काय घेऊ शकले होते? मी जोरात खेकसले, "समजलं नाही म्हणजे काय? आतापर्यंत कोणीच तक्रार केली नाही आणि तूसुद्धा वर्गात लक्ष दिलं असतंस, तर तुलाही समजलं असतंच की! जा. जागेवर जाऊन बस."

संध्याकाळी घरी आल्यावर मी माझ्या बाबांना ही सारी घटना ऐकवली. "काय आणि कसं करावं, हे तुला चांगलं समजतं, हे मला ठाऊक आहे," ते आपल्या नेहमीच्या प्रेमळ, समजूतदार पद्धतीनं म्हणाले. याउप्पर त्यांनी मला कसलाही उपदेश केला नाही. तोपर्यंत माझा रागही शांत झाला होता. मनात विचारांचं, भावनांचं थैमान माजलं होतं. थोडंसं अपराधीही वाटत होतं. स्वत:ची कीव येत होती. त्या छोटीला एवढं तोडून बोलल्याबद्दल माझी मलाच लाज वाटत होती. मी मुलांना घाबरवलं होतं. दुखावलं होतं. त्यांच्या मनातली माझ्याविषयीची विश्वासार्हता गमावली होती.

काय करायचं, ते मला आता उमजलं होतं. पराभूत झाल्यासारखं वाटत होतं. शंकाकुशंकांनी फेर धरला होता. कदाचित स्वत:च्या दांभिकपणामुळे मी तिला समजून घेऊ शकले नव्हते. कदाचित तिच्या बाबांनी जे लिहिलं होतं, त्यातही थोडंफार तथ्य होतं. ते पत्र अद्याप माझ्या पर्समध्येच होतं. मी ते काढलं आणि पुन्हा एकदा वाचलं. लेटरपॅड समोर ओढलं. बराच वेळ पेन तोंडातच धरून बसले. शेवटी पत्र लिहिलं.

'माननीय श्री. बोस यांना,'

अनन्याला रागावल्याबद्दल मी दिलगीर आहे. आता शांतपणे विचार केल्यावर मला वाटू लागलंय की, मी जरा जास्तच भराभरा शिकवत असेन. त्यामुळे अनन्या आणि इतर विद्यार्थ्यांनाही तो धडा समजणं कठीण जात असेल. मी तुमच्या सूचनेची कदर करते. जरी मी पुस्तकाविना शिकवत असले तरी यापुढे मी शिकवलेल्या भागावर, मुलांकडून खुणा करवून घेईन. अनन्याला सांगा की, मी तिच्यावर मुळीच रागावलेली नाही. मीही तिला तसं प्रत्यक्ष भेटल्यावर सांगेनच.'

दुसऱ्या दिवशी मी वर्गात लवकरच गेले. अनन्या येता क्षणीच मी तिला बोलावून घेतलं. तिच्या चेहऱ्यावर काळजी आणि चिंता दिसत होती. नाखुशीनंच ती माझ्याजवळ आली. ''अनन्या, काल तुला रागावले ना, मला माफ कर बाळा! आजपासून आपण शिकलेल्या भागावर खुणा करू या. महत्त्वाच्या व्याख्या, आकृत्या यांच्याखाली रेघा मारू या. पण एक गोष्ट लक्षात ठेवा. रेघा मारताना पेन्सिल वापरायची; पेन नाही. काय? आणि ही चिठ्ठी तुझ्या बाबांना दे.''

'थँक यू मॅम,' ती हसून म्हणाली. उड्या मारतच ती बाकावर जाऊन बसली. दुसऱ्या दिवशी अनन्या धावतच माझ्याकडे आली. सीलबंद पाकीट माझ्या हातात देत ती म्हणाली, 'बाबांनी दिलंय.' क्षणभर मी गांगरलेच. पत्र फोडताना माझे हात कापत होते. मी तिच्याकडे पाठ केली आणि वाचू लागले,

'माननीय मिस अली यांना,

अनन्या एका चांगल्या हातांत पडली आहे, याबद्दल मला सूतराम शंका नाही. हे केवळ जीवशास्त्र शिकविण्याच्या बाबतीत मी म्हणत नाही. तुम्ही चूक कबूल केलीत, त्याबद्दल दिलगिरी व्यक्त केलीत आणि भविष्यात चूक सुधारण्याची हमी दिलीत. हा जो मनाचा मोठेपणा तुम्ही दाखविलात त्यावरून तुम्ही तिच्या एक आदर्श शिक्षिका नक्कीच व्हाल. तुमचे विद्यार्थी तुमच्याकडून खूप काही शिकतीलच. तुमच्यासारखी आदर्श शिक्षिका मिळणं, हा त्यांना झालेला फार मोठा लाभ आहे.'

ही घटना सुमारे सव्वीस वर्षांपूर्वीची आहे, पण त्यातून मिळालेला धडा मात्र माझ्या मनात आजही कायम आहे.

∎

रेहाना अली
A Teacher Learns a Lesson

देव आहे

समोरच्या पुस्तकाकडे तो मुलगा नुसताच बघत होता. बीजगणितातील उदाहरणं समजावून देणाऱ्या शिक्षकांची अखंड गुणगुण सुरूच होती. त्याच्या शिणलेल्या डोक्यात एकही अक्षर शिरत नव्हतं. गेल्या काही महिन्यांतील घटनाच त्याच्या डोळ्यांसमोर येत होत्या. त्याच्या लाडक्या बाबांचा मृत्यू, या नव्या ओढग्रस्तीच्या परिस्थितीशी जुळवून घेण्याच्या काळजीनं ओढलेला त्याच्या आईचा चेहरा, चौदा वर्षांचा एक मुलगा आणि चार वर्षांची एक लहान मुलगी यांचं संगोपन करून त्यांना कसं मोठं करायचं ही तिची विवंचना.... त्याला या सगळ्याच गोष्टी पुनःपुन्हा आठवत होत्या. त्याच्या आईची प्रकृती फारशी चांगली नव्हती. त्यात या आर्थिक चणचणीची भर पडली होती. मित्र परिवार, आप्तेष्ट यांनी घरातील कर्त्या पुरुषाच्या मृत्यूनंतर या कुटुंबाला हातभार लावला होता. पण हे असं किती काळ चालणार होतं? मित्रपरिवाराच्या मदतीनं तिला एका जवळच्या दवाखान्यात रिसेप्शनिस्टचं काम मिळालं होतं. पगार फार नव्हता. पण ते कसंबसं भागवत होते.

आईची व्यग्रता त्याच्या लक्षात आली होती. घरातील शांतता त्याला खायला उठत होती. त्याची आई निष्कारण ओरडली की, त्याचा संताप-संताप होत होता. याचा शेवट बहुधा रडण्यात होत असे. मग ती मुलांना जवळ घेत असे आणि परमेश्वरावर विश्वास ठेवायला सांगत असे.

'कुठल्या देवाबद्दल तू बोलतेस?' तो मुलगा चिडून विचारत असे. 'तू म्हणतेस तसा तो मुळीच चांगला नाही. नाही तर त्यानं माझ्या बाबांना असं नेलंच नसतं. मला राग येतो त्याचा.' त्याच्या अशा बोलण्यानं आईलाच अपराधी वाटू लागत असे. ती त्याला प्रार्थना करण्यास सांगत असे. पापाची कबुली द्यायला लावत असे.

प्रिन्सिपलच्या ऑफिसमधून शिपाई एक चिठ्ठी घेऊन आला. त्यामुळे वर्गातील एकसुरी, कंटाळवाणी शांतता भंग पावली होती. शिक्षिकेनं चिठ्ठी वाचली आणि त्याच्याकडे पाहिलं.

'तुझ्या पालकांना प्रिन्सिपलनी लगेच भेटायला बोलावलं आहे,' त्या म्हणाल्या.

त्याचे वडील नुकतेच गेलेत याचा त्यांना विसर पडल्याचं दिसत होतं.

वर्गातील मुलांच्या नजरा आपल्यावरच खिळलेल्या होत्या, हे जाणवून तो शरमेनं चूर झाला. त्याची ही शरमिंदी अवस्था बघून काहींनी केलेलं तुच्छतादर्शक हसू त्याला झोंबलं; तर काहींच्या डोळ्यांत दाटून आलेली कणवही त्यानं पाहिली.

तो आपला फरशीकडे पाहात राहिला. शिक्षिकेकडे किंवा इतरांकडे पाहण्याचा त्याला धीर होत नव्हता. ऑफिसमधून बोलावणं आलंय म्हणजे आपल्या थकबाकीबाबतच असणार, हे त्याला उमगलं होतं.

डोळ्यांत जमा होऊ लागलेलं पाणी अडवत तो मुलगा समोरच्या पुस्तकाकडे पाहात राहिला. त्याची घुसमट आणि तो तास या दोन्ही गोष्टी संपविणाऱ्या घंटेची वाट पाहात तो कितीतरी वेळ तसाच बसून राहिला होता.

***

सडसडीत, लहानखुरे, टक्कल पडलेले प्रिन्सिपल त्यांच्या ऑफिसमध्ये बसले होते. विचारांच्या तंद्रीत ते टेबलावर बोटं आपटत होते. या समस्यांचं निराकरण कसं करता येईल, या विचारांत ते गढलेले होते.

ते अत्यंत शिस्तप्रिय होते. त्यांच्या हातातील छडीच्या धाकामुळे 'मी', 'मी' म्हणणारी नाठाळ मुलंही वठणीवर येत असत. पण ते तितकेच सहृदयीही होते. नारळासारखे वरून कठीण आणि आतून मऊ, मधुर अशा या सरांना आपल्या मुलांच्या भवितव्याची काळजी असे.

ती शाळा एका चर्चकडून चालवली जात होती. आसपासच्या भागांतील गरीब मुलांसाठी ती शाळा होती. फी जास्त नव्हतीच. कित्येकदा तर शिक्षकांचे पगार करण्यासाठीही पैसा नसे. अशाच एका प्रसंगी ही तूट भरून काढण्यासाठी एका बैठकीत चर्चकडे पैशाची मागणी करण्यात आली होती.

***

'हे असं चालणार नाही,' चेअरमन भर बैठकीत ओरडले होते. 'आपण स्कॉलरशिप्स बंद करू. यापुढे आत्यंतिक गरजू विद्यार्थ्यांनाच मदत दिली जाईल. तुम्हीदेखील थकबाकी गोळा करायला सुरुवात करा. याबाबत मवाळ धोरण अजिबात उपयोगी नाही. ज्यांना फी भरणं शक्य नाही, त्यांना आपल्या मुलाचं नाव दुसऱ्या शाळेत घालायला सांगा.'

अशा साऱ्या पार्श्वभूमीवर प्रिन्सिपलना त्या मुलाबाबत असं कठोर, विरोधी पाऊल उचलावं लागत होतं आणि त्या विचारानं त्यांचं हृदय तीळ-तीळ तुटत होतं; पण त्यांचा नाईलाज होता.

***

शाळा सुटली. सगळ्यांची नजर चुकविण्यासाठी तो मुलगा वर्गातच रेंगाळत राहिला. तेवढ्यात त्याला फरशीवर पडलेलं एक पाकीट दिसलं. त्यानं ते उचललं. आत बरीच मोठी रक्कम होती. कदाचित एखाद्या धनिक बाळाची आगाऊ तिमाही फीची ती रक्कम असावी. त्यानं इकडं-तिकडं पाहिलं. आसपास कोणीच नव्हतं.

'उचल ते पैसे' त्याच्या अंतर्मनातून एक आवाज निनादला. 'तुला ते तुझ्या फीसाठी वापरता येतील आणि कुणाला कळणारही नाही. ह्या श्रीमंतांना पैशाची फिकीर नसते. हरवले काय आणि न हरवले काय! शिवाय उरलेले पैसे तुला वापरता येतील. आईला, बहिणीला काहीतरी भेटवस्तू देऊन त्यांना खूश करता येईल.'

'नको' तेवढ्यात दुसऱ्या आवाजानं त्याला रोखलं. 'हे पैसे तुझे नाहीत,' तो आवाज म्हणाला. आईनं त्याला प्रामाणिकपणाबद्दल काय सांगितलं होतं? आठवत होतं ना त्याला? आपल्या स्वच्छ, सद्सद्विवेकबुद्धीबद्दल रविवारच्या पाठशाळेतले धडे लक्षात होते ना?

'मूर्ख आहेस झालं!' पहिला आवाज म्हणाला. 'ह्या पैशानं तू फी भरलीस, थकबाकी दिलीस की पुढच्या फीची तजवीज करण्यासाठी आईला सवड मिळेल. हे पैसे तू परत केलेस की ते हे पैसे घेतीलच आणि तुला शाळेतून हाकलतील. घे ते पैसे. तुला त्यांची गरज आहेच.'

तो मुलगा या 'घेऊ की नको घेऊ' या रस्सीखेचीत उभा राहिला होता.

***

प्रिन्सिपलना त्यांच्या प्रश्नाचं समाधानकारक उत्तर सापडत नव्हतं. शेवटी त्यांनी आपलं मन घट्ट केलं. ऑफिसमधील मंडळी केव्हाच घरी गेली होती. उसासा टाकत ते उठले. घरी जाण्याची तयारी करू लागले.

एवढ्यात त्यांना त्या मुलाची चाहूल लागली. "हं, काय?" त्यांनी तुसड्यासारखं विचारलं. त्या मुलाबरोबर बोलण्याची, भावनिक गुंत्यात अडकण्याची त्यांची अजिबात इच्छाच नव्हती.

'सर, हे पैसे मला वर्गात सापडले,' तो मुलगा केविलवाण्या आवाजात म्हणाला. भावनावेगानं त्याचा आवाज चिरकत होता. 'तुम्ही जाण्यापूर्वीच तुम्हाला हे द्यावेत, म्हणून मी आलोय.'

कसंबसं स्वतःला सावरत, प्रिन्सिपलनी त्या मुलाच्या पसरलेल्या हातातून ते पैसे घेतले आणि ममतेनं त्या मुलाच्या खांद्यावर आपला हात टेकवला.

ते दोघे एकमेकांकडे पाहात होते. हळूहळू त्या मुलाच्या डोळ्यांतून आसवं

ओघळू लागली. सरांनी त्या मुलाला जवळ घेतलं. त्याचं शरीर हुंदक्यांनी गदगदू लागलं. थोड्या वेळानं तो मुलगा शांत झाला. सरांच्या प्रेमळ चेहऱ्याकडे पाहताना एका अनिर्वचनीय शांततेनं त्याचं मन भरून गेलं.

घरी जाताना सरांच्या पायांत जणू चैतन्य आलं होतं. हजार हत्तींचं बळ त्यांच्या शरीरात आलं होतं. ते त्या मुलाला स्कॉलरशिप देण्याबाबत दांडगी शिफारस करणार होते. ती स्कॉलरशिप मिळण्यासाठी तो आता सत्पात्र आहे, याचं पुरेपूर सबळ कारण त्यांना सापडलं होतं.

रात्री आई त्याला 'गुड नाईट' करण्यासाठी आली, तेव्हा तो आईच्या कानांत हलकेच कुजबुजला, 'आई, तुला माहिती आहे का? अगं, खरंच देव आहे आणि तो आतासुद्धा आपल्याकडे वरून पाहतो आहे.'

■

रॉय थॉमस
A Story of Faith Restored

योग्य गैरकृत्य

'पण ते गैरच आहे. चूक आहे,' मी काहीशा फणकाऱ्यानं म्हणाले.

निवृत्तीच्या जवळ आलेली माझी आत्या, मला तिच्या काही आठवणी सांगत होती. आत्या शाळेत शिक्षिका होती आणि बोर्डाच्या परीक्षेच्या वेळी तिला इंग्रजीच्या पेपरला सुपरव्हिजनचं काम करावं लागत असे. अशाच एका इंग्रजीच्या पेपरच्या वेळी तिनं काही मुलांना मदत केल्याचं ती मोठ्या आनंदानं मला सांगत होती.

ऐन तारुण्यातील स्वप्नाळू, ध्येयवादी असं माझं वय होतं. गोष्टी फक्त काळ्या किंवा पांढऱ्या रंगातच असतात, असं वाटायला लावणारं ते वय होतं. मला मधल्या मार्गाची ओळख कुठून असणार होती? माझ्या लेखी माझ्या आत्यानं केलं ते गैरकृत्यच होतं. अर्थातच तिला त्याबद्दल काडीचाही खेद नव्हता.

'काही चुकलं नाही,' तिनं माझं वाक्य खोडून काढलं. 'ती मुलं अत्यंत गरीब परिस्थितीतील होती. दहावीनंतर ती पुढं शिकण्याची शक्यताही कमीच होती. ती मुलं जर ही दहावीची परीक्षा पास झाली तर सरकारी कर्ज मिळण्यासाठी पात्र ठरणार होती. काही व्यवसाय ती करू शकणार होती. त्यांनी रिक्षा चालवली असती. काहीतरी केलं असतं ना! त्यांचं स्वतःचं आयुष्य मार्गी लागलं असतंच; शिवाय त्यांच्या घरालाही हातभार लागला असता. म्हणून मी ते केलं.'

त्या मुद्यानं त्या गैरकृत्यातील अनैतिकतेची टोचणी नाहीशी झाली होती खरी; पण माझा दृष्टिकोन मात्र मुळीच बदलला नव्हता. काहीही झालं तरी ती फसवणूकच होती आणि ती देखील एका पर्यवेक्षकानं केलेली!

खूप वर्षांनंतर मलाही यासारख्या प्रसंगाला सामोरं जावं लागलं, तेव्हा ही सगळी घटना माझ्या नजरेसमोर तरळली होती.

त्याचं असं झालं होतं. दहा वर्षांची माझी एक लाघवी विद्यार्थिनी होती. ती सगळ्या विषयांत नापास झाली होती. एरवीची गोष्ट असती तर आम्ही लगेच तिच्या पालकांशी बोललो असतो. पण हिची गोष्ट वेगळीच होती. तिच्या आईचं निधन झालं होतं आणि तिच्या वडिलांनी नुकतंच दुसरं लग्न केलं होतं आणि दुर्दैवानं तिची सावत्र आई परीकथेतील सावत्र आईसारखीच होती. दुष्ट आणि

हेकेखोर. तिच्या वडिलांसमोर ती तिच्याशी गोडीगुलाबीनं वागत असे आणि ते गेल्यावर तिचा शारीरिक व मानसिक छळ करत असे. तिला तर या मुलीचं नाव या निवासी शाळेतून काढून टाकून त्यांच्या घराजवळच्या शाळेत घालायचं होतं. म्हणजे पैसाही वाचला असता आणि या मुलीकडून तिला घरकामही करवून घेता आलं असतं. भरीत भर म्हणजे ही छोटी मुलगी हे सगळं कुणाशीही न बोलता एकटीनंच मुकाट्यानं सारं काही सोसत होती. तिचे आजोबा जेव्हा तिच्या घरच्या अशा परिस्थितीबद्दल सूचकतेनं बोलले, तेव्हा आम्हा शिक्षिकांना, संस्था चालकांना याची जाणीव झाली होती. तिच्याशी बोलल्यावर सगळ्या गोष्टींवर प्रकाश पडला होता. तिच्या अभ्यासातील अधोगतीचं कारणही समजलं होतं. तोपर्यंत ती बिचारी एकटीच या साऱ्याला तोंड देत होती. घरी असं म्हणून घरची बोलणी खात होती आणि अभ्यासात मागे पडली म्हणून शिक्षकांकडून ओरडून घेत होती.

तेव्हा आता माझ्यापुढे दोन पर्याय होते. एक म्हणजे सनदशीर मार्गानं, नियमावर बोट ठेवून तिच्या पालकांशी तिच्या अभ्यासाबद्दल बोलणं (म्हणजे तिच्या सावत्र आईला तिला या शाळेतून काढण्यासाठी मदत करणं. कारण तिच्या हातात हे आयतंच कोलित मिळालं असतं.) किंवा नियम बाजूला ठेवून तिच्या पालकांना याचा सुगावा लागू न देता या मुलीला मदत करणं. सरतेशेवटी मी तिच्या पालकांना काहीही न सांगण्याचा निर्णय घेतला. त्या तथाकथित सनदशीर योग्य मार्गाचा शेवट फार मोठ्या घोडचुकीत झाला असता. एका फटक्यात त्या बालजीवाचं भवितव्य नष्ट झालं असतं.

जेव्हा मी या घटनेचा विचार करते, तेव्हा मला आत्या आठवते. ती तत्त्वनिष्ठ होतीच; पण त्या पलीकडे जाऊन जनहिताचा, कल्याणाचा सारासार विचार करणारी विवेकबुद्धीही तिच्याकडे होती. मला ती विवेकबुद्धी आठवते. कारण नैतिकतेसाठी सहृदयता, कणव आणि सह-अनुभूती असावी लागते. नैतिकतेचे तेच निकष आहेत आणि ते जास्त योग्य आहेत, नाही का?

■

सोमा सरकार
The Rightness of Wrong

१०

अनुभवासारखा गुरू नाही

'आयुष्य म्हणजे जगण्याच्या अनुभवातून
मिळालेल्या धड्यांची गोळाबेरीज होय.'

– हेलन केलर

२००९ ची प्रशस्ती

सन २००८ सालच्या अखेरच्या दिवशी मी कमालीची आनंदी होते. आयुष्यानं एक अनपेक्षित आणि अविश्वसनीय वळण घेतलं होतं. ते अंधारलेले दिवस आता मागं टाकून नववर्षात काय-काय करायचं याची मी काळजीपूर्वक आखणी करत होते.

सन २००९ या वर्षा, तू आलास. मी तुझ्या स्वागतासाठी डोळे उघडले त्याच क्षणी तू त्या योजनांचा जणू चक्काचूर केलास. हे मुळीच योग्य नव्हतं. तुझ्या येण्याची मी केवढी वाट पाहात होते. रात्र रात्र मी तळमळत होते. मीरेला, माझ्या मैत्रिणीला माझे बेत सांगत रात्रीची जागवत होते. माझ्या चिरकालीन वेदनेवर उतारा म्हणून २००८ सालानं मला काहीतरी देऊ केलं होतं; तर तू आलास आणि ते हिरावून घेतलंस.

मला वाटलं की, तू अत्यंत निष्ठुर आहेस. मी दुःखीच राहावं असा तू आणि दैवानं मिळून जणू कट रचला होता. मला वाटलं की, हे वर्ष आता उजाडूच नये. २००८ सालातच मला राहाता यावं. मला ते पूर्वीचे महिने पुन्हा अनुभवायचे होते. म्हणजे ते क्षण तू माझ्यापासून हिसकावून घेऊ शकला नसतास, पण ते आता मुळीच शक्य नव्हतं. इथंच मला तू पहिला महत्त्वाचा धडा शिकवला होतास. भूतकाळात मी जगू शकत नव्हते. तशीच भविष्यकाळातही वर्तमानकाळ पार केल्याशिवाय पोहोचू शकत नव्हते. मी फक्त त्या वेळी माझ्या हातात असलेला, आलेला प्रत्येक क्षण जगू शकत होते; उपभोगू शकत होते. त्यामुळे २००९ वर्षा, मला तुला तोंड देणं भागच होतं.

हे अर्थातच एवढं सोपंही नव्हतं. पहिले दोन महिने तर मी तुझ्यावर खूपच भडकले होते. पण तुला त्याची फिकीर नव्हती. मी रडले, ओरडले, भांडले. पण तू गप्पच होतास. मला तर तू त्या वेळी सॅडिस्टच वाटलास. दुसऱ्याच्या दुःखात आनंद मानणारा अगदी विकृत असा माणूस! मी एवढी दुःखं भोगत होते आणि तुला मुळीच पाझर फुटत नव्हता. मी प्रश्न विचारत होते आणि तू एकही उत्तर देत नव्हतास. मार्च – एप्रिलच्या दरम्यान अशी वेळ आली की, यापुढे मी एक

क्षणभरही तग धरू शकणार नाही, हे मला जाणवलं होतं. तेव्हा तू जरा लवलास, मला तुझ्या मजबूत बाहूत उचलून घेतलंस आणि मी चुकीचे प्रश्न विचारते आहे हे माझ्या लक्षात आणून दिलंस. तेव्हा मला कळलं की, तू 'का' या प्रश्नाला उत्तर देत नाहीस. मग त्या यातनामय कालखंडात मी प्रश्न विचारला, "आता पुढं काय?"

या प्रश्नानं तुला बरं वाटलं असावं. कारण त्याच वेळी माझ्या उरावरचं मणामणाचं ओझं नष्ट झालं होतं. हे आधी कळलं असतं, तर मी हे यापूर्वीच केलं असतं. मी तुला 'हे मला आधी का सांगितलं नाहीस?' असं विचारलं सुद्धा! पण परत तू आपला गप्पच. मग माझ्या लक्षात आलं की, तू 'का' या प्रश्नाचं उत्तर देतच नाहीस. अनुभवानं शहाणं व्हावं, माझा मीच या साऱ्यातून मार्ग काढावा यासाठी तू बाजूला होतोस. मला जागा करून देतोस. मे महिन्याच्या सुमारास मी तुझ्याबरोबर जगण्यासाठी जरा सरावले होते. मला कळून चुकलं होतं की, तुझ्या येण्यामागे काही धोरण होतं. आधी वाटल्याप्रमाणे तू काही दैवी कट कारस्थानं रचणाऱ्यांपैकी नाहीस. तर अनुभवानं मला शहाणपण यावं, मला माणुसकीचे धडे मिळावेत यासाठी तू देवाचा प्रतिनिधी बनून आला होतास. मग मात्र मला तुझीच दया आली. कारण मी एक आडमुठी, बंडखोर, थोडीफार मंद बुद्धीची विद्यार्थिनी होते. तू मात्र फारच कडक मास्तर निघालास हं! तुझं काम कसंही करून पूर्ण करून घेणं हेच तुझं ध्येय होतं ना आणि नवल म्हणजे ते नेमून दिलेलं काम नेटानं पूर्ण करण्याचा तू प्रामाणिक प्रयत्नही करत होतास.

त्या वेळी मला वाटलं की, तुझ्या अर्ध्यानं जरी माझ्यात चिकाटी असती, तर बरं झालं असतं. जूनपर्यंत आपण दोघांनी बरीच मजल गाठली होती आणि मी पुन्हा नव्या उत्साहानं सुरुवात करायचं ठरवलं होतं. गोष्टी बदलल्या होत्या. घटनांनी नवीन वळण घेतलं होतं. पण हे बदल या वेळी मानसिक होते. कित्येक वेळा माझं मन मलाच एखाद्या अडगळीच्या खोलीसारखं वाटत होतं. इतस्ततः विखुरलेल्या अगणित वस्तू, जाळी, जळमटं, नोंदी, यापुढं करावयाच्या गोष्टी यांच्या यादींचे कागद या मनात साचून राहिले होते!

पण जूनमध्ये माझ्या मनाच्या अडगळीचं रूप पालटलं. नव्यानं सुरुवात करणाऱ्याला पूर्वीच्या नोंदीची गरजच नसते. त्यामुळे कुठल्याही नोंदी मी ठेवल्याच नव्हत्या. जाळी जळमटंही झटकून टाकली होती. खोली एकदम स्वच्छ, झकपक केली होती. तेथील टेबलावर करावयाच्या कामांची यादीसुद्धा नव्हती. फक्त एकच ध्येयवाक्य लिहिलेलं होतं. सगळं जागच्या जागी होतं. फक्त पूर्वी नसलेली एक गोष्ट एका कोपऱ्यात उभी होती. चिंध्या करणारं ते यंत्र. त्या यंत्रात जुन्या-पुराण्या नोंदींच्या चिंध्या जमा झाल्या होत्या. पूर्वग्रह, ग्रह या साऱ्यांतून मी मुक्त झाले होते.

सुटकेचा एक दीर्घ श्वास मी घेतला होता.

जुलैमध्ये मी फिरले. जिथं जिथं मला पहिल्यांदा देव असल्याचा अनुभव आला होता, त्या त्या स्थळांना मी भेटी दिल्या होत्या. नऊ वर्षांनंतर पुन्हा त्या ठिकाणी गेल्यानंतर मनाला प्रसन्न वाटत होतं. ऑगस्ट आला होता. मी माझ्या मनाची साफसफाई केल्याबद्दल मला काही बक्षीस द्यावं, असं तुला बहुधा वाटलं असावं. म्हणूनच तू मला लंडनला घेऊन गेलास. २००८ साली लंडननंही मला बऱ्याच गोष्टी दिल्या होत्या. पण मला त्या टिकवता आल्या नव्हत्या. आता मी पुन्हा तिथं गेले होते. त्या साऱ्या गोष्टी पहिल्यासारख्याच सुंदर वाटल्या. मन आणि हृदय नितळ, सुंदर झाल्यामुळं त्या सौंदर्याचा आस्वादही घेता आला. याहून दुसरं काही चांगलं असणारच नाही अशा विचारांत मी असतानाच तू मला स्कॉटलंडची भेट घडवलीस. तो तर सर्वोच्च पुरस्कारच म्हणावा लागेल. स्कॉटलंडमधील ते दिवस प्रत्यक्षातील परीकथाच म्हणावी लागेल, असे होते. स्कॉटलंड ही जागा खरं तर प्रेमासाठी, प्रेमाच्या आविष्कारासाठी अति उत्तम! पण माझ्याबाबतीत किती विरोधाभास होता! मी एकटी असल्याचा मला अगदी प्रथमच परमानंद झाला होता आणि तुझ्या या विनोदाला मी हसून दाद दिली होती. तू एक अफलातून शिक्षक असल्याचं जाणवून मला हसूही आलं होतं.

सन २००९. तू मला काय काय शिकवलंस सांगू?

श्रीमंत असण्याइतकी माझ्याकडे बँकेत शिल्लक नाही

सुरक्षिततेसाठी मला कोणत्याही उपाधीची गरज भासत नाही.

माझे बऱ्याच जणांशी सलोख्याचे संबंध आहेत.

पण घरगुती पातळीवर संबंधित अशा फारच थोड्या व्यक्ती माझ्या या मित्रपरिवारात आहेत.

माझ्या फेसबुकवर १३२ जणांचं मित्रमंडळ आहे. पण त्यातील दोनच व्यक्तींमध्ये माझं जग सामावलं आहे.

माझ्या मुलीच्या विकासात, तिच्या वडिलांशिवाय अपुरेपणा राहील, असं मला वाटलं होतं. पण मला जाणवलं की, माझ्याजवळ दुप्पट प्रेम करण्याचं सामर्थ्य आहे.

आमच्या जाहिरात क्षेत्रात लेखन हे त्या जाहिरातीच्या मालाच्या प्रसिद्धीचं माध्यम असतं, असं मला सांगण्यात आलं होतं. पण मला माहिती आहे की, त्या लेखनामुळेच, त्या लेखनाच्या दैवी देणगीमुळेच मी जिवंत होते. संपूर्ण सौंदर्यासक्त बनून जगू शकत होते.

मला वाटलं होतं की, नात्यांशिवाय मी जगूच शकणार नाही. पण आता मला मिळालेल्या एकटेपणाबद्दल, एकाकीपणाबद्दल माझ्या मनात कृतज्ञतेची भावना

तरळत असते.

आता सन २००९, तुलाही निरोप देण्याची वेळ आली होती. आता मला पुन्हा तीच चिरपरिचित अशी नाखुशीची भावना सतावत होती. मला फार वाटत होतं की, मी तुला सुरुवातीलाच घट्ट गळामिठी मारायला हवी होती. म्हणजे हा प्रवास जास्तच सुखकर झाला असता. पण मला हेही ठाऊक होतं की, मागे वळून बघण्यात फारसे लाभ नसतातच. त्यात काहीच तथ्य नसतं. माझं शिक्षण संपलेलं नव्हतं, याची मला जाणीव होती. पण तुझं माझ्याकडचं काम संपत आलं होतं, हेही मला कळलं होतं. सन २००९, मला तुला सांगायचं होतं की, तू तुझं नेमून दिलेलं काम नेटानं पार पाडलं होतंस. मला आजवर लाभलेल्या सर्व शिक्षकांमध्ये तूच एक सर्वोत्तम गुरू निघाला होतास.

तू मला उद्दिष्ट दिलंस; स्पष्टपणा, स्वच्छपणा दिलास. त्यामुळेच सन २०१० मध्ये मी त्या स्वप्नांची पूर्तता करू शकणार होते. कदाचित ती मला करता आलीही नसती. पण सन २००९, मी तुला कधीही विसरू शकणार नव्हते आणि नाही. कारण काहीही झालं तरी मी या मुक्कामाच्या ठिकाणापर्यंत पोहोचण्यासाठी मला काय-काय करावं लागलं, किती गोष्टी सहन कराव्या लागल्या आणि मी काय काय भोगलं, ते मी कदापिही विसरणार नाही.

■

ज्युडी बालन
Ode to 2009

कुंडीतील रोपटी

माझा नवा माळी रोप असलेली कुंडी फोडत होता. मी आपली त्याचं काम पाहात होते. इतके दिवस त्या कुंडीनं त्या रोपट्याला कुशीत वाढवलं होतं. दगडाच्या काही घावातच ती कुंडी फुटून गेली. तिचे तुकडे-तुकडे झाले. ते रोपटंही एकाकी, बापुडवाण्या अवस्थेत जमिनीवर पडलं, पण त्याच्या मुळांभोवतीच्या मातीनं त्या कुंडीचाच आकार धारण केला होता.

माळ्यानं त्या जमिनीत खड्डा खणला. त्या रोपट्याच्या मुळ्या त्यानं छाटल्या. त्यातील माती झटकून काढून टाकली. पुरेसं मूळ शिल्लक राहिल्यावर त्या माळ्यानं ते रोपटं त्या सुपीक, काळ्या मातीत खणलेल्या खड्ड्यात रोवलं. तो खड्डा चिखल मातीनं भरून टाकला. त्या रोपाला भक्कम आधार दिला.

काही दिवसांत नवलच घडलं. त्या रोपट्यानं चांगलाच जोम धरला. ते हिरवंगार झालं. मला वाटलं होतं, त्याहीपेक्षा ते उंच वाढलं. पानांनी डवरलं. महिन्याभरात त्याच्यावर कळी डोलू लागली आणि त्या कळीचं एका सुगंधी लाल फुलात रूपांतरही झालं.

एके दिवशी मला माझ्या शाळेतून भाषणासाठी निमंत्रण आलं. भाषणाचा विषय होता 'माझा कलाकार म्हणून प्रवास.' वीस वर्षांनंतर मी शाळेच्या त्या आवारात प्रवेश केला होता. एके काळी ही वास्तू मला खूप आपलीशी वाटत होती. पण त्या दिवशी ती मला फारच परकी वाटत होती. त्या परक्या वाटणाऱ्या वास्तूत प्रवेश करताच मनात आठवणी दाटून आल्या. तेव्हा त्या काळी निर्विवादपणे अधिकारी असणारे ते शिक्षक, त्यांनी सांगितलेली, दिलेली ती प्रश्नोत्तरं, गणवेशाची कडक शिस्त, योग्य वर्तनाबद्दलची जागरुकता, कठोर शिस्तीत होणारे ते तास... अशा अनेक आठवणी पिंगा धरून माझ्याभोवती फिरू लागल्या. मला आमचे चित्रकलेचे तास आठवले. आमच्यासमोर रोपाची कुंडी होती आणि मी शिकवल्याबरहुकूम ती कुंडी काढली होती. थोडंसं मर्यादेच्या बाहेर जाऊन माझ्या समाधानासाठी त्या कुंडीचे बारकावे पेन्सिलीनं शेडींग करून रंगवले होते.

तेव्हाचे काय आणि आताचे काय! सारे शिक्षक हे त्यांच्यामते, मुलांच्या

भल्यासाठी त्यांना एका सुरक्षित कवचात वाढवतात. आपल्याला जणू ते एका कुंडीत रोवतात आणि आपली मशागत करतात. आपलं जणू एक शोभेचं झाड बनवतात. पण आपल्या शालाबाह्य जगतात शाळेतील शिक्षकांपेक्षा जास्त ताकदवान शिक्षक आपली वाट पाहात असतात. जीवन नावाचा हा कठोर शिक्षक आपला त्यानंतर ताबा घेतो. आपल्याभोवतालचं ते कवच फोडून टाकतो. त्यातून आपली पाळंमुळं खणून काढतो. आपल्या ओळखीच्या वातावरणातून आपल्याला उपटतो, बाहेर काढतो आणि मग हे जीवन आपल्याला दूरवर घेऊन जातं. ते जिथं नेईल, जसं ठेवेल, तसे आपण त्या अनोळखी ठिकाणी आपली, सुरक्षित जागी वाढलेली मुळं रुजवून टाकतो. हळूहळू ती खोलवर रुजतात आणि छान जोमदार वाढतात.

....आणि मग आपल्या ध्यानीमनी किंवा स्वप्नीही नसतील, असे चमत्कार घडू लागतात. त्या चमत्कारांच्या झळाळीनं खुद्द आपणही स्तिमित होऊन गेलेले असतो.

■

प्रिया सेबॅस्टियन
Potted Plants

खरी किंमत

स्कूल बस थांबते. नऊ वर्षांचा रजत उडी मारून उतरतो. प्रगती पुस्तक नाचवत घरात पळतो.

'आई, आई, माझा नंबर बघ!'

आई व्हरांड्यात धावते. प्रगती पुस्तक बघते.

'व्वा! राजू फारच छान!' ती त्याला जवळ घेऊन म्हणते. कामावरून आलेले बाबाही ब्रीफकेस खाली ठेवतात आणि म्हणतात,

'अरे व्वा! आज आई भलतीच खुशीत दिसतेय.'

'बाबा, माझा पहिला नंबर आला.' रजत उत्साहात सांगतो.

बाबांना मुलाचा अभिमान वाटतो. ''वा! बाळा, तू छानच अभ्यास केलेला दिसतोय. छान, छान!'' ते म्हणतात.

बायकोकडे वळून ते म्हणतात, 'मगऽऽऽ? आज काहीतरी त्याच्या आवडीचं गोडधोड करू या. काय बरं?'

'गुलाबजामुन,' रजत उड्या मारत म्हणतो.

आई स्वयंपाकघरात जाते. गुलाबजामुनच्या तयारीला लागते. तेवढ्यात तिला चाचरता आवाज ऐकू येतो.

'आई,'

ती वळते. तिचा सात वर्षांचा मुलगा अर्जुन हात पाठीमागे घेऊन उभा असतो. चेहऱ्यावरचं हास्य मावळलेलं असतं.

'काय अर्जुन?' ती त्याच्याजवळ झुकून त्याच्या चेहऱ्याजवळ आपला चेहरा नेत विचारते.

अर्जुन थोडंसं का कू करत आपलं प्रगती पुस्तक पुढे करतो.

आई ते पाहाते. त्याच्याकडे पाहाते.. त्याचे डोळे दुःखानं व्याकूळ झालेले असतात. ती त्याच्या कपाळावर ओठ टेकवते.

'अजू, तू प्रयत्न केलास ना?' ती विचारते.

तो मान डोलावतो. त्याचे झुकलेले, पडलेले खांदे आईच्या लक्षात येतात.

'पण ते पुरेसे नव्हते ना!' तो दुःखानं म्हणतो.

'तुझ्या आईबाबांसाठी ते नक्कीच पुरेसे आहेत. जो मुलगा प्रयत्नांची शिकस्त करतो, तो चांगला मुलगा. त्याला पडणाऱ्या गुणांपेक्षाही आमच्यासाठी तो जास्त चांगला मुलगा आहे, बरं का! तुला पुढच्यावेळी याहीपेक्षा जास्त गुण मिळतील हं! आता कपडे बदल बरं!'

मंडळी जेवायला बसतात. बाबांच्या जवळ उतावळा राजू. त्याच्या शेजारी अर्जुन. शांत-शांत आणि गप्प. आई टेबलावर भांडं ठेवते.

'व्वा! रजतच्या आवडीचे गुलाबजामुन!' बाबा झाकण उघडत म्हणतात. 'आँ? हे काय? ही तर जिलेबी!'

आई मंद स्मित करते ''हो. ही अजूच्या आवडीची आहे.'' ती म्हणते.

'तू पण पहिला आलास?' धाकट्या भावाकडे पाहात रजत विचारतो.

अर्जुन गप्पच असतो.

आई रजतचा हात दाबते.

'हे काय चाललंय?' बाबा विचारतात.

आई बाबांकडे पाहते. जिलेबी खाण्याची खूण करते.

'वा! जिलेबी पण छानच की!' जिलेबी खात-खात बाबा म्हणतात.

तो सारा गोडवा चेहऱ्यावर आणत आई मग अर्जुनकडे पाहाते. अर्जुन आईकडेच पाहात असतो.

तो हसतो. आई जे काही बोललेली असते, त्यात तथ्य असतं. शेवटी कोणत्याही गोष्टीची खरी किंमत अनुभवानंच समजते. पुडींग खाल्ल्यावरच पुडींगची चव कळते. खरं की नाही? मग जिलेबी काय आणि गुलाबजामुन काय? गोडच. गोड म्हणून रजत खूश आणि आपल्या आवडीचं म्हणून अर्जुनही खूश आणि मुलांमध्ये परीक्षेतील गुणांनुसार भेदभाव केला नाही म्हणून आई-बाबाही खूशच की!

■

थॉमस झेवियर
The Proof of the Pudding

आयुष्यभराची शिकवण

दर उन्हाळी सुट्टीत मी माझ्या आजोळी केरळला जात असे. लहानपणापासूनच बंगळुरूमध्येच वाढल्यानं केरळ किती वेगळं आहे, असं मला दर वेळी वाटत असे. तिथला काळ आरामाचा, निवांतपणाचा असे. थोडे काळजीकाट्याचे प्रश्न म्हणजे सकाळी सकाळी उठून खुराड्यातून ताजी अंडी गोळा करणं. कोकोची फळं खुडणं आणि जास्तीतजास्त आंबे कसे खाता येतील, यासाठी मोजदाद करणं. सकाळी सात वाजता शाळेची बस पकडणं, शाळा, शाळेचा अभ्यास, पुस्तकं यांत गुरफटलेल्या बंगळुरूच्या दिनचर्येच्या मानानं केरळमधले दिवस मंतरलेल्या नव्या जगातले वाटत. माझ्या तिथल्या नातलगांना मी म्हणजे शहरी छापील नमुना वाटत होते. माझं मोडकंतोडकं मल्याळम, तिथल्या झाडाझुडपांचं भय या साऱ्या गोष्टींची त्यांना मोठी मौज वाटत असे.

त्या साऱ्या शांत, आळसावलेल्या वातावरणात माझ्या आजीचा कामसूपणा नजरेत भरत असे. बोलता-बोलता एखाद्याला जोखण्याचं कौशल्य माझ्याकडे नव्हतं. त्यामुळे मला व्यक्ती म्हणून ती कशी होती, हे फारसं माहितीच नव्हतं. आपली एक आजी आहे, बस्स! एवढंच मला तिच्याविषयी माहिती होतं. आमचं संभाषण जेमतेम पाच मिनिटांपर्यंत होत असे. जे काही बोललं जाई, ते ख्याली खुशालीचं असे. कारण ती सतत कामात व्यग्र असे. आम्ही तिची सगळी नातवंडं गोळा झालो की, घरात पंचवीस एक माणसं तरी सहज असत. एक तर या साऱ्यांचा स्वयंपाक, खाणं-पिणं याच्या व्यवस्थेत ती गढलेली असे किंवा गोठ्यातील गुरंढोरं, शेळ्या, बकऱ्या, कोंबड्या यांची उस्तवार तरी ती करत असे. ही जनावरं म्हणजे ग्रामीण भागातील घरांचं अविभाज्य अंगच असत. रोज संध्याकाळी ती वाळलेला पालापाचोळा गोळा करत असे. आम्हालाही त्यात ती मदतीला घेत असे. तो गोळा करायला आम्हाला फार मजा येत असे. त्यामुळे रोज कटकटीची वाटणारी आमची अंघोळ मजेशीर होत असे. (तो पालापाचोळा दुसऱ्या दिवशी अंघोळीचं पाणी तापविण्यासाठी उपयोगी पडत असे.) झोपण्यापूर्वी प्रार्थना केली जात असे. त्या वेळी घरातील सगळी मंडळी हजर आहेत की नाहीत याकडे ती लक्ष देत असे.

त्यानंतर पुन्हा सकाळी आम्हाला सस्मित मुद्रेनं ती उठवत असे. तिच्या चेहऱ्यावरचं हसू मात्र या सगळ्या कामाच्या पसाऱ्यातही कधीच मावळत नसे.

जसजशी मी मोठी झाले, तसतशा माझ्या आजोळच्या फेऱ्या कमी-कमी होऊ लागल्या. आमच्या या दोन जगांमधलं अंतर वाढू लागलं. ख्यालीखुशालीच्या 'कसं काय', या प्रश्नोत्तरापुरत्याच जुजबी भेटी होऊ लागल्या. माझ्या बाबांकडच्या नातलगांकडे माझं जाणं-येणं जास्त वाढलं होतं आणि उन्हाळी सुट्टीत तर त्या नातेवाइकांकडे जाता येताना दोन तासांच्या मुक्कामापुरत्याच आजोळच्या भेटी उरल्या होत्या.

मी कामाला सुरुवात केल्यावर दोन महिन्यांची उन्हाळी सुट्टीची चैनही संपली. मग तर या भेटी दुरापास्तच झाल्या. काही दिवसांनी आजी खूप आजारी असल्याचं आईबाबांकडून समजलं. मी तिला भेटायला गेले. माझं स्वागत एका अशक्त, बारकुड्या आजीबाईनं केलं. माझ्या स्मरणातील आजीचं या आजीबाईशी मुळीच साम्य नव्हतं, इतकी आजीची तब्येत खालावली होती. ज्या माझ्या आजीला क्षणभरही बसायला पूर्वी उसंत नसे, ती माझी आजी त्या वेळी आधाराशिवाय एक पाऊलही टाकू शकत नव्हती. माणसं ओळखायलाही तिला त्रास होत होता.

मी तिच्याशेजारी आईसोबत बसले. तिची दृष्टी मंदावली होती. मान डोलावूनच ती प्रश्नांना उत्तरं देत होती. बोलायचा प्रयत्न ती करत होती, पण त्या अयशस्वी प्रयत्नांमुळे ती बोलण्याचा नादच सोडून देत होती. तिला बोलतं करावं म्हणून आईनं तिला माझ्याकडे बोट दाखवून 'ही कोण आहे?' असं विचारलं. तिनं वळून माझ्याकडे पाहिलं. एकाएकी तिची नजर स्वच्छ झाली. डोळे चमकू लागले. माझा हात तिनं हातात घेतला. सरळ माझ्याकडे पाहिलं आणि स्पष्ट स्वरात ती हलकेच म्हणाली, "मी तुझ्यासाठी रोज देवाजवळ प्रार्थना करत असते, बरं का बाळ!"

माझ्या आजीला माणूस म्हणून मी खूप ओळखत होते, असं नव्हतंच. पण प्रेम करण्यासाठी माणसाची ओळख असण्याची गरजच नाही, हे तिनंच मला शिकवलं होतं. तिनंच मला निरपेक्ष भावनेनं कर्तव्य करायला शिकवलं होतं. एखाद्याच्या गुणावगुणांचा न्यायनिवाडा न करता त्याच्यावर प्रेम करायलाही तिनं शिकवलं होतं आणि भेटीच्या अखेरीस ती जे काही बोलली होती, त्या छोट्याशा वाक्यातूनही तिनं मला विश्वास आणि श्रद्धा शिकवली होती.

■

रोझमेरी जॉर्ज

A City Girl Learns Lessons for Life

कथाकथक : जुन्या काळचे शिक्षक

'माणूस जात जन्माला आली, तेव्हापासून गोष्टी सांगणं सुरू आहे,' आमची वृद्ध आत्या म्हणाली. 'आपण माणसं आपल्या मुलाबाळांना काही सांगण्यासाठी, शिकवण्यासाठी गोष्टीचाच उपयोग करत असतो.'

आमच्या एकत्र कुटुंबात ही अशी गोष्टी सांगण्याची पद्धत होती. आपला घराण्याचा, समाजाचा, देशाचा, जगाचा इतिहास अशाच प्रकारे पिढ्यान्पिढ्या गोष्टी रूपानं मौखिक पद्धतीनंच तर आतापर्यंत सांगितला गेला आहे. गोष्टीरूपानं सांगितला गेलेला हा इतिहास जगावं कसं हेही शिकवतो. म्हणजेच या इतिहासात जगण्याचं गमकही अनुस्यूत आहेच.

प्रत्येक कुटुंबात असं कोणीतरी गोष्टी सांगणारं असतं आणि कुटुंबातील प्रत्येकाची गोष्ट सांगण्याची हातोटीही वेगवेगळी असते. घरातील वृद्ध माणसं, आजोबा, चुलत आजोबा किंवा कुटुंबप्रमुख ह्या मंडळींच्या गोष्टींमध्ये नाट्य, विनोद आणि साहस ठासून भरलेलं असतं. काही गोष्टी तर अरेबियन नाईट्समधील शहजादीच्या गोष्टींसारख्या असतात. अशा गोष्टींमध्ये एका गोष्टीतून दुसरी गोष्ट बाहेर पडत असते. त्यामुळे श्रोते मंडळी या गोष्टी अगदी तल्लीन होऊन ऐकतात. उन्हाळ्यात आम्ही मुलं संध्याकाळी खेळून लवकरच घरी येऊन हात-पाय धुवून गोष्टीचा पुढचा भाग ऐकण्यासाठी तयार होत असू. खरंच, काय गोष्टी होत्या त्या!

विक्रम वेताळाच्या न संपणाऱ्या, कोड्याचं उत्तर देता न आल्यास मस्तकाची छकलं करणाऱ्या, साहसानं भरलेल्या अशा त्या कथा असत. भावाभावातील सत्तेसाठीचा संघर्ष सांगणाऱ्या, चांगल्या वाईटाच्या लढ्यात शेवटी चांगल्याचाच विजय होतो असं सांगणाऱ्या त्या गोष्टी असत. पुराणातील कथा, लोककथा, पंचतंत्रातील कथा, इसापनीतिच्या कथा, जातक कथा... गोष्टीच गोष्टी सांगितल्या जात. या गोष्टींनी अंगण, व्हरांडा, स्वयंपाकघर, माजघर, झाडाखालचा पार, बाबांची उघडी फियाट ठेवलेलं गॅरेज सारं-सारं भारून जात होतं.

घरातल्या वयस्कर बायकांच्या गोष्टी वेगळ्याच असत. त्या गोष्टी स्थळ, काळ, जात, धर्म यांच्या पलीकडं जाऊन त्यागाची महती सांगत. मन हेलावून सोडत.

याखेरीजही काही कथा असत. त्या कथा घरातील व्यक्तींची माहिती देणाऱ्या, त्यांच्या लखलखीत गुणांची महती सांगणाऱ्या, सोन्याच्या लगडीसारख्या मौल्यवान असत. या कथांमध्ये धूर्त आतेपणजीचं चारित्र्यबल असे. खापरपणजोबांचा धोरणी, कडक स्वभाव असे. सारं घरदार आपल्या धाकात ठेवणारी एखादी धीराची लांबची विधवा काकू, मावशी असे. या साऱ्या गोष्टी चवीचवीनं ऐकल्या आणि सांगितल्याही जात. आजच्या काळात टी.व्ही. वरील मालिका किंवा सिनेमा यांचा जसा आस्वाद घेतला जातो, तसंच हे होतं.

बालपणी ऐकलेल्या बऱ्याच गोष्टींचे तपशील आता स्मृतीतून पुसट झाले आहेत. अशीच एक गोष्ट आठवते. पहिली शिक्षिका, कवयित्री, शिक्षणतज्ज्ञ आणि स्त्रियांची उद्धारक सावित्रीबाई फुले यांची ही गोष्ट होती. सन १८०० च्या मध्य-काळातली जुन्या मुंबई इलाख्याच्या सातारा जिल्ह्यातील ही गोष्ट.

सावित्रीबाईंचा जन्म एका धनिक शेतकरी कुटुंबात झाला होता. त्या काळच्या प्रथेप्रमाणे त्यांचं लग्न लहानपणीच, वयाच्या नवव्या वर्षी झालं होतं. त्यांचा नवरा म्हणजेच जोतिबा फुले हे सुधारणावादी होते. पुरोगामी विचारांचे होते. आपल्या पत्नीनं शिकावं अशी त्यांची इच्छा होती. त्या काळात ही गोष्ट कल्पनेतही बसणारी नव्हती. खेड्यातील कोणतीही मुलगी अशी शिकलेली नव्हती. पण शिकण्याच्या निश्चयानं सावित्रीबाईंच्या आणि त्याचबरोबर तत्कालीन सनातन, कर्मठ कुटुंबातील इतर मुलींच्या अविस्मरणीय शैक्षणिक आणि सर्वांगीण वाटचालीला सुरुवात झाली होती.

सावित्रीबाईंनी ट्रेनिंग कॉलेजमध्ये शिक्षण घेतलं. पुण्यात मुलींसाठी शाळा काढली. अर्थात हे इतकं सहजसोपं काम नव्हतं. सनातन्यांनी या विचाराला प्रखर विरोध केला. पण शाब्दिक विरोधानं काम होत नाही, असं दिसल्यावर त्यांनी या विचाराला, योजनेला खीळ घालण्याचे अतोनात प्रयत्न केले. सावित्रीबाई रस्त्यावरून जाऊ लागल्या की, ते लोक त्यांना शिवीगाळ करत. दगड मारत. शेणगोळे अंगावर फेकत.

सावित्रीबाई तरीही डगमगल्या नाहीत. त्या आपल्याबरोबर एक जास्तीचं लुगडं घेऊन जात. शाळेत गेल्यावर ते शेणानं भरलेलं लुगडं बदलत. शाळा सुटली की पुन्हा ते शेणानं माखलेलं लुगडं नेसत आणि घरी जात.

हळूहळू काळ बदलला. सावित्रीबाईंनी स्वत:ला प्रस्थापित केलं. आणखी शाळा उघडल्या.

एक गरोदर विधवा नदीवर आत्महत्या करण्याचा प्रयत्न करत होती. सावित्रीबाईंच्या पतीनी महात्मा जोतिबा फुल्यांनी ते पाहिलं. त्यांनी तिला वाचवलं. तिची समजूत घातली. जन्मणाऱ्या बाळाची काळजी सोडून निश्चिंत राहाण्यास सांगितलं. स्वत:च्या

घरी आणलं. सावित्रीबाईंनी तिला सर्वतोपरी मदत केली. तिचं बाळंतपण केलं. तिच्या मृत्यूनंतर तिच्या बाळाला या निपुत्रिक जोडप्यानं दत्तक घतेलं. पुढे या मुलाला शिकवून डॉक्टरही केलं.

या घटनेनंतर या जोडप्याला कामाची नवी दिशा सापडली. हिंदू समाजातील विधवा स्त्रियांची दयनीय स्थिती पाहून त्यांचं मन द्रवलं. पुरुषांनी केलेल्या अत्याचारांमुळे कित्येक स्त्रिया आत्महत्येस प्रवृत्त होत होत्या. या आदर्श जोडप्यानं अशा स्त्रियांसाठी आश्रम उघडला आणि तिथं त्यांच्या प्रसूतीची सोय केली.

त्यांच्या या कामाची माहिती पुण्याबाहेरच्या जिल्ह्यांतही पसरली. स्त्री शिक्षणाची चळवळ, त्यांची स्त्रियांबद्दलची इतर कार्यं या साऱ्याची तत्कालीन ब्रिटिश सरकारनं दखल घेतली आणि त्यांचा उचित सन्मान केला.

अशी सुखांत गोष्ट सांगून आमची कथाकथक शिक्षिका आणि वृद्ध आत्या म्हणत असे, 'गोष्टी काही नुसत्याच वेळ घालवण्यासाठी ऐकायच्या नसतात. त्यातून काहीतरी शिकण्यासारखं असतं. त्यामुळे माणसाचा आत्मिक विकास होतो. सद्गुण वाढीस लागतात. अशा गोष्टीच सांगणाऱ्याला आणि ऐकणाऱ्याला शहाणा आणि भला माणूस बनवत असतात.'

■

जनार्दन रोये

The Wise Storyteller-Teachers of Old

आनंदाची निवड

सुमारे वीस वर्षांपूर्वीचा असाच एक पावसाळी दिवस होता. मी दिल्लीहून मुंबईला कामासाठी निघाले होते. पुढच्या आठवडाभरात पाच शहरांत मिळून एक सोहळा होणार होता. त्या सोहळ्याच्या हजारो कामांचा फडशा पाडायचा होता. मनात तेच विचार घोळत होते. मी जणू दोन पातळ्यांवर काम करत होते. एकीकडे मनातल्या मनात त्या कामांपैकी कोणतं काम राहिलं, काय झालं नाही ते तपासत होते; तर दुसरीकडे घरातून बाहेर पडण्यापूर्वीची दैनंदिन कामं यांत्रिकपणे आटोपत होते.

त्या दिवशी उजाडल्यापासूनच काहीतरी बिनसलं होतं. गॅस संपला होता. कामवालीला सिलेंडर बदलता येत नव्हता. महत्त्वाचा एक कागद सापडता सापडत नव्हता. शेवटी तिथंच, एका कागदाला तो चिकटलेला सापडला. मी त्याही आधी दोन ते तीन वेळा तिथला कागद न् कागद खरं म्हणजे धुंडाळला होता. पण त्या वेळी तो सापडलाच नव्हता. त्यानंतर कानातलं पडलं. ते घरंगळत पलंगाखाली गेलं. त्यामुळे मला कानातलं बदलावं लागलं. ऑफिसची गाडी यायला दहा मिनिटं उशीर झाला होता. सगळ्या जगानंच जणू माझ्याविरुद्ध कट केला होता आणि त्याच्या त्या कारस्थानात माझी मावशीही सामील झाली होती. मी अगदी निघण्याच्या घाईत असतानाच माझ्या मावशीनं मला फोन केला. त्यामुळे त्यात आणखी वेळ वाया गेला. शेवटी मी तिचं वाक्य अर्धवट तोडत फोन बंद केला.

सकाळपासून पावसाची रिपरिप सुरूच होती. खरं तर मला स्वत:ला पाऊस खूप आवडतो. वेड लावतो. मनात झिरपतो. मन हलकंफुलकं करतो. ओठांवर गाणी आणतो. अंधारलेलं आभाळ, भिंतीवर, छतावर कोसळणारा मुसळधार पाऊस, खिडक्यांच्या तावदानावरचा आवाज, पन्हाळ्यांतून, पाईपमधून धो-धो वाहाणारं पाणी, रस्त्यानं वाहाणारे ओहोळ आणि छपरावरचा पावसाचा तबला! मी खरोखरच वेडावते. पण आज माझा अजिबातच मूड नव्हता. अंधारलेल्या आभाळाबरोबरच मनही अंधारून आलं होतं. विमानतळावर गाडी थांबली. मी गाडीतून उतरले. नेमका साचलेल्या पाण्यात पाय पडला. नीट बघून न चालल्यामुळे मी माझ्यावरच भडकले.

विमानतळावर, सिक्युरिटी चेक इनचे सोपस्कार पार पडले. खूपशा कपड्यांत लपेटली गेलेली एक बोजड, अजागळ बाई माझ्यापुढेच होती. तिच्या आनंदी आवाजाचाही मला त्रास होत होता. तिच्यापासून दूर झाल्याच्या खुशीत मी कोपऱ्यातील जागा पकडली. विमान उशिरा सुटणार होतं. त्यामुळे माझा वैताग अधिकच वाढला होता. माझं सगळं वेळापत्रक कोलमडलं होतं. पुढच्या सगळ्या भेटीगाठींचा गुंता होणार होता. मी त्यातल्या त्यात महत्त्वाच्या गाठीभेटींचा विचार करत होते.

विमानाकडे नेणाऱ्या बसमध्ये बसले. मघाचीच ती बाई आपल्या शेजारणीशी बडबडत होती. शेजारणीच्या मांडीवर एक छोटं बाळ होतं. 'परमेश्वरा, यांच्यापासून माझं रक्षण कर', असं पुटपुटतच मी विमानाच्या दिशेनं सूर मारला. माझ्या सीटवर बसत, डोळे मिटत मी मागं रेलले. तेवढ्यात माझा दंड घासला गेला. सेंटचा केवढा तरी भपकारा आला. ती बाई नेमकी माझ्याशेजारीच बसलेली पाहून माझ्या कपाळावर आठ्या उमटल्या.

....आणि मग मी ज्याला घाबरत होते, तेच घडलं होतं. प्रश्नांची फैर झाडली गेली. अगदी तुटकपणे, अनिच्छेनंच मी उत्तरं देत होते. तिची झगझगीत साडी, भडक रंगाचं नेल पॉलिश, तसलीच गडद लिपस्टिक, भरपूर दागिने हे सारं मला कंटाळवाणं वाटत होतं. मी अगदी तुकडा मोडून दिल्यासारखं बोलून संभाषण थांबवणारच होते, पण तेवढ्यात तिच्या हकिकतीनं माझं लक्ष वेधलं गेलं.

मी एक-दोन प्रश्न विचारले आणि मिळालेल्या उत्तरांतून आणखी प्रश्न निर्माण होत गेले. त्यातून तिची हकिकत उलगडू लागली. तिच्या आईवडिलांची ती एकुलती एक मुलगी होती. चौथीपर्यंत शिकली होती. वयाच्या चौदाव्या वर्षीच तिचं लग्न झालं होतं. त्यानंतर काही दिवसांतच एका अपघातात तिचा नवरा मरण पावला होता. कावीळ होऊन तिचा दोन वर्षांचा मुलगाही वारला होता. सहा वर्षं सासूचा जाच आणि दिराकडून होणारा लैंगिक छळ सोसल्यावर ती मुंबईला पळून आली होती. पहिल्यांदा धुणं-भांड्याचं काम तिनं केलं. मग स्वयंपाकाची कामं करू लागली. एका बंगाली जोडप्याकडे ती आठ वर्षं काम करत होती. त्या घराची मालकीण वारल्यानंतर तिनं त्या वयस्कर विधुराचंही घर सांभाळलं होतं. त्यानंतर पाच वर्षांनी त्या दोघांनी लग्न केलं. तो तिच्यापेक्षा वयानं खूपच मोठा होता. तिला मोडकंतोडकं इंग्रजी येत होतंच. तिनं इंग्रजीची शिकवणी लावली. दोन वर्षांपूर्वी तिच्या नवऱ्याला हृदयविकाराचा झटका आला. त्यातून तो वाचला. पण त्याची खूपच काळजी घ्यावी लागत होती. त्याच्या घरची मंडळी तर अजूनही तिच्यावर रागावलेलीच होती, पण काहींनी तिला मदतही केली होती. दरम्यान, तिनं काही व्यावसायिक शिक्षण घेतलं होतं आणि आता ती ऑटिस्टिक मुलांच्या संस्थेत काम करत होती.

ती बोलत होती आणि तिच्या भडक कपड्याआड दडलेल्या तिच्या अंतरंगाचं मला दर्शन होत होतं. तिचा एकाकीपणा, भीती, कष्ट; घरात आणि घराबाहेर सोसाव्या लागलेल्या आणि लागणाऱ्या हालअपेष्टा, छळ आणि अवहेलना, अपमान; या साऱ्यांना तोंड देणाऱ्या तिची उमेद, धैर्य, सन्मानानं जगण्याची जिद्द हे सारं पाहून मी तर थक्कच झाले होते. कारण तिच्या बोलण्यात कुठंही कटुता नव्हती. नशिबाबद्दल राग नव्हता. नैराश्य नव्हतं. खंत किंवा खेदही नव्हता. कुणाबद्दल द्वेष नव्हता. एवढं सारं सोसूनही तिचा उमदेपणा, आनंदीपणा कायम राहिला होता. तो सच्चा, आतून उमललेला आणि प्रामाणिक आनंदी भाव होता. तो अत्यंत प्रांजळ होता; अन्यथा तिनं आपली दु:खी कहाणी परक्याची गोष्ट सांगावी अशा तटस्थतेनं आणि सस्मित मुद्रेनं सांगितलीच नसती.

मी थोडा वेळ माझं काम विसरूनच गेले होते. आधी मला त्रासदायक वाटलेल्या तिच्या आवाजात एक प्रकारचा लहेजा असल्याचं माझ्या लक्षात आलं होतं. तिच्या आवाजातील गोडवाही मला जाणवला होता. तिच्या सहज आनंदानं सारा आसमंत भरून गेला होता, इतका तो सांसर्गिक होता. मला आता तिच्याविषयी कमालीची उत्सुकता वाटू लागली होती. या साऱ्या आघातांमुळे पिचून न जाता तिनं आपलं अस्तित्व कसं काय टिकवून ठेवलं होतं? या निराशाजनक, अंधाऱ्या परिस्थितीशी सामना करताना तिनं आत्मभान कसं काय शाबूत ठेवलं होतं? या चक्रव्यूहातून ती कशाच्या बळावर बाहेर पडली होती? या सगळ्यामागचं रहस्य काय होतं?

'अगदीच सोपं,' ती हसतमुखानं म्हणाली. 'मी आनंद निवडला. प्रत्येक क्षणी, प्रत्येक घडीला आयुष्य आपल्यापुढे दोन पर्याय ठेवत असतंच. कोणत्याही परिस्थितीत आनंदी राहा किंवा हताश होऊन परिस्थितीला शरण जा. मी आपली आनंदाचीच निवड केली.'

■

मालती जयकुमार
Make Happiness Your Choice

लपंडाव

एकदा ही गोष्ट मला कवितानं, म्हणजे माझ्या मैत्रिणीनं सांगितली होती. मला ती गोष्ट फार आवडते, म्हणून ती तुम्हालाही सांगते.

रोज संध्याकाळी पाच वाजता कविताच्या शेजारपाजारची मुलं आपापली खेळणी घेऊन बाहेर खेळण्यासाठी धावत जात. कविताला त्यांची ही खेळाची वेळ अजिबात आवडत नसे. तिला त्या वेळी पुस्तकं वाचायची असत. कित्येक वेळा आपल्या दहा वर्षं वयाच्या मानानं चांगली, जाडजूड पुस्तकं आणि जड कविता ती वाचत असे. बऱ्याच वेळा ती वाचनात रंगून गेलेली असे. मग अखेर आई तिला शोधत येत असे आणि तिला हाताला धरून घराबाहेर घेऊन जात असे. ती तिला दुसऱ्या मुलाच्या आईच्या हवाली करत असे. दोघी आया थोडा वेळ गप्पा मारत. त्यानंतर ती आई तिला घेऊन मुलांकडे जात असे. कविताला त्यांच्यात खेळायला घेण्याविषयी ती त्यांना बजावत असे. त्या ओरडण्यातली धमकी लक्षात घेऊन ती मुलं कविताला आपल्यात खेळायला घेत.

कविताच्या दृष्टीनं लपंडाव हा खेळ अगदीच वाईट होता. ज्याच्यावर राज्य येत असे, तो शंभर आकडे मोजत असे. तोपर्यंत बाकीची मुलं लपण्यासाठी जागा शोधून काढून लपून बसत. तिलाही पळावंच लागत असे. तो दिवस काही वेगळा उजाडेल, अशी आशा करणंही व्यर्थ असे. मग ती आपल्या गुप्त जागी लपून बसत असे. दर संध्याकाळी हेच घडत असे.

पण एक दिवस वेगळंच झालं. कविता नेहमीसारखी लपूनच बसली होती. सात वाजले. मुलांची घरी जाण्याची वेळ झाली होती. कविता तिच्या लपलेल्या जागेवरून खाली उतरली आणि घरी जाऊ लागली. तिच्या शिकवणीच्या शिक्षिका आरती आपल्या मैत्रिणीबरोबर बाहेर पडल्या होत्या. त्या तिला म्हणाल्या, ''मला वाटतं तू एक पट्टीची खेळाडू आहेस.''

कविता गोंधळली. थबकली. आरती पुढे म्हणाल्या, 'तू काही कोणाला सापडत नाहीस. त्यामुळे राज्य दुसऱ्या कोणावर तरी येतं आणि तरीही तू कुठं लपली आहेस याचा कुणालाच मागमूसही लागत नाही. म्हणून तर मी तुला एकदम

पट्टीची खेळाडू म्हणते.'

हे असं काही ऐकायला मिळेल, असं कविताच्या मुळीसुद्धा लक्षात आलं नव्हतं. आरती टीचरबद्दल तिच्या मनात पूज्य भाव होता. आपल्या पूज्य व्यक्तीकडून आपल्याला अशी शाबासकी मिळणं हे कविताच्या दृष्टीनं तिचं खूप मोठं श्रेय होतं.

कविता मला ही गोष्ट सांगत होती, तेव्हा आमचा आणखी एक मित्र प्रमोद तिथंच होता. त्याच्या म्हणण्याप्रमाणे आरती टीचर तिच्याशी खोटं बोलत होती आणि ते अत्यंत चुकीचं होतं.

कविता म्हणाली, 'त्यातलं भलं-बुरं, बरोबर-चूक मला काहीही ठाऊक नाही. पण आरती टीचरनं मला त्या दिवशी माझ्या स्वत्वाची जाणीव करून दिली होती. ती माझ्या दृष्टीनं अत्यंत मोलाची होती. त्या दिवशी त्यांनी मला जणू वाचवलंच होतं.'

मी कविताशी सहमत आहे आणि तुम्हाला काय वाटतं?

■

वाणी श्रीकांत

Hide and Seek

जीवनातील धडे

सदतीस वर्षांपूर्वी पश्चिम बंगालमधील आसनसोल येथे चेल्लीडांगल नावाची मोठी झोपडपट्टी होती. तिची जागा काही वेगळीच होती. तिच्या तिन्ही बाजूंना मोठ्या नामांकित शाळा होत्या. या झोपडपट्टीतील कितीतरी माणसं त्या शाळांमध्ये काम करत होती.

एका कार्यक्रमांतर्गत मला त्या भागातील झोपड्यांना भेटी द्यावयाच्या होत्या. या भेटीत कुणाकडून कोणत्याही प्रकारे जेवण, चहा घ्यायचा नाही असा आमचा अलिखित नियम होता. एक तर सगळ्यांकडे काही घेणं अशक्य होतं आणि एकाकडे चहा प्यायचा आणि दुसऱ्याकडे नाही, हे वाईटच दिसलं असतं.

त्या दिवशी एका लहानशा झोपडीला दिलेली भेट माझ्या चांगलीच लक्षात राहिली आहे. मी दरवाजा ठोठावला आणि घरात शिरलो. दारातील माणसानं उभं राहून मोठ्या अगत्यानं माझं स्वागत केलं. मी त्याच्यासमोर खाली बसलो. माझी ओळख करून दिली. त्याचा लहान मुलगा त्याच्या शेजारीच बसला होता. त्या माणसानं मला चहा देऊ केला. मी त्याला नम्रपणानं नकार दिला. पण तरीही त्याचा आग्रह सुरूच होता. त्या आग्रहाखातर मला त्याला होकार द्यावाच लागला. तो मुलाच्या कानांत काहीतरी बोलला. मुलगा उठून बाहेर गेला. मला वाईट वाटलं. मनात म्हटलं, ''घरात काही नाही. तरी हा माझ्यासाठी बाहेरून चहा मागवतो आहे.''

थोड्याच वेळात तो मुलगा चहा घेऊन आला. मी कप हातात घेण्यापूर्वी त्याला म्हटलं, ''तुम्हीही घ्या नं!'' तो संकोचत हसला. ''अं... हं! तुम्हीच घ्या,'' त्यानं मला सांगितलं. मी त्याला 'एक कप दोघांत', असा आग्रह केला. बशीत चहा ओतला आणि बशी त्याला दिली.

मी घोट घेण्यापूर्वीच त्याचा चहा पिऊन संपलाही होती. मी त्याच्याकडे निरखून पाहिलं. विचारलं, ''केव्हा जेवला होतात?'' त्यानं मान खाली घातली. खूप वेळानं म्हणाला, ''काल सकाळी.'' म्हणजे छत्तीस तासांपूर्वी. मला अतोनात वाईट वाटलं.

त्याहून जास्त वाईट वाटलं, तो त्याचा प्रश्न ऐकून! त्यानं विचारलं, 'मला

ओळखलं का?'

मी 'नाही', म्हणालो.

तो म्हणाला, 'सहा महिन्यांपूर्वी तुम्ही शाळेत एक कार्यक्रम आयोजित केला होता. मी तेव्हा तुमच्या हाताखाली काम केलं होतं. मी तुमचा वाढपी होतो.'

मी शरमिंदा झालो होतो. मला त्या वेळचं माझं चमचमीत जेवण आठवलं आणि ते या आताच्या उपाशीपोटी असलेल्या माणसानं वाढलं होतं. या झोपडपट्टीतील माणसांना मी जे काही सांगू, शिकवू पाहात होतो, त्याची त्या माणसांना आधीच जाणीव होती. ह्या झोपडपट्टीतील गरीब, अभावग्रस्त माणसानं मला आतिथ्याचा धडा दिला होता आणि आपल्याला सेवा देणाऱ्या माणसाची ओळख ठेवायला शिकवलं होतं. आपल्याला सेवा देणाऱ्या माणसालाही नाव, गाव, कुटुंब असतं, ह्याचं भान ठेवायला त्यानं मला शिकवलं होतं. मला वाटतं हा धडा मी कधीही विसरणार नव्हतो.

अगदी अलीकडेच मी मुंबईतील एका गरीब वस्तीतील झोपडीला भेट दिली. त्या झोपडीत एड्सबाधित जोडपं राहात होतं. त्यामुळे या झोपडीत न जाण्याबद्दल मला बजावण्यात आलं होतं. अर्थात मी त्या सूचनेकडे दुर्लक्ष करून त्या झोपडीत गेलो होतो. घरात फक्त ती स्त्री होती. तिचा नवरा आणि मुलं बाहेर गेली होती. तिनं मला आपली कहाणी सांगितली. त्या रोगामुळे तिचं आणि तिच्या कुटुंबाचं जगणं उद्ध्वस्त झालं होतं. ती दोघं नवरा-बायको काम करू शकत नव्हती. दयेवर कशीबशी त्यांची गुजराण सुरू होती. ती आजारी पडण्यापूर्वी परिस्थिती जरा बरी होती. पण नवऱ्याच्या बाहेरख्यालीपणामुळे त्याला एड्सची बाधा झाली आणि त्याच्यामुळे तिलाही तो रोग जडला होता. आता तिचा आजार इतका विकोपाला गेला होता की, ती काही दिवसांचीच सोबतीण होती. तिच्या आवाजातील गांभीर्य आणि तरीही त्यातील प्रसन्नतेमुळे मी चक्रावलोच होतो. ती शांतपणे सांगत होती, "त्यांच्या बाहेरख्यालीपणामुळे माझं मरण ओढवलंय. पण मी त्यांना क्षमा केली आहे."

काहीही न बोलता मी तिला जवळ घेतलं. तिच्या क्षमाशीलतेमुळे मी भारावलो. याहून श्रेष्ठ अशी क्षमाशीलता कुठंच बघावयास मिळाली नसती.

माझ्या दुसऱ्या एका मित्राची मला या प्रसंगानं आठवण झाली. बंगळुरूमधील माझा हा मित्र पॉल हा एक वल्लीच. तो येताच जणू सर्वत्र चैतन्याचा झरा झुळझुळ वाहू लागतो. तो जगन्मित्रच आहे म्हणा ना! तो कोणाचंही कसलंही मोजमाप करत नाही. सर्वांवर सारखंच प्रेम करतो. तो काही फार शिकलेला नाही. कुठलंही कौशल्य त्यानं आत्मसात केलेलं नाही. तो फक्त आनंद मिळवत असतो आणि वाटत असतो. प्रेम वाटत असतो. तो 'डाऊन सिंड्रोम'नं पीडित आहे. कोणी त्याला

अपंगही म्हणतात. पण असं म्हणणं हे त्याला कमीपणा देण्यासारखं आहे. तो त्याच्यापरिनं एक शिक्षक आहे. फक्त त्याच्याकडून आपण शिकलं पाहिजे आणि हे आपण शिकलो तर जग नक्कीच सुंदर होईल. सर्वांवर निरपेक्ष भावनेनं, समभावनेनं प्रेम करणं, सगळ्यांचा स्वीकार करून आनंद मिळवणं, आयुष्यातील छोट्या-छोट्या गोष्टींतून समाधान मिळविणं, या गोष्टी तो आपल्याला त्याच्या वर्तनातून सहज शिकवून जातो.

शिक्षक होण्यासाठी लागणाऱ्या सर्व पदव्या माझ्याकडे आहेत. म्हणून मला 'शिक्षक' म्हटलं जातं. पण जीवनाचे हे महत्त्वाचे धडे शिकवणाऱ्या व्यक्तींच्या पासंगालाही मी पुरत नाही, हे मलाही ठाऊक आहे.

■

क्लेमेंट कँपोस
Lessons from Life

नवे वर्षफळ

पहाट झाली. नव्या वर्षाच्या स्वागतासाठी आम्ही आदल्या रात्री केक आणि पास्ता आणला होता. आमच्या स्पॅनियल कुत्र्यानं – कॉफी – त्यावर चांगलाच ताव मारला होता. आणि त्यावर उतारा म्हणून सकाळी उठून त्याला, गवत चघळायला जायचं होतं. त्यामुळे आमचे सारे शेजारी साखर झोपेत असताना आम्ही दोघं घरातून बाहेर पडलो. कॉफी गवत शोधू लागला. मी हिंडू लागले. अपुऱ्या झोपेमुळे, बाहेरच्या थंडीतील उन्हानं सुद्धा माझे डोळे चुरचुरले.

तेव्हाच पुढच्या गल्लीत मला तो म्हातारा दिसला. काही महिन्यांपूर्वी त्यानं तिथं दोन रोपटी लावली होती त्या जागी तो काही पाला पाचोळा आणून टाकत होता. माझी खात्री झाली की, त्यानं आता देखील एखादं रोपटं लावलं असेल आणि शेळ्याबकऱ्यांनी ते खाऊ नये म्हणून त्या भोवती कुंपण घालत असेल.

''काय तात्या, नवं रोप लावलं का?'' मी विचारलं. खणण्याच्या नादात माझं बोलणं त्याला ऐकू गेलं नाही. मीच खाली वाकले. विचारले, ''काय चाललंय?''
''काही खास नाही. कम्पोस्ट खतासाठी एक खड्डा खणतोय. असं बघ – हे आंब्याचं रोप आणि इकडलं आहे फणसाचं. आता हे कम्पोस्ट खत दोन्ही रोपासाठी चालू शकेल.'' तो उत्तरला.

आणि नव्या वर्षाच्या सकाळी सकाळी मला व्यवस्थापन शास्त्रातल्या धड्याच्या रूपानं जणू एक छान फळच मिळालं. ते असं की नुसता नवा प्रकल्प सुरू करून भागत नाही. तर आधीच्या प्रकल्पांची सुद्धा देखभाल करून ते तडीस न्यावे लागतात.

एक मिनिटभर मी विचार करीत होते की, ज्या झाडांची फळे हा म्हातारा खाऊही शकणार नाही, त्यांची एवढी निगा तो का राखतो आहे? अर्थात मी काही तसं उघड विचारलं नाही आणि त्यामुळे त्यानंही प्रवचन दिलं नाही. जसं की आपण का भलं असावं, आपल्या पुढच्या पिढीसाठी आपण का झाडं लावावी, कष्टाचं फळ हे नेहमीच इतर फळापेक्षा अधिक गोड का असतं. आपण नेहमी निरपेक्ष वृत्तीनं काम का करावं, फळाची अपेक्षा का धरू नये, इ. इ.

त्याऐवजी त्या नव्वदीतील म्हाताऱ्याने पाला-पाचोळा आणून खड्डा भरण्याचे काम चालूच ठेवले. इकडे कॉफीचेही गवत चघळणे संपले होते. त्यालाही घरी जाऊन झोपेचा कोटा पूर्ण करायचा होता.

कॉफी काय, तो म्हातारा काय. ते जे काही करत होते ते अगदी साधं, सोपं आणि सहज होतं.

चांगूलपण हेही असचं साधं, सोपं आणि सहज का नसावं?

माला कुमार
Fruits on a New Year's Day

कोस-कोस, मज असे जायचे

अशोक अकरावीत शिकत होता. त्याला वाङ्मयाची आवड होती. अगदी व्यसन म्हणता येईल इतकी. आपल्या वडिलांसारखं त्यालाही इंग्रजीचा प्राध्यापक व्हायचं होतं. तो एक उमद्या स्वभावाचा, दिलदार, हसतमुख मुलगा होता. आनंदी स्वभावाचा अशोक बालवाडीतील मुलांना त्यांच्या बॅगेसकट उचलून घेऊन नेहमी त्यांच्या वर्गात सोडत असे. तो साऱ्यांचा आवडता विद्यार्थी होता.

रोज सकाळी तो आधी भावाला शाळेत सोडत असे. मग स्वत: शाळेत येत असे. संध्याकाळी आधी तो भावाला घेत असे. मग दोघं मिळून घरी जात. घरी गेल्यावर अशोक खायला काहीतरी करत असे. आई कामावरून आली की, तिला लगेच प्यायला मिळावी, म्हणून तो कॉफी करून थर्मासमध्ये ठेवत असे. ती घरी आल्यावर तो तिला घरकामात मदत करत असे. स्वत:चा स्वाध्याय, गृहपाठ करत करत तो भावालाही अभ्यासात मदत करत असे. नंतर जवळच्या झोपडपट्टीतील मुलांना गोळा करून तो त्यांनाही शिकवत असे. हे असं काही करणं त्याच्या वयाच्या मुलांच्या स्वप्नातही येणार नाही.

एके दिवशी शाळेत वक्तृत्व स्पर्धा होती. एकामागून एक मुलांनी आपापले उतारे म्हणून दाखवले. अशोकनं रॉबर्ट फ्रॉस्टची 'स्टॉपिंग बाय वुड्स ऑन अ स्नोई इव्हिनिंग' ही प्रख्यात कविता सादर केली. त्याची कविता संपली तेव्हा अक्षरश: टाळ्यांचा कडकडाट झाला होता. स्पर्धा संपेपर्यंत बराच वेळ झाला होता. त्या दिवशी चांगलाच उशीर झाला म्हणून प्रिन्सिपलनी त्या स्पर्धेचा निकाल सोमवारी जाहीर करण्यास सांगितलं. नंतर अशोक माझ्याकडे आला. स्पर्धेतील स्वत:च्या कामगिरीबद्दल तो मला विचारत होता. मला निकाल माहीत होता. पण 'ठरल्याप्रमाणे सोमवारी निकाल कळेल,' असं मी त्याला सांगितलं. तो म्हणाला, "मिस, सोमवारपासून तर आमची परीक्षा सुरू होते आहे. त्यामुळे असेंब्ली होणारच नाही." मी उत्तरले, "अरे, एवढी घाई का? आपण अजून दीड वर्षं एकत्र आहोतच की! आता नाही तर जानेवारीत शाळा सुरू होईल, तेव्हा तुला निकाल समजेलच."

त्या दिवशी इंग्रजीचा पेपर होता. ज्या वर्गात अशोक बसणार होता, त्याच

वर्गात मी सुपरव्हिजन करत होते. त्याचा बाक रिकामा पाहून मी जरा काळजीतच पडले, कारण अशोक अत्यंत वक्तशीर होता. थोड्याच वेळात एक सहकारी धावत आला आणि त्यानं ती धक्कादायक बातमी दिली. शाळेत येत असताना अशोकला पाण्याच्या टँकरची धडक बसली होती. तो जागीच ठार झाला होता. खिशातील परीक्षेच्या हॉल तिकिटामुळे त्याची ओळख पटली होती.

माझ्या मनात पहिला विचार आला की, अशोकला तो त्या स्पर्धेत पहिला आला होता, ते आता कधीच समजणार नव्हतं. नंतरचं सगळं धूसर होतं. चैतन्यानं सळसळणाऱ्या त्या मुलाचा उल्लेख आता 'ते प्रेत' असा होणार होता. आपला मुलगा गेला, यावर विश्वास न ठेवणाऱ्या त्या आईचं सांत्वन करणं, अंत्यसंस्काराची तयारी करणं... हे सारं झालं होतं.

या दुर्घटनेला आज वीस वर्षं उलटून गेली आहेत. पण त्याला निकाल सांगितला नाही, या अपराधीपणाची टोचणी वारंवार मला छळत असते. जेव्हा तो म्हणत होता की, 'माईल्स टू गो बिफोर आय स्लीप,' तेव्हा आपल्याला फार लांब जायचंच नाही, याची कल्पना त्यालाही नव्हती आणि मलाही नव्हतीच. पण त्याच्या त्या छोट्याशा अर्थपूर्ण कारकिर्दीतून अशोकनं मला – त्याच्या या शिक्षिकेला एक अमूल्य धडा शिकवला होता. प्रत्येक दिवस हा जणू काही अखेरचा दिवस असल्यागतच जगावं. आपल्या भोवतालची मंडळी आपल्यासाठी किती महत्त्वपूर्ण आहेत, हे त्यांना सांगावं. आपण किती भाग्यवान आहोत, याची जाणीव असू द्यावी. त्याच्या जिवंतपणी तर अशोक एक आदर्श ठेवावा असाच मुलगा आणि विद्यार्थी होता. ...आणि त्याच्या मृत्यूनंतरही मला चिरकाल स्मरणात राहील, असाच पाठ त्यानं शिकवला होता.

■

लैला अमरेंद्रन
And Miles to Go Before I Sleep

<u>११</u>

निरोप

भेटीच्या अन् निरोपाच्या वेळी,
मनात अस्सल भावनाच झळाळत असतात.

— जीन पॉल रिश्टर

सहा वर्षांच्या ऑटिस्टिक ग्रेगरीसाठी

कसला विचार करतो आहेस,
सोनेरी केसांच्या, लडिवाळ चेहऱ्याच्या मुला –
चकार शब्दही ऐकत नाहीत तुझे कान,
निळ्या डोळ्यांनी पाहतो आहेस अवकाशात
तरी ऐकायला आवडतो तुला नाद
तू उडवत, घुसळत असलेल्या पाण्याचा,
वाकतोस अन् कान देऊन ऐकतोस
सळसळ – जी होते पुस्तक चाळताना,
                कुठं जातो आहेस माझ्या चिमण्या राजा?
          भासतो आहेस तू दूर – हजारो मैल अंतरावर
          माझ्याकडे वळून बघ, उचल थोडी मान
          आणि बघ माझ्या डोळ्यांत – एवढी कृपा तरी कर,
     दर सप्ताहात आम्ही करतो प्रयत्न, कुरवाळतो, सांगतो तुला,
          तुझा सौम्य चेहरा दूर करतोस तू
               आमच्या मिठीतून दूर पळत,
               हसत-हसत खेळायला जातोस तू
आता आली आहे वेळ निरोप घेण्याची;
तुझे हे बालवाडीतले सरले आहेत दिन
चिमण्या बाळा, आम्ही निराश नाही ना केलं तुला?
ओळखतोस का आम्हाला – नाही खात्री मनोमन
पण ग्रेग, लाडक्या ग्रेग,
काय चमत्कार हा –
तूच प्रत्येकाला घेतो आहेस मिठीत अन्
देतो आहेस प्रत्येकाला मुका!
                अश्रूभरले आमचे डोळे पाहताना

हसतो आहेस प्रेमभरानं,
न हलता, बोलता जवळ घेतो
आम्ही तुला हळुवारपणे
परमेशाचे मानतो आभार तू आमच्यात आलास
आणि शिकवलंस खूप काही –
प्रेमाची देणगी, आनंदाचा झरा
असतं तसं विशेष मूलही!

■

लैला कँपोस
For Six-year-old Old Gregory-
My Autistic Friend

तिची मुलं

खूप वर्षांपूर्वी बी. ए. च्या अंतिम वर्षाच्या वर्गात इंग्रजीच्या विषयाच्या तासाला रॉबर्ट ब्राऊनिंगची नितांत सुंदर, नाट्यमय स्वगत असलेली 'अ ग्रॅमेरियन फ्युनरल' ही कविता शिकवत होते. आम्ही म्हणजे मी आणि माझ्या विद्यार्थिनी जणू त्या वृद्ध व्याकरण शिक्षकाच्या अंत्ययात्रेत सहभागी झालो होतो. ती अंत्ययात्रा गजबजलेल्या गावातून एका टेकडीच्या माथ्यावर चालली होती. त्याचे विद्यार्थी आता त्याला त्या टेकडीच्या माथ्यावर, तारकांच्या शक्य तितक्या जवळ पुरणार होते. ती जागा सर्वसामान्य माणसांना जिथं पुरलं जातं, त्या दफनभूमीपासून – चर्चमागच्या त्या जागेपासून खूप खूप लांब होती. त्या गंभीर अंत्ययात्रेबरोबर जाताना आमची अंत:करणं हेलावली होती. काहींच्या डोळ्यांत अश्रू तरळले होते. कवितेतील त्या व्यक्तीनं आपलं सारं आयुष्य आपल्या विषयाच्या अभ्यासासाठी आणि त्याच्या विद्यार्थ्यांसाठी वेचलं होतं. वैयक्तिक सुखाकडे, सन्मानाकडे, संपत्तीकडे त्यानं पाठ फिरवली होती. आपल्या विषयाचे – ग्रीक व्याकरणाचे आपल्याला सम्यक ज्ञान व्हावं, याचाच त्यानं ध्यास घेतला होता आणि मिळविलेलं सारं ज्ञान त्यानं चिकाटीनं, संयमानं, धीरोदात्तपणानं जे-जे येतील त्यांना मनसोक्त वाटून टाकलं होतं. उभा जन्म दारिद्रयात घालविलेल्या, अभ्यासात आणि शिकविण्यात मग्न असलेल्या या शिक्षकाचा आजारपणात मृत्यू झाला होता. जग त्याला विसरलं होतं. पण त्यानं ज्यांच्यावर ज्ञानाची खैरात केली होती, ते त्याला मुळीच विसरले नव्हते.

त्यानं मुलांना ग्रीक व्याकरणाचे धडे दिलेच होते; पण कळत-नकळत आपल्या साध्या, पण बावन्नकशी आचारविचारांतून, जगण्यातून मुलांना जगण्याचेही धडे दिले होते. आता ती मुलं त्याला सन्मानानं निरोप देण्यासाठी, त्याच्या अंत्ययात्रेसाठी जमली होती. त्या मुलांनी त्या शिक्षकाची शवपेटी आपल्या खांद्यावरून टेकडीच्या माथ्यावर नेली. तिथं त्याला ते पुरणार होते. त्यांच्या त्या बोलक्या हालचालींतूनच त्या शिक्षकाचं, त्यांच्या लेखी असलेलं महत्त्व दृग्गोचर होत होतं. हा साधासुधा, निष्कलंक चारित्र्याचा माणूस जगाला अज्ञात होता. पण जगाला त्याचं महत्त्व पटवून देण्याचं त्या मुलांनी ठरवलं होतं. म्हणूनच त्या उंच शिखरावर, तारकांच्या जवळ

त्या शिक्षकाला ती पुरणार होती. तिथूनच ती मुलं सरांचं गुणगान करणार होती.

मी कवितेची शेवटची ओळ म्हटली. वर्गात शांतता पसरली होती. त्या वेळी मनात आलेले विचार आजही माझ्या स्मरणात आहेत. तेव्हा मला असं वाटलं होतं की, शिक्षकाला मिळणारं हे अंतिम आणि अत्यंत सुयोग्य असं बक्षीस म्हटलं पाहिजे. शिक्षक निवृत्तीला आला तरी त्याची आर्थिक चणचण संपत नाही, हे वैश्विक सत्य आहे. पण आपली उभी हयात शिकविण्यात, विद्यार्थ्यांसाठी समर्पित केल्यावर मिळणारं हे पारितोषिक जगातील साऱ्या संपत्तीपेक्षा श्रेष्ठ ठरतं.

ब्राऊनिंगचा हा 'ग्रॅमेरियन' मला आता माझ्या आईच्या अंत्ययात्रेच्या वेळी आठवत होता. सेंट पॅट्रिक चर्चच्या त्या सोनेरी पांढऱ्या रंगाच्या पवित्र स्थानी, मेणबत्तीच्या उजेडात ती पहुडली होती. एप्रिलच्या उन्हाळ्यात दुपारच्या वेळी ते चर्च तिचे कुटुंबीय, नातलग, मित्रमंडळी आणि तिच्या हाताखालून गेलेली तिची अगणित मुलं – तिचे विद्यार्थी यांनी अगदी खच्चून भरलं होतं.

माजी विद्यार्थ्यांच्या वेबसाईटवर तिच्या मृत्यूची बातमी दिली गेली होती. ती मोबाईलच्या माध्यमातून सर्वदूर पसरली होती. तिचे सारे विद्यार्थी आपल्या मुलाबाळांना आणि काही तर आपल्या नातवंडांना घेऊन आले होते. या सगळ्यांची ती त्यांच्या प्राथमिक शाळेतील शिक्षिका होती. कोणे एके काळी 'प्रेझेंट मिस', म्हणणारी ती सारी मंडळी त्या वेळी तिला 'थँक यू' म्हणण्यासाठी, तिला अखेरचा निरोप देण्यासाठी तिथं जमली होती. ईस्टरच्या सुट्टीनंतर आलेल्या या तिच्या अंत्यविधीच्यावेळी जगाच्या कानाकोपऱ्यात विखुरलेल्या तिच्या विद्यार्थ्यांकडून सांत्वनपर संदेश पाठवले जात होते. त्यातील काही जण तर तिच्या हाताखाली १९६२ मध्ये शिकलेले होते. आमच्या आईच्या मृत्यूचं सर्वांना वाटणारं दुःख, त्यांना येणाऱ्या तिच्या आठवणी, तिच्याबद्दलचं प्रेम या साऱ्यांच्या वर्षावानं आम्ही अगदी भारावून गेलो होतो. अर्थातच आम्हाला याविषयी काहीच नवल वाटलं नव्हतं, कारण ती आमचीही पहिली शिक्षिका आणि मार्गदर्शिका होती ना!

तिच्याविषयीचे संदेश वाचण्याची वेळ आली होती. एक निवृत्त मेजर उठला आणि सरळ वाचण्याच्या स्टँडजवळ जाऊन बसला. तो आईचा 'बाल्डविन बॉय' होता. बाल्डविन शाळेचा तो विद्यार्थी होता. सन १९७६ चा तो माझा बॅचमेट होता. आपल्या कर्तृत्वानं तो शाळेत आणि देशातही प्रसिद्ध होता. माझ्या आईला त्याचा खूप अभिमान वाटत होता. त्यानं शाळेचा लाल-निळ्या रंगाचा टाय घातलेला पाहून एकाच वेळी रडता रडता माझ्या डोळ्यांत आणि ओठांवर अस्फुट हसूही उमटलं होतं. वरून पाहात असलेल्या माझ्या आईच्याही ते लक्षात आलं असेल. तिला त्यामुळे नक्कीच बरं वाटलं असेल. नंतर त्यानं ते श्रद्धांजलीचे संदेश वाचण्यास सुरुवात केली. तिच्या निःस्वार्थी, समर्पित भावनेनं केलेल्या अध्यापनाबद्दल तिची

बहुतेक जणांनी मोठीच प्रशंसा केली होती. तिनं त्यांना तळमळीनं लिहायला आणि वाचायला शिकविलं होतं. गांभीर्यानं बेरीज, वजाबाकी शिकवली होती. त्या गांभीर्यानं, त्याच तळमळीनं तिनं त्या व्रात्य, अवखळ, बंड, चळवळ्या मुलांमधून आजचे सन्मान्य नागरिक घडवले होते. या तिच्या कार्याबद्दल तिचा बहुमान केला होता. माणसाचं माणूसपण म्हणजे काय याचं जितंजागतं उदाहरण आपल्या बाल्डविनच्या सद्‌गृहस्थांनी मोठेपणी दाखवावं, अशीच तिची कळकळीची इच्छा होती.

एकाला तिनं शिकवलेलं संगीत आणि ती वर्षानुवर्षं स्टेजवर करत असलेले संगीताचे कार्यक्रम आठवले. एकाला स्टेजवर सायकलवरून म्हटलेलं 'डेझी डेझी' आठवलं. या 'डेझी डेझी' गाण्याच्या वेळी या कलाकारांना माझे पार्टीचे ड्रेस (त्यांच्या अनिच्छेनंच) चढवलेले होते. या आठवणीनं मला हसू आलं. एकानं त्याच्या शाळेच्या पहिल्या दिवसाची आठवण सांगितली. पहिला दिवस. तो नवीन होता. बावरला होता. रडत-रडत त्यानं कन्नड भाषेतून सांगितलं, 'मला इंग्रजी येत नाही.' आईनं त्याला शांत केलं. आपल्या जवळच्या बाकावर बसवलं. वर्षभर मग ती त्याचीच जागा झाली होती. आईनं त्याला दुसरीच्या अभ्यासाबरोबर इंग्रजीही शिकवलं होतं. कुणाला तिची भाषेची शैली आठवत होती. कुणाला तिचा नीटनेटका पोशाख, तिचं टपोरं, सुंदर हस्ताक्षर, तिची कठोर शिस्तप्रियता... असं बरंच काही आठवत राहिलं होतं.

चर्चमधील लोकांनी हे सारं ऐकलं होतं. त्या कथनात थोडं हसू होतं, स्मितहास्य होतं. वेळोवेळी भावनांचा आवेग रोखण्यासाठी आवंढे गिळत घसा साफ करणंही झालं होतं. एकाला माझ्या आईशी नुकतीच झालेली भेट आठवली होती. आईनं त्याला 'बाळा,' असं संबोधलं होतं. त्यामुळे तो गहिवरला होता. कारण तेव्हा त्याची आई नुकतीच वारली होती.

खरोखरच ती मुलं तिचीच 'मुलं' होती. तिच्या डेस्कमध्ये शर्टच्या बटनांनी भरलेला डबा, सुई, दोरा असे. मुलं तिला आपला अभ्यास दाखवायला जात, त्या वेळी ती तिथल्या तिथंच ज्या मुलाच्या शर्टचं बटण तुटलेलं असे, त्याचं बटण शिवून देत असे. ती त्यांचे बूट ब्रशनं साफ करत असे. त्यांचे केस विंचरत असे. तिच्या कपाटात या वस्तू नेहमीच असत. अवचित होणारी शाळा तपासणी किंवा तातडीनं फोटोसाठी आलेलं बोलावणं अशा वेळी या वस्तू उपयोगी पडत. मुलांच्या डायऱ्यांमध्ये फक्त गृहपाठाची नोंद नसे, तर मुलांच्या कपड्यांकडे दुर्लक्ष करणाऱ्या आयांसाठी सूचनाही असत. (तुमच्या मुलानं आज त्याच्या बाबांचे मोजे घातले होते... वगैरे.) आईला शिक्षकी पेशातील रोजच्या सतराशे-साठ व्यवधानांमधून त्या बेरजा-वजाबाक्यांतून, त्या पाढे आणि स्पेलिंगच्या परीक्षांच्या जंजाळातून ही तुटलेली बटणं आणि विजोड मोजे बघायला कसा वेळ मिळत होता, याचं मला इतक्या

वर्षांनंतरही नवल वाटतं.

पण मला वाटतं की, ते तिला जमू शकलं, कारण तिच्या मनाची शिक्षकी घडण! खऱ्या शिक्षकाला फक्त शाळेचे अभ्यासातील विषय समजून चालत नाही; तर त्याला त्याच्या ताब्यात असलेल्या मानवी मनांची, त्या चिमुकल्यांची सर्वांगीण काळजी घ्यावी लागते. त्यांच्यावर अपार प्रेम करावं लागतं. हे तिनं मनोमन जाणलं होतं.

आता प्रार्थना संपत आली होती. चर्चमधील मंडळी आमच्याबरोबर दफनभूमीत आली होती. एकोणीस वर्षांपूर्वी माझे वडील गेले होते. त्यांच्या थडग्याशेजारीच आईच्या थडग्याची जागा होती. तिची 'मुलं' देखील आमच्यासोबत होतीच. आता मूठमाती द्यायला सुरुवात करणार, एवढ्यात मी त्यांना थांबविलं. त्या 'मुलांना' त्यांच्या शिक्षिकेभोवती उभं राहून त्यांचं शालेय गीत म्हणण्याची विनंती मी केली. हे गीत आई दररोज सकाळी म्हणत असे. लिंकन हॉलमधील पियानोवर बसून सुमारे तीस वर्षं हे गीत ती गात होती. गीत सुरू झालं. त्या चढ्या आवाजातील गाण्याच्या आवाजानं त्या पवित्र स्थळातील संधिप्रकाशातील हवाही थरथरली आणि माझी खात्री आहे की, तो आवाज स्वर्गातल्या उघड्या खिडकीतून त्या मुलांच्या शिक्षिकेपर्यंत नक्कीच पोहोचला असेल. आपल्या मुलांचं गाणं ऐकून तिनं नक्कीच स्मित केलं असेल.

आम्ही, तिच्या मुलांनी तिचा दु:खी अंत:करणानं निरोप घेतला. आणि तिच्या त्या साऱ्या मुलांनी तिची शवपेटी खड्ड्यात सोडली.

ब्राऊनिंगच्या त्या 'ग्रॅमेरियन' सारखी माझी आई विद्वान नव्हती. ती एक साधी प्राथमिक शाळेतील शिक्षिका होती. पण तिच्या मुलांनी तिच्या अंत्यसंस्काराच्या वेळी तिचा जो सन्मान केला होता, तो केवळ तिच्या चांगुलपणाबद्दल आदर व्यक्त करण्यासाठीच नव्हता, तर तिच्या शिकवण्यातून बहरून आलेलं त्यांचं चांगुलपण, त्यांचे सद्गुण याचंच तो प्रतीक होता. या सन्मानानं मला खूप वर्षांपूर्वी 'ग्रॅमेरियन' शिकवत असताना त्या वेळी मनात आलेले विचार पुन्हा आठवले. अखेरीस हेच शिक्षकाचं अंतिम आणि अत्यंत सुयोग असं पारितोषिक असतं.

माझी आईदेखील तारकांमध्ये आता सुखानं विश्रांती घेत आहे.

■

वेंडी एम. डिक्सन
All Her Sons

प्रमाणपत्राचं लेखन

हा काळ म्हणजे नुकतीच बारावीचीच परीक्षा पास होऊन मुलींचा आपल्या आवडीच्या कॉलेजमध्ये प्रवेश घेण्याच्या धामधुमीचा काळ. मी या साऱ्यांचा, बाळसेदार चौथ्या वर्षांपासून दहा-अकरा वर्षांच्या चुळबुळ्या वयापर्यंत आणि तिथून डौलदार, उंच, हजारो स्वप्नं डोळ्यांत तरळणाऱ्या अठरा वर्षांच्या युवतीपर्यंत होणारा प्रवास पाहिला आहे.

'मिस, या अर्जासोबत जोडण्यासाठी म्हणून मला प्लीज, एक प्रमाणपत्र लिहून द्याल का? शिफारसपत्र म्हणून ते उपयोगी पडेल.' ती शाळेचा गणवेश घालून माझ्यासमोर उभी होती. खरं तर बोर्डाचा शेवटचा पेपर एका आठवड्यापूर्वीच संपला होता. तरीदेखील तिनं शाळेचा गणवेश घातलेला पाहून मला हसूच आलं. तिला जणू शाळेच्या सुरक्षित जगापासून दूर जायचंच नव्हतं.

'नक्की!' मी हसत म्हणाले. 'उद्या घे हं!'

काय लिहिणार होते मी?

आईचा हात घट्ट धरून रडत, ओरडत ती बालवाडीत येत असे, तेव्हापासून मी तिला ओळखते असं? की तिसरीत असताना तिनं सिंड्रेला नाटकात परीराणीची भूमिका केली होती. त्या भूमिकेच्या फक्त मेकअपमुळे ती चमकत नव्हती; तर तिच्या हातातील जादूच्या छडीमुळे गरीब सिंड्रेलाची राजकन्या होते, त्या जादूच्या उत्साहामुळे, अभिमानामुळे ती चमकत होती, हे आठवतंय ते लिहिणार होते?

फळा पुसताना, शिक्षकांची पुस्तकं नेतानाची ती मला आठवते. निसर्ग मंडळासाठी ती कागदाची पाकिटं तयार करत असे. वर्गाची कपाटं पुसत असे आणि वर्गात मॉनिटर म्हणून ताठ मानेनं उभी राहात असे, हेही मला आठवत होतं. ते लिहायचं होतं का मी?

मला आठवतं की, ती दहा वर्षांची होती, तेव्हा एका ट्रेकला गेली होती. आपल्यापेक्षा मोठ्या मुलींच्याही ती पुढंच होती. कँपमध्ये शेकोटीभोवती ती नाचली होती. 'नीटनेटका तंबू' ही स्पर्धा तिनं अत्यंत गांभीर्यानं घेतली होती. इतर मोठ्या मुलींसारखं त्याकडे दुर्लक्ष केलं नव्हतं आणि तिच्या तंबूला बक्षीस म्हणून चॉकलेट

मिळालं होतं, तेव्हा ती आनंदानं खिदळली होती.

तिनं भीत भीत दिलेली आवाजाची निवड चाचणी माझ्या स्मरणात आहे. शाळेच्या समूह गायनासाठी तिनं चाचणी दिली होती आणि तिला व्यासपीठावर एकटीनं 'जगात नांदो शांती, सुरुवात करेन माझ्या पासून', हे गीत सादर करताना पाहिलं होतं. तिच्या बालसुलभ, मधुर आवाजात हे गीत ऐकताना कित्येकांचे डोळे पाणावले होते.

मन लावून एकाग्रतेनं आपला धडा शिकताना मी तिला पाहिलं होतं. कधी आनंदी; तर कधी दुःखी. गुण कमी मिळाले की चिडणारी असे तिचे भावविभ्रम मी पाहिले होते. आपल्या कमी गुणांबद्दल ती शिक्षकांशी धीटपणे बोलत असताना मी तिला ऐकलं होतं. तिला रागावल्यावर दुःखानं विदीर्ण होणारा आणि प्रशंसेनं उजळून निघणारा तिचा चेहरा मी पाहिला होता.

गेल्या काही वर्षांत तिचं बाळसं, चेहऱ्यावरचे वांग सारं काही नाहीसं होऊन तिचं एका डौलदार तरुणीत रूपांतर झाल्याचं माझ्या लक्षात आलं होतं. शाळेची हेडगर्ल म्हणून तिची निवड झाली तो दिवसही मला अजून आठवतो आहे. निवड झाल्याचं ऐकताक्षणीच हर्षभरीत होऊन उडी मारत, तिनं आपल्या मैत्रिणीला घट्ट मिठी मारली होती. हे सगळं भर ऑफिसमध्ये घडलं होतं. त्या ऑफिसची प्रतिष्ठाच तिला जपायची होती. या पदग्रहण सोहळ्याच्या मिरवणुकीत हातात धरलेल्या मेणबत्तीच्या उजेडात उजळलेला तिचा चेहरा, नेतृत्वाची खंबीर पावलं टाकत चालणारी तिची आकृती आणि हे सारं पाहून डोळ्यांतील अश्रू टिपणारी तिची आई हे सारं, सारं मला आठवलं.

मला तिच्या धाडसी, साहसी स्वभावाचीही ओळख झाली होती. क्रीडा महोत्सवाच्या वेळी जळती मशाल हातात घेऊन ती मिरवली होती. साहस शिबिरात ती सहज दोरावरून उतरत असे. तिच्यात उपजतच नेतृत्वगुण होते. तिच्यापेक्षा लहान मुलींना ती मोठ्या संयमानं आणि तितक्याच समजूतदारपणे शिकवत असे. मधल्या सुट्टीत ती एखाद्या मैत्रिणीला एखादं प्रकरण समजावून देत असे. कधी आपल्या वर्ग मैत्रिणीला वक्तृत्व स्पर्धेत संधी मिळावी, म्हणून ती स्वतःऐवजी तिला बोलू देत असे. ऐन उन्हाळ्यात आपली पंख्याखालची जागा सोडून दुसऱ्या कुणाला तरी त्या जागेवर बसवताना मी तिला कैक वेळा पाहिलं होतं.

तिच्या शाळेनं तिचं रूपांतर एका जबाबदार, दयाळू, ध्येयनिष्ठ, बुद्धिमान अशा तरुणीत केलं होतं आणि त्या साऱ्या प्रक्रियेला माझाही थोडाफार हातभार लागला होता.

मी माझ्या या साऱ्या भावभावना, आशा, अपेक्षा, तिच्याबद्दलच्या शुभेच्छा कागदावर लिहू शकेन? कोणा परक्या व्यक्तिनं वाचाव्यात म्हणून कागदावर उतरवू शकेन?

होय. मला तसंच करावं लागलं असतं.

पण त्या वेळी तरी तिच्या पुढच्या आयुष्यासाठी मी तिला शुभेच्छाच देणार होते!

■

रेहाना अली
Writing a Testimonial

मुलींना उद्देशून

पाच वर्षांपूर्वीची गोष्ट. सप्टेंबर महिन्याच्या मध्यावर आपण एकमेकींना भेटलो होतो. तेव्हा आपल्यात कोणता तरी एक विशिष्ट समान धागा होता. आपण म्हणजे मी आणि तुम्ही पूर्णपणे अननुभवी होतो. नव्या, ताज्या दमाच्या होतो. ते तुमचं कॉलेजचं पहिलं वर्ष होतं आणि मी तुमची इंग्रजीची नवीन लेक्चरर होते.

सोमवारची सकाळ होती. माझा लेक्चरर म्हणून पहिलाच आठवडा होता. पहिल्याच आठवड्याचा पहिलाच दिवस होता. पहिलाच तास होता. तो तास एकोणतीस नंबरच्या वर्गात होता. तुम्हाला कल्पना नव्हती. पण तो जिना चढताना, तो लांबलचक व्हरांडा पार करताना आणि तुमच्या वर्गाशी येताना माझे पाय अक्षरशः लटपटत होते. वर्गात समोर अनोळखी चेहऱ्यांचा, उत्सुक डोळ्यांचा समुद्र पाहिला. मी अस्वस्थच झाले. तुम्ही न बोलता माझं मूल्यमापन करत होतात. तुमच्या सांकेतिक परिभाषेत माझं मोजमाप करत माझी पाठवणी करत होतात, असं मला वाटत होतं.

सप्टेंबरच्या त्या स्वच्छ सकाळी तो कवी 'उन्हाळ्याच्या दिवसांशी मी तुझी तुलना करू का?', असं गाणं गाऊन गेला असावा. कारण त्या दिवशी आणि पुढे संपूर्ण वर्षभरच आपल्या नव्या कॉलेज जीवनाचा आस्वाद घेताना, नवनवे अनुभव गोळा करताना, नवनव्या गोष्टी शिकताना आपल्याला खूपच आल्हाददायक वाटत होतं. मला तो संपूर्ण काळ खूपच सौम्य, सुखावह वाटत होता. अगदी मनापासून, हवं तर मी हे शपथेवर सांगू शकेन.

वर्गात तुमचा अखंड कोलाहल चालू असायचा. माझी भेदक नजर फिरताच (तुमच्यासाठी तशा नजरेचा मी आरशासमोर सराव केला होता.) वर्गात जरा शांतता पसरत असे. वर्षअखेरीस मला लोक म्हणू लागले की, माझ्या झपाट्यानं पांढऱ्या होऊ लागलेल्या केसांमुळे मी फार वेगळी दिसत होते. मी हसून याचं सारं श्रेय तुम्हाला देत असे.

परीक्षा झाल्या होत्या. मी तुमच्या उत्तरपत्रिका तपासत होते. घरच्या मंडळींना माझ्या मानसिक स्वास्थ्याची काळजी वाटू लागली होती. मी त्यांना दोष देत नव्हते.

माझी अवस्थाच तशी होती. मध्येच मी अविश्वासानं, निराशेनं किंचाळत असे. मध्येच मला अनावर हसू येत असे. 'गिनिज बुक ऑफ रेकॉर्डस्'मध्ये भीषण, मूर्खासारख्या चुका आणि घोडचुका या सदरात तुमच्या उत्तरपत्रिकांना सहज जागा मिळाली असती.

नंतर केव्हा तरी तुमचा बालिशपणा हळूहळू कमी होत गेला. मलाही माझ्या भेदक नजरेचा मारा आवरता घ्यावा लागला. तुम्हालाही मग नाटक, कविता यात मोठी गोडी वाटू लागली. मला माझ्या पांढऱ्या केसांचा फारसा बाऊ न वाटता (काळजी मिटलीच म्हणा ना!) तुम्हाला शिकविण्यात रस वाटू लागला, आनंद मिळू लागला.

मार्लो आणि त्याचे फाऊस्ट, शहाणा वर्डस्वर्थ, मधाळ शब्दाचा कीट्स, ध्यास घेतलेला हॉपकिन्स, गहन गूढ यिट्स या जणू आपल्या दैनंदिन जीवनातील व्यक्तीच बनल्या होत्या. गंभीर टेनिसनच्या व्यथा, वेदना, रॉबर्ट आणि एलिझाबेथ यांचं परीकथेतलं प्रेम आपण एकत्रच वाचलं होतं. कवींचे सौंदर्याचे, प्रेमाचे नवलभरले पाठ, परमेश्वराची उदात्तता, माणसांच्या चुका हे सारं आपण एकत्र मिळूनच शिकलो होतो. आपल्यालाही थोडे फार अनुभव आले होते. शहाणपण आलं होतं. तुम्हीही समंजसपणे लिहू लागला होतात. मलाही माझ्या पद्धतीनं तुम्हाला हाताळता, शिकविता येऊ लागलं होतं.

....आणि त्यानंतर महिन्याभरात तुम्ही पदवीधर होणार होतात. तुमचे हे कॉलेजचे फुलपाखरी, निष्काळजी दिवस संपणार होते. त्यानंतर तोपर्यंत तुम्ही इथं होतात (बाकांवर तुम्ही कोरलेली अक्षरं त्याची साक्ष देतील.) आणि नंतर तुम्ही इथून गेलात, असंच म्हणावं लागणार होतं. मी तुम्हाला हॉपकिन्सच्या 'वसंता'च्या अभ्यासात ऐन मध्यापर्यंत पोहोचल्याचं पाहते आहे. तुमच्या जीवनातही वसंत फुललेला होता, हे मला माहिती होतं. तुम्ही अभ्यासात आकंठ बुडालेल्या होतात. मला तुमच्यावाचून किती चुकल्या चुकल्यासारखं वाटेल हे मला त्या वेळी, त्या शेवटच्या महिनाभरात खूपच जाणवत होतं.

मला ती हसऱ्या चेहऱ्याची, चमकदार डोळ्यांची मुलगी कायमच आठवत राहाणार होती. खूप वर्षांपूर्वी मी तिला शाळेत शिकवत होते. तेव्हा ती माझी दुसरीच्या वर्गात शिकणारी विद्यार्थिनी होती. एकाच मुलीला प्रथम प्राथमिक शाळेत आणि नंतर कॉलेजमध्ये शिकविण्याचा हा एक दुर्मीळ योग जुळून आला होता. खरं तर, त्या प्रसिद्ध गाण्यात म्हटल्याप्रमाणे 'खडूच्या रंगापासून सेंटच्या बाटली'पर्यंतची तिची वाढ मला अनुभवायला मिळाली होती.

कॉलेजच्या समूह गायनात भाग घेतलेल्या माझ्या गायिका मुली, कुरळ्या केसांच्या, किनऱ्या आवाजाच्या, सुरवंटाचं देखण्या फुलपाखरांत रूपांतर झालेल्या या माझ्या साऱ्या मुलींवाचून मला खूपच चुकल्यासारखं वाटणार होतं.

पहिल्या बाकावरच्या शांत, अभ्यासू; तर पाठीमागे बसणाऱ्या अवखळ,

खोडकर, स्वप्नाळू डोळ्यांच्या या साऱ्या मुलींची मला उणीव भासणार होती. या लहानशा मुली त्या वेळी तरुणी झाल्या होत्या. सक्षम झाल्या होत्या. पाच वर्षांतील भल्याबुऱ्या, धीम्या, कंटाळवाण्या, त्या सगळ्या काळात लवकर वा उशीरा फुलल्या होत्या. यौवनानं बहरल्या होत्या.

मी त्यांच्यावर ओरडले होते. प्रोत्साहन देण्यासाठी शब्दांच्या पराण्या टोचल्या होत्या. त्यांच्याबरोबर हसले होते. रुसले देखील होते. क्वचित त्यांची निर्भत्सनाही केली होती.

पण त्यानंतर त्या आता एका उंबरठ्यावर उभ्या होत्या. एक पाय आत आणि एक पाय बाहेर अशा उभ्या राहून त्या वळून पाहात होत्या. मला त्या वेळी परीक्षेचं भय, त्यांनी लिहिलेल्या पेपर्सची काळजी विसरायची होती. माझी ती भेदक, तीक्ष्ण नजर विसरायची होती. त्यांना मी जे काही रागावले होते, तो राग भूतकाळात हाकलून द्यायचा होता. मला त्यांना शुभेच्छा द्यायच्या होत्या. त्या अशा वळून, मागे टाकलेला काळ पाहात होत्या. त्यांना त्या अवस्थेत बघून मला माझा तारुण्यातील काळ आठवला होता. त्यातलं माधुर्य, संगीत लक्षात येत होतं आणि त्यातूनच एक आशीर्वचनपर प्रार्थना माझ्या हृदयात फुलून येत होती.

ती अशी होती —
परमेश्वर तुम्हाला सुखात ठेवो
तुमच्या इच्छा फलद्रूप होवोत,
तुम्ही इतरांसाठी झटत राहा
इतरही तुमच्यासाठी काही करतील
गगनाला गवसणी घाला,
पायरी पायरीनं तो यश सोपान चढा
मनातील तारुण्य सदोदित जपा!

हात सदा कामात राहोत
पावलांत गती असो!
कसाही असो, काळाचा तडाखा
खंबीरपणे ताठ उभ्या राहा,
मनात आनंद वसू द्या
ओठांवर गाणं खेळू द्या,
मनातील तारुण्य सदोदित जपा!

■

वेंडी एम. डिक्सन
For the Girls

इंग्रजीचा शिक्षक

ती टर्म संपली होती. मोठ्या वर्गातील मुलं थोडीशी खट्टू झाली होती. कारण अजून एकच टर्म आता उरली होती आणि मग ती मुलं कॉलेजचं शिक्षण संपवून बाहेर पडणार होती. वर्गातील एकानं खट्याळपणानं विचारलं, ''मॅडम, आपण ख्रिसमस पार्टी करू या का?''

मी हसले. ''तुमच्या मौजमजेसाठी माझं नाव पुढं करू नका. हे सरकारी कॉलेज आहे. आपल्याकडे ख्रिश्चन मुलंही थोडीच आहेत आणि आपण सरस्वती पूजन, होळी, दिवाळी हे सण साजरे करतोच की!'' मुलांनी ऐकलं, पण तरीही प्रिन्सिपलना विचारायचं ठरवलं.

त्यांनी परवानगी मिळवली. मग मुलांची लगबग सुरू झाली. हा कार्यक्रम इंग्रजी विभागाचाच असणार होता. सांताक्लॉजही करायचा असं ठरलं होतं.

'भेटवस्तू?' मी भर टाकली. 'ख्रिसमस म्हणजे देण्या-घेण्याचा सण!'

त्यांनी प्राध्यापक, कर्मचारी, शिपाई, गुरखा यांच्या मुलांना बोलवायचं ठरवलं. स्नॅक्स आणि आईस्क्रिम्स असा बेत ठरला. पैसे? 'मॅडम पार्टी आमची आहे. खर्चाची काळजी सोडा,' त्यांनी मला सांगितलं.

तो मुलगा म्हणाला, ''मॅडम, मी युसुफ होऊ?''

जोसेफ? 'अरे वा! छानच की! जरूर हो!' मी म्हणाले. त्याला त्याच्या इतर मित्रांनाही आणायचं होतं. शिवाय इतर शाखांतील जनरल इंग्रजीच्या तासाला बसणाऱ्या मुलांनाही यात सहभागी व्हायचं होतं. 'ठीक आहे. ज्यांना यायचं असेल, त्यांनी अवश्य यावं,' असं म्हणून मी माझ्या खोलीत गेले. हे सगळंच मुलं त्यांचं ती पाहून घेणार होती. त्यामुळे मला काहीच काळजी नव्हती.

आमचं कॉलेज दोनशे वर्षांचं जुनं होतं. या कॉलेजातून कोणे एके काळी नोबेल पारितोषिक विजेते चंद्रशेखर, सी. व्ही. रामन शिकून बाहेर पडले होते. कार्यक्रम इंग्रजीच्या मोठ्या लेक्चर हॉलमध्ये होणार होता. अंध मुलं पुढच्या रांगांत आनंदानं बसली होती. सगळ्या वातावरणात उत्साह ओतप्रोत भरून राहिला होता. स्टेजवर फक्त ख्रिसमस ट्री होतं. 'ख्रिसमस म्हणजे देण्याची वेळ,' असं लिहिलेला फलक

स्टेजवर झळकत होता.

एक मुलगी माईकजवळ गेली. तिनं ख्रिसमसची गोष्ट वाचायला सुरुवात केली. एकीकडून स्टेजवर हातात बाहुली म्हणजे तान्हा जीझस घेऊन मेरी आली. तिच्या खांद्यावर हात ठेवून जोसेफही आला. ख्रिसमस कार्डाच्या चित्रात असतात, तशीच ती दोघं दिसत होती. बायबलमधील गोष्ट थोडी वाढवलेली होती. अरबी पोशाखातील सहा पॅलेस्टिनी मुलांनी सहा खानावळवाले साकारले होते. 'खानावळीत जागा नाही', असं त्यांनी ओरडून सांगितलं. डोक्याला टॉवेल गुंडाळून, कमरेला चादरी बांधून वीस मुलं धनगर बनली होती. तिथं फक्त मेंढ्या नव्हत्या आणि बोकड आणायला मी परवानगी दिली नव्हती.

मेरी ख्रिश्चन, जोसेफ मुस्लिम, खानावळवाले पॅलेस्टिनी; तर धनगर हिंदू अशा प्रकारे मुलांनी भूमिका केल्या होत्या. रुबाबात, ऐटीत तीन जण राजे झाले होते. ती मुलं होती श्रीलंकेतील. हा चमत्कार कसा घडला होता? जेव्हा ही पॅलेस्टिनी आणि श्रीलंकेतील मुलं आपापल्या संघर्षमय देशांमध्ये परत जातील, तेव्हा त्यांना हा दिवस आठवेल का? मी मनोमन प्रार्थना केली की, तसंच होऊ देत.

सान्ताक्लॉजचं आगमन झालं. मुलांनी आरडाओरडा केला. माझ्या पाठीच्या कण्यातून थंडगार लहर आरपार गेली, तेव्हा मीही ओरडले. सान्ताच्या मदतीसाठी बर्फाचा क्यूब आणला होता. कर्णकर्कश्श संगीत, नृत्य, गाणं, भरपूर खाणं. ती एक मोठी पार्टी होती, असं प्रत्येकानं जणू मान्यच केलं होतं. गुरखा, वॉचमन यांनी त्यांच्या बायकामुलांनाही आणलं होतं. यापूर्वी त्यांना असं विद्यार्थ्यांच्या कार्यक्रमाला कधीही निमंत्रण मिळालेलं नव्हतं. त्यामुळे ते अवाक् झाले होते. मी सुटकेचा निःश्वास टाकला.

या गोष्टीला वर्षं लोटली. मी निवृत्त झाले. ख्रिसमस आला. मी शॉपिंग मॉलमध्ये खरेदीसाठी गेले होते. तिथं सुरेशशी माझी गाठ पडली. त्यानं वाकून नमस्कार केला. तो आता वकील झाला होता. बरोबर त्याचा लहान मुलगाही होता. 'बाई गं, पुढची पिढी आलीसुद्धा!' मी मनाशी म्हटलं. त्याच्या जुन्या मित्रांशी त्याच्या गाठीभेटी होत होत्या की नाही? मी त्याला विचारलं. त्यावर त्यानं सांगितलं की, हो, ते एकमेकांशी संपर्क ठेवून होते.

तो पुढे म्हणाला, 'मॅडम, ती ख्रिसमस पार्टी आठवते का? आणि तो पॅलेस्टिनी मुलगा?'

'हो.' मी म्हणाले, 'मुसा परत गेल्यावर इंग्रजीचा शिक्षक होणार होता.'

'मॅडम, मुसा वारला,' तो सांगू लागला. 'तो कुठल्या तरी राजकीय चळवळीत सहभागी झाला होता. बॉंबस्फोटात तो मरण पावला. त्या पार्टीनंतर आमची त्या पॅलेस्टिनी आणि श्रीलंकेच्या मुलांशी खूपच मैत्री झाली होती. त्या पार्टीआधी ते

त्यांच्या त्यांच्या ग्रुपमध्येच राहात. जोसेफची भूमिका करायला मिळाली, त्याचा मुसाला फार अभिमान वाटत असे. मेरी आणि जोसेफ त्यांच्या देशातील होते, असं तो म्हणत असे. आम्ही म्हणत असू की, मेरी आणि जोसेफ ज्यू होते आणि तू तर पॅलेस्टिनी मुसलमान आहेस.' पण मुसाला वाटत असे की, एक दिवस असा उजाडेल की त्या दिवशी, त्या दिवसापासून ज्यू आणि पॅलेस्टिनी शांततेचं सहजीवन जगतील. पण मॅडम अजून तरी तसं झालेलं नाही.'

हा इंग्रजीचा शिक्षक दहशतवादी कधी झाला होता? मुसा तसा अतिरेकी, धर्मांध नव्हता. भारतात तो अभ्यासासाठी आला होता. इंग्रजीचा प्राध्यापक होण्याचं त्याचं स्वप्न होतं. एक इंग्रजीचा शिक्षक. बस्स! वयोवृद्ध, महत्त्वाकांक्षी राजकारण्यांपायी किती काळ तरुणांना असं मरण पत्करावं लागणार आहे? आम्ही या मुलांचं संरक्षण का करू शकत नाही? वर्गातील सुरक्षित जग सोडून बाहेरच्या जगात जाताना त्यांना सुरक्षिततेची, अस्तित्व टिकविण्याची कोणती कौशल्यं शिकवायला हवीत?

सुरेशनं माझा हात धरला. "मॅडम, रडू नका," तो म्हणाला. "जोसेफची आठवण ठेवा."

हो. मृत मुसाचा मी विचार करू नये. त्याऐवजी मुसानं भाग घेतलेली ख्रिसमसची गोष्ट आठवावी, असं तो मला सांगत होता. बरोबरच होतं ते. पॅलेस्टाईनचा युसुफ हा ज्यूंचा जोसेफ होता. एकदा भारतातील कॉलेजमध्ये थोड्या वेळासाठी का होईना, पृथ्वीवर शांतता नांदली होती. माणसांमध्ये सद्भावना होती. सहजीवन सुखकर होतं. त्याचं स्मरण मुसाला नक्कीच होत असेल. मीही तेच लक्षात ठेवलं पाहिजे. तेच लक्षात ठेवणार होते.

■

बिट्रिक्स डिसुझा
The English Teacher